മലയാറ്റൂരിന്റെ സിനിമാസ്റ്റോറി

malayatoorinte cinimestory
oru ormappusthakam

•

editor
p m binukumar

•

first edition
december 2012

•

typesetting and published
chintha publishers, thiruvananthapuram

•

•

cover
vinod

•

വിതരണം

ദേശാഭിമാനി ബുക്ക് ഹൗസ്

H O തിരുവനന്തപുരം–695 035
www.chinthapublishers.com
chinthapublishers@gmail.com

ബ്രാഞ്ചുകൾ

ഹെഡ്ഡാഫീസ് ബ്രാഞ്ച് കുന്നുകുഴി • ഓവർബ്രിഡ്ജ് തിരുവനന്തപുരം • കെ എസ് ആർ ടി സി ബസ് സ്റ്റേഷൻ ആലപ്പുഴ • കെ എസ് ആർ ടി സി ബസ് സ്റ്റേഷൻ എറണാകുളം • മച്ചിങ്ങൽ ലെയ്ൻ തൃശൂർ • ഐ ജി റോഡ് കോഴിക്കോട് • കെ എസ് ആർ ടി സി ബസ് സ്റ്റേഷൻ കോഴിക്കോട് • എൻ ജി ഒ യൂണിയൻ ബിൽഡിങ് കണ്ണൂർ • സെൻട്രൽ ബസ് ടെർമിനൽ കോംപ്ലക്സ് താവക്കര കണ്ണൂർ

CO - 1862 / 3096

മലയാറ്റൂരിന്റെ സിനിമാസ്റ്റോറി

ഒരു ഓർമപ്പുസ്തകം

എഡിറ്റർ
പി എം ബിനുകുമാർ

ചിന്ത പബ്ലിഷേഴ്സ്
തിരുവനന്തപുരം-695 035

പി എം ബിനുകുമാർ

1974 ൽ നെയ്യാറ്റിൻകരയ്ക്ക് സമീപം കുളത്തൂരിൽ ജനിച്ചു. ഇംഗ്ലീഷ് സാഹിത്യത്തിൽ ബിരുദവും പത്രപ്രവർത്തനത്തിൽ ബിരുദാനന്തര ഡിപ്ലോമയും.

കോളേജ് വിദ്യാഭ്യാസകാലത്ത് പത്രപ്രവർത്തകനായി. ആയിരത്തിലധികം ലേഖനങ്ങളും ഫീച്ചറുകളും പ്രസിദ്ധീകരിച്ചിട്ടുണ്ട്. *തിരക്കഥയുടെ രീതിശാസ്ത്രം, രാജൻ പി ദേവിന്റെ ജീവചരിത്രം, മനുഷ്യാവകാശ സംരക്ഷണം, കലാലയ സ്മരണകൾ* തുടങ്ങിയവ പുസ്തകങ്ങൾ. ഇപ്പോൾ കേരള സംസ്ഥാന മനുഷ്യാവകാശ കമ്മീഷനിൽ പബ്ലിക് റിലേഷൻസ് ഓഫീസർ.

ഭാര്യ : വി പി ബിന്ദു.
മകൻ : ബി ബി ദേവാനന്ദ്
വിലാസം : പത്മസദനം, ശാന്തിവിള
നേമം പി ഒ, തിരുവനന്തപുരം 20.
ഫോൺ : 9447694053

ഉള്ളടക്കം

സംവാദം

എഡിറ്ററുടെ കുറിപ്പ്

ഭേദപ്പെട്ട ഒരു കേട്ടെഴുത്തുകാരനാണ് ഞാനെന്ന് ആദ്യം മനസിലാക്കിയത് ഇരുപതുവർഷങ്ങൾക്ക് മുമ്പാണ്; 1989 ൽ.

മലയാറ്റൂർ രാമകൃഷ്ണൻ എന്ന എന്റെ പ്രിയപ്പെട്ട സ്വാമിയാണ് ഈ തുല്യം ചാർത്തിത്തന്നത്. കേട്ടെഴുത്തുകാരനായ ഞാൻ നല്ല അവതാരകനും കേൾവിക്കാരനുമാണെന്ന് പറഞ്ഞതും അദ്ദേഹം തന്നെ. എഴുതിയ കഥകളും അനുഭവങ്ങളും എന്റെ ശബ്ദത്തിൽ കേൾക്കാൻ അദ്ദേഹത്തിന് ഇഷ്ടമായിരുന്നു. പക്ഷേ, ഇംഗ്ലീഷ് വായിക്കുമ്പോൾ പെർഫെക്ഷൻ കിട്ടില്ല. ഇംഗ്ലീഷ് വായിക്കുന്നത് ഇംഗ്ലീഷുകാരനെപ്പോലെയാവണമെന്ന കാര്യത്തിൽ അദ്ദേഹത്തിന് നിർബന്ധമുണ്ടായിരുന്നു.

സ്നേഹത്തിന്റെ ഉടമയായിരുന്നു സ്വാമി. ആ കടൽത്തീരത്തിരുന്ന് കൗതുകത്തോടെ ഓരോന്ന് നോക്കി പഠിച്ചു.

ഏതു വലിയ പ്രതിസന്ധിയിലും സത്യസന്ധത കൈവെടിയരുത്.

സംശയിക്കാൻ പഠിക്കണം. തലയുയർത്തിപ്പിടിച്ച്, നട്ടെല്ല് വളയ്ക്കാതെ മുന്നോട്ടു പോകണം.

വെല്ലുവിളികൾക്കു മുമ്പിൽ തോൽക്കരുത്... അങ്ങനെയങ്ങനെ പാഠങ്ങൾ നിരവധി. ജീവിതവഴിയിൽ പിന്നീട് കണ്ടുമുട്ടിയ പ്രിയപ്പെട്ടവരെല്ലാം മലയാറ്റൂരിനെപ്പോലെ തലയുയർത്തി നട്ടെല്ല് വളയ്ക്കാതെ ജീവിച്ചവരായിരുന്നു.

പത്രാധിപർ എസ് ജയചന്ദ്രൻനായർ സാർ, *കലാകൗമുദി*യുടെ പത്രാധിപർ പ്രസാദ് ലക്ഷ്മണൻ, *കേരളകൗമുദി*യുടെ റസിഡന്റ് എഡിറ്ററായിരുന്ന എസ് ഭാസുരചന്ദ്രൻ.... ഓർമകളിൽ പ്രകാശം പരത്തുന്ന പേരുകൾ വന്നു നിറയുന്നു. ഇവരൊക്കെ മലയാറ്റൂരിന്റെ ആത്മമിത്രങ്ങളായിരുന്നു.

ജീവിച്ചിരുന്ന കാലത്ത്, വൈദേഹിയിൽനിന്നുമിറങ്ങാതെ നടന്നവർ,

ഉപ്പുരസമാണെന്നറിഞ്ഞിട്ടും കടൽവെള്ളം കോരിക്കുടിച്ചവർ, എല്ലാം നേടിക്കഴിഞ്ഞപ്പോൾ മലയാറ്റൂരിനെ മറന്നു. വയലാറിനെ എന്നെന്നും ഓർക്കാനായി വയലാർ ട്രസ്റ്റുണ്ടാക്കിയത് മലയാറ്റൂർ. വയലാർ അവാർഡ് കൊടുക്കാൻ പണം പിരിച്ചതിന് വിജിലൻസ് അന്വേഷണം നേരിട്ടതും മലയാറ്റൂർ. എന്നിട്ടും മലയാറ്റൂരിനെ ഓർക്കാൻ ആരും ട്രസ്റ്റുണ്ടാക്കിയില്ല, എന്തിന് ഒരനുസ്മരണം സംഘടിപ്പിക്കാൻപോലും ആരുമുണ്ടായില്ല.

മോഹനമായ കഥകളിലൂടെ മലയാളത്തെ കീഴടക്കിയ ശ്രീ. എം രാജീവ് കുമാറിനെ ഒരിക്കൽ കണ്ടപ്പോൾ സ്വാമിയെ ആരും ഓർക്കാത്തതിന്റെ വേദന പങ്കുവെച്ചു. രാജീവ് കുമാറിന്റെ പ്രോത്സാഹനം ഒന്നു മാത്രമാണ് ഈ ഓർമപ്പുസ്തകം. പിന്നീട് ശീതീകരണിയായ അക്ഷര ച്ചെപ്പിനെ പുറത്തെടുത്തത് പ്രിയസുഹൃത്ത് ഗോപീ നാരായണൻ.

മലയാറ്റൂരിൽനിന്നും കേട്ടെഴുതിയതാണ് ഇതിലെ ബിഗ് സ്റ്റോറിയായ സിനിമാ സ്റ്റോറി. സർവീസ് സ്റ്റോറി എഴുതിയ മലയാറ്റൂരിന്റെ സംഭവ ബഹുലമായ സിനിമാജീവിതം പലർക്കും അജ്ഞാതമാണല്ലോ.

ഓർമപ്പുസ്തകത്തിലെ സ്നേഹത്തിന്റെ നിറമുള്ള കുറിപ്പുകൾ എഴുതിയ ഗുരുശ്രേഷ്ഠന്മാർക്കെല്ലാം നന്ദി.

ഓർമപ്പുസ്തകം രംഗത്തിറങ്ങുമ്പോൾ ഓർക്കാനൊരുപാടു പേരുണ്ട്. മലയാറ്റൂരിനെ ഓർമിക്കാൻ അവസരമൊരുക്കിത്തന്ന എസ് ജയചന്ദ്രൻ നായർ സാർ, മലയാറ്റൂരിനെ പരിചയപ്പെടുത്തിത്തരണമെന്ന് പറഞ്ഞപ്പോൾ നേരിട്ടുപോയി പരിചയപ്പെട്ടാൽ മതിയെന്ന് പറഞ്ഞ് വിരട്ടിയ എൻ ആർ എസ് ബാബുസാർ, മലയാറ്റൂരിനെക്കുറിച്ച് ഞാനെഴുതിയ നിരവധി ലേഖനങ്ങൾ സ്നേഹത്തോടെ പ്രസിദ്ധീകരിച്ച പത്രാധിപന്മാർ ശ്രീ. പ്രസാദ് ലക്ഷ്മണൻ, ശ്രീ. എസ് ഭാസുരചന്ദ്രൻ, ഒരു കാർത്തികനാളിൽ മലയാറ്റൂരിനെ കണ്ടപ്പോൾ കരുത്ത് പകരാൻ വന്ന പ്രശസ്തകവി സി എസ് ജയചന്ദ്രൻ, നിർമിതി കേന്ദ്രത്തിലെ എന്റെ പ്രിയപ്പെട്ട കൂട്ടുകാരൻ, മലയാറ്റൂരിന്റെ കൈത്താങ്ങായിരുന്ന മോഹനൻ.... അങ്ങനെയങ്ങനെ.

ഒടുവിൽ സ്വാമിയോട് നന്ദികേട് കാണിച്ച ഏവർക്കും നന്ദി, ദൈവം അവരോട് പൊറുക്കട്ടെ.

തിരുവനന്തപുരം ദൂരദർശൻ കേന്ദ്രത്തിന്റെ ആദ്യ മേധാവി ശ്രീ. കെ കുഞ്ഞുകൃഷ്ണനെപ്പോലെ സ്വാമിയെ ആത്മാർഥമായി സ്നേഹിച്ച ചിലരുടെ ലേഖനങ്ങൾ ഈ സമാഹാരത്തിന്റെ സമയഞെരുക്കം കാരണം സംഘടിപ്പിക്കാൻ കഴിയാതെപോയതാണ്. അതിൽ ദുഃഖമുണ്ട്.

തെറ്റുകളും കുറ്റങ്ങളും കാണും. സ്വാമിയും നിങ്ങളും പൊറുക്കുമെന്ന പ്രതീക്ഷയോടെ.

പി എം ബിനുകുമാർ

സമർപ്പണം

എസ് ജയചന്ദ്രൻ നായർ സാറിന്

ഞാനും മലയാളസിനിമയും ഒരു ഫ്രീസ് ഫ്രെയിം

മലയാറ്റൂർ രാമകൃഷ്ണൻ

വീണ്ടും ഓർമകളിലേക്ക്, ഓർമകളുടെ അഭ്രപാളികളിലേക്ക് — *സിനിമ* എന്ന മായാപ്രപഞ്ചത്തിലേക്കാണ് ഞാൻ റിവേഴ്സിൽ പ്രയാണം ആരംഭിക്കുന്നത്. നടന്ന കാര്യങ്ങൾ നടന്നപടി കുറിക്കുക — ഒന്നു നോക്കിയാൽ സംഗതി സിമ്പിൾ. പക്ഷേ, അഞ്ചാറുപുറം മാത്രംവരുന്ന ലേഖനത്തിൽ മനഃപൂർവമല്ലാത്ത തെറ്റുകൾ ഉണ്ടാകാം. തെറ്റുകൾ, പിഴവുകൾ, വേണ്ടപ്പെട്ടവരുടെ പേരുകൾ പറയാതെ പോകൽ എന്നിവയ്ക്ക് ഞാനല്ല എന്റെ മറവിയാണു കുറ്റക്കാരൻ.

ഇതെഴുതിപ്പോകുമ്പോൾ ഞാൻ ചില വിലയിരുത്തലുകൾ നടത്തിയെന്നിരിക്കും. അവയോടു പലരും വിയോജിച്ചെന്നുവരാം. അതു സ്വാഭാവികം. ഭിന്നരുചിയില്ലെങ്കിൽ പിന്നെന്തിനു രുചി!

അപകടമേഖലയിലാണു ഞാൻ. അതറിഞ്ഞുകൊണ്ടുതന്നെ എഴുതിത്തുടങ്ങുന്നു:

സ്ഥലം മൂവാറ്റുപുഴ. എന്റെ പ്രായം ഒൻപത്. ഋഷിതുല്യനായ പിട്ടാപ്പിള്ളിൽ ഉതുപ്പുവൈദ്യരുടെ കൊട്ടാരസദൃശമായ ബംഗ്ലാവിനെതിരെയുള്ള ഒരു ചെറിയ വാടകവീട്ടിൽ അച്ഛനമ്മമാരോടൊന്നിച്ചു ഞാൻ താമസിക്കുന്നു. വൈദ്യരുടെ പേരക്കുട്ടികളായ മാത്യുവും ജോസഫുമാണ് എന്റെ കളിക്കൂട്ടുകാർ. കുട്ടിയും കോലും കളിക്കുക, പക്ഷിക്കൂടുകൾ തേടി നടക്കുക, പുഴക്കരക്കാവിൽനിന്നു വന്നെത്തുന്ന വാനരപ്പടയെ തുരത്തുക എന്നിവയൊക്കെയായിരുന്നു മുഖ്യവിനോദങ്ങൾ. ഒരുനാൾ ജോസഫ് ഓടിക്കിതച്ച് എത്തുന്നു.

"വാടോ! ബയസ്ക്കോപ്പ് കാണാൻ വാടോ!"

ജോസഫൊന്നിച്ചു മാത്യുവും ഞാനും നാൽക്കവലയിലേക്കു കുതിക്കുന്നു. അവിടെ തരക്കേടില്ലാത്ത ആൾക്കൂട്ടമുണ്ട്; കുട്ടികളാണേറെ. മൂബുകീലിൽ വിശ്രമിച്ചിരുന്ന ഒരു പെട്ടിയുടെ പിന്നിൽ നിന്നിരുന്ന,

വാലുള്ള 'തലക്കെട്ടും' വർണപ്പകിട്ടുള്ള കുപ്പായവും ധരിച്ച ഒരു തമിഴൻ, അംഗവിക്ഷേപങ്ങളോടെ വിളിച്ചുകൂവുന്നു.

"വാങ്കോ! വന്ത് പാരുങ്കോ! ഉലകത്തിലേ പത്താവത് അതിശയം.... പയഷ്ക്കോപ്പ്! വാങ്കോ! ഒരു ശക്രം താങ്കോ! ഇന്ത കണ്ണാടിദ്വാരംവഴി പാരുങ്കോ! ജിൽ, ജിൽ! സായിപ്പ് മദാമ്മയെ 'കിസ് പണ്ണറാങ്കോ! സായിപ്പ് ശിങ്കം ബാൻഡ് വാശിക്കറാങ്കോ! ഒരു ശക്രം താങ്കോ വന്തു പാരുങ്കോ!"

"ചക്രമുണ്ടോ?" ഞാൻ ജോസഫിനോടു ചോദിച്ചു.

"ഉം...!" അവൻ നീട്ടിമൂളി.

പത്താം അതിശയത്തെ കാണാൻ ഞങ്ങൾ മൂവരിൽ എനിക്കാണ് ആദ്യത്തെ ചാൻസ് കിട്ടിയത്. ഞാൻ കണ്ണാടിക്കുഴലിൽ കണ്ണു ചേർത്തു. ശരിയാണ്, സായിപ്പ് മദാമ്മയെ ഉമ്മ വയ്ക്കുന്നു.

ബയസ്ക്കോപ്പ് പെട്ടിയുടെ ഹാൻഡിൽ നിശ്ചലമാക്കിക്കൊണ്ട് തമിഴൻ ചോദിച്ചു: "പാർത്തായാ, സായിപ്പ് മദാമ്മയെ കിസ്സ് പണ്ണറത് പാർത്തായോ?"

"ഉവ്വ്" എന്നു ഞാൻ പറഞ്ഞു. റീവൈൻഡ് ചെയ്തു. റീവൈൻഡ് റീ പ്ളേ. ഇത്തവണ സായിപ്പിന്റെ ശീൽക്കാര ശബ്ദമുണ്ടായിരുന്നു. തമിഴൻ കൈവെള്ളയിൽ തന്റെ തടിച്ച ചുണ്ട് ചേർത്ത് ചുംബനസീൽക്കാരം പുറപ്പെടുവിക്കുകയായിരുന്നു എന്നു പിന്നീടാണ് അറിഞ്ഞത്.

അച്ഛനു സ്ഥലംമാറ്റം. കൊല്ലത്തെ ആനന്ദവല്ലീശ്വരത്തിനടുത്തുള്ള അഗ്രഹാരത്തിലാണ് ഞങ്ങൾ താമസിച്ചത്. അക്കാലത്ത് 'സ്വാമി ടാക്കീസ്' എന്ന പേരിൽ 'സിനിമാ കൊട്ടക' ഉണ്ടായിരുന്നു. അവിടെ *പേശും പടങ്കൾ* ഓടിയിരുന്നു. അഗ്രഹാരത്തിലെ കുട്ടികളായ മഹാദേവനും മറ്റും 'സ്വാമി'യിൽ സിനിമ കാണാൻ പോകും. എനിക്കുമുണ്ട് ആഗ്രഹം. പക്ഷേ, അച്ഛൻ അനുവദിക്കുകയില്ല. 'ചവുക്കടി ചന്ദ്രകാന്ത' എന്ന ഫിലിം സ്വാമി ടാക്കീസിൽ അനേകം നാളുകൾ ഓടി. അത് കാണാൻ മഹാദേവനും സെറ്റും ഒന്നിലേറെത്തവണ പോയി. ആ ചിത്രത്തിലെ ഒരു ഡയലോഗ് മഹാദേവൻ എപ്പോഴും ഉരുവിടുമായിരുന്നു; സീനിനെക്കുറിച്ചുള്ള ലഘു ചിത്രീകരണത്തോടെ. താടിക്കാരനായ യോഗിയോടു ചന്ദ്രകാന്ത എന്ന സുന്ദരി പറയുന്നത്. "സ്വാമീ, ഗുരുവേ, യോഗാഭ്യാസത്തിനായി വിട്ടത്!" എന്നിട്ടു സുന്ദരി സ്വാമിയെ കിടപ്പറയിലേക്കു നയിക്കുന്നു. ഈ ഡയലോഗ് പലവുരു കേട്ടപ്പോൾ അച്ഛനറിയാതെ *ചവുക്കടി ചന്ദ്രകാന്ത* ഒന്നു കാണണമെന്ന മോഹം എനിക്കുണ്ടായി. തക്കം കാത്തിരുന്ന എന്നെ കാത്തിരിക്കാൻ *ചന്ദ്രകാന്ത* തയാറായില്ല. അവളുടെ സ്ഥാനത്ത് ഒരു *മിന്നൽക്കൊടി*യാണ് സ്വാമി ടാക്കീസിലെ വെള്ളിത്തിരയിൽ പിന്നീടു പ്രത്യക്ഷപ്പെട്ടത്. തുടർന്നും പടങ്ങൾ വന്നു നിർഭയ നാദിയ അഭിനയിച്ച *ഹണ്ടർലി*, *ഫ്രോണ്ടിയർ മെയിൽ* തുടങ്ങിയ ചിത്രങ്ങൾ. ഇവയെല്ലാം വീട്ടുകാരുടെ സമ്മതത്തോടെ കണ്ടുപോന്ന മഹാദേവന്റെയും കൂട്ടുകാരുടെയും പരിഹാസത്തിന് സിനിമ കാണാൻ അനുവാദമില്ലാത്ത ഞാൻ പാത്രമായി എന്നു പറയേണ്ടതില്ലല്ലോ.

അച്ഛനെ ധിക്കരിക്കാൻ ഞാൻ തീരുമാനിച്ചു. അച്ഛന്റെ മേശവലിപ്പിൽ നിന്നു ഞാൻ മൂന്നുചക്രം (പഴയ തിരുവിതാംകൂർ നാണയം) മോഷ്ടിച്ചു. ഒരു പ്രവൃത്തിദിവസം ഉച്ചയ്ക്ക് രണ്ടുമണിക്ക് ഞാൻ 'മാറ്റിനിഷോ' കാണാൻ സ്വാമിയിലേക്കു പോയി. അഞ്ചരമണിയാകും, അച്ഛൻ ഓഫീസിൽ നിന്നു മടങ്ങിയെത്താൻ. അതിനകം ഫിലിം തീരാതിരിക്കില്ല. ഞാൻ ഒരു തറടിക്കറ്റ് വാങ്ങി. രണ്ടു ചക്രം. അര ചക്രത്തിനു കടലയും വാങ്ങി. ഞാൻ അങ്ങനെ കണ്ട ആദ്യത്തെ സിനിമയുടെ പേര് *പാഴ്സി ലളിതാങ്കി.* എനിക്കിപ്പോൾ ഓർമയുള്ളത് കങ്കാളങ്ങൾക്കിടയിൽ നിന്നുകൊണ്ടു നൃത്തംവയ്ക്കുന്ന ഒരു യുവസുന്ദരിയെയാണ്. പിൽക്കാലത്ത് ഞാൻ അത്ഭുതപ്പെട്ടിട്ടുണ്ട്. ഈ ലളിതാങ്കി എന്തിനു പാഴ്സിയായി. അവൾ എന്തുകൊണ്ട് ഹിന്ദുവോ മുസൽമാനോ ആയില്ല?

ഇനി അൽപ്പം ഫാസ്റ്റ് ഫോർവേഡ്. 1944–46. ഞാൻ തിരുവനന്തപുരം യൂണിവേഴ്സിറ്റി കോളേജ് വിദ്യാർഥി. മെറിലാൻഡ് സുബ്രഹ്മണ്യം 'ശ്രീകുമാർ' തിയറ്റർ തുടങ്ങിയ കാലം. അക്കാലത്തവിടെ ഇംഗ്ലീഷ് ചിത്രങ്ങളാണ് ഏറെ പ്രദർശിപ്പിക്കപ്പെട്ടിരുന്നത്. തീയറ്റർ ഉടമ ഒന്നാന്തരം ആർട്ട് പേപ്പറിൽ അച്ചടിച്ച ഹോളിവുഡ് ബ്രോഷറുകൾ (ലഘുലേഖകൾ) വിദ്യാർഥികൾക്കിടയിൽ വിതരണം ചെയ്യുമായിരുന്നു. അങ്ങനെയാണു ചാർളി ചാപ്ലിനെയും പോൾമുനിയെയും ലോറൽ ഹാർഡിമാരെയും ക്ലാർക്ക് ഗോബിൾ, റൊണാൾഡ് കോൾമാൻ, ഗാരി കൂപ്പർ തുടങ്ങിയ നായക നടന്മാരെയും ആദ്യം അച്ചടിച്ച ബ്രോഷറിലും പിന്നീടു വെള്ളിത്തിരയിലും കാണാൻ അവസരം ലഭിച്ചത്. അക്കാലത്ത് വിദ്യാർഥികളായ ഞങ്ങളുടെ ഉറക്കം കെടുത്തിയ ഹോളിവുഡ് സുന്ദരിമാരിൽ നോർമാ ഷിയറർ, എലിസബത്ത് ടെയിലർ, എസ്ത്തർ വില്യംസ് എന്നിവർ പെടുന്നു.

നടനാകാൻ പോയത്

ഞാൻ ബോട്ടണി എന്റെ ഐച്ഛികവിഷയമായി സ്വീകരിച്ചിരുന്നു. എന്റെ പ്രൊഫസർ കെ നാരായണയ്യരുടെ അനുജൻ കെ രാമനാഥൻ—A K Ramnoth എന്നാണ് അദ്ദേഹം അറിയപ്പെട്ടിരുന്നത് — തെന്നിന്ത്യയിലെ ഏറ്റവും പ്രശസ്തനായ ഫിലിം ക്യാമറാമാനായിരുന്നു. ചില ഹോസ്റ്റൽ നാടകങ്ങളും കോളേജ് ദിനത്തിൽ ഞാനും കൂട്ടുകാരും അവതരിപ്പിച്ച *രണ്ടാം സമരമുഖം* എന്ന ഹാസ്യനാടകത്തിലും എന്റെ അഭിനയംകണ്ട പ്രൊഫസർ നാരായണയ്യർ, എന്നോട് ഒരു ദിവസം പറഞ്ഞു: "ബി എസ് സി ജയിച്ചയുടൻ താൻ സിനിമയിൽ അഭിനയിക്കാൻ പോകണം. എന്റെ അനിയൻ രാമനാഥന് ഞാൻ കത്തു തരാം." അതിനുള്ള ഭാഗ്യം എനിക്കുണ്ടായില്ല. പരീക്ഷയിൽ, ഇംഗ്ലീഷിൽ എനിക്കു ഫസ്റ്റ് ക്ലാസ് ലഭിച്ചു. എന്റെ ആദ്യത്തെ കോളേജായ ആലുവ യു സി യിൽ ഒരു ഇംഗ്ലീഷ് ട്യൂട്ടറുടെ വേക്കൻസി ഉണ്ടെന്നറിഞ്ഞു. ഞാൻ അപേക്ഷിച്ചു, ജോലി ലഭിച്ചു. പ്രതിമാസ ശമ്പളം 60 രൂപ. ഇങ്ങനെ ഉറപ്പുള്ള ഒരു

പണി കിട്ടുമ്പോൾ ആരെങ്കിലും ക്യാമറാമാൻ രാമനാഥനെ കാണാൻ ചെല്ലുമോ? ഇംഗ്ലീഷ് ട്യൂട്ടറായ ഞാനും ബയോളജി ഡെമോൺസ്ട്രേറ്ററായ എസ് രാമചന്ദ്രനും കോളേജ് ക്യാംപസിലുള്ള ഒരു ചെറിയ കെട്ടിടത്തിൽ ഒരേ മുറിയിലാണു താമസിച്ചിരുന്നത്. പിൽക്കാലത്ത് രാമചന്ദ്രൻ, കൊല്ലം എസ് എൻ കോളേജ് പ്രിൻസിപ്പലായി പ്രവർത്തിച്ചു. ആ നിലയിൽത്തന്നെ റിട്ടയർ ചെയ്യുകയും ചെയ്തു.

ബയോളജി ഡെമോണായി പ്രവർത്തിക്കുന്ന കാലത്ത് രാമചന്ദ്രൻ നന്നായി പാടുമായിരുന്നു; പടം വരയ്ക്കുമായിരുന്നു. ട്യൂട്ടറായ ഞാനും ഡെമണായ രാമചന്ദ്രനും യു സി കോളേജ് സ്റ്റേജിൽ മേക്കപ്പോടുകൂടി ഒരു ഹിന്ദി സിനിമാഗാനം ആലപിച്ചതും ഇപ്പോൾ ഓർമവരുന്നു— അന്ധഗായകൻ കെ സി ദേ പാടിയ 'കോയിതേരാ ഗീത് സുനേ അപ്നേ...' എന്ന ഗാനം. കരഘോഷം മുഴങ്ങിയില്ലെങ്കിലും കൂവലുണ്ടായില്ല. പഴയ പ്രൊഫസർ നാരായണയ്യർ പറഞ്ഞ വാക്കുകൾ ഞാൻ മറന്നിരുന്നില്ല. "ചെല്ലൂ! എന്റെ അനിയൻ രാമനാഥനെ കാണൂ! സിനിമാ നടനാകൂ." ഈ വാക്കുകൾ തേച്ച്മായ്ച്ച് കളയാൻ സാധിക്കാതെ വരട്ടുചൊറിയായി വളർന്നപ്പോൾ ഞാൻ ഒരു ഞായറാഴ്ച രാവിലെ രാമചന്ദ്രനോടു ചോദിച്ചു: "നമുക്കു സിനിമയിൽ അഭിനയിച്ചാലോ?" "തകർപ്പൻ ആശയം" എന്നായി എന്റെ കൂട്ടുകാരൻ.

അന്ന് (1946–47) ഇന്ത്യയിലെ ഏറ്റവും വലിയ 'മൂവി മുഗൾ' ജെമിനി സ്റ്റുഡിയോയുടെ ഉടമയായിരുന്ന എസ് എസ് വാസനായിരുന്നു. ദാസി അപരഞ്ചി, ചന്ദ്രലേഖ തുടങ്ങിയ ഹിറ്റ് പടങ്ങൾ ഭാരതമാകെത്തന്നെ വാഴ്ത്തപ്പെടുന്ന നാളുകൾ. ഞാൻ രാമചന്ദ്രനോടു പറഞ്ഞു: "നമുക്കൊരു അപേക്ഷ അയച്ചാലോ, വാസന്?" രാമചന്ദ്രൻ സമ്മതംമൂളി. ഒരു കാര്യം കൂട്ടിച്ചേർക്കുകയും ചെയ്തു. നമുക്ക് ഉടനടി ഫോട്ടോ എടുക്കണം. ഫ്രണ്ടും പ്രൊഫൈലും. ഞങ്ങൾ രണ്ടാളും ആലുവയിലെ ഏതോ ഫോട്ടോസ്റ്റുഡിയോയിലേക്കു പോയി. സെക്കൻഡുകൾക്കകം പ്രിന്റ് കിട്ടുന്ന കാലമായിരുന്നില്ലല്ലോ അത്. ഞങ്ങളുടെ 'മോന്തായങ്ങ'ളുടെ ബ്ലാക്ക് ആൻഡ് വൈറ്റ് പ്രിന്റുകൾ കിട്ടാൻ ഏകദേശം രണ്ടാഴ്ച വേണ്ടിവന്നു. പിന്നെ ഞങ്ങൾ സമയം കളഞ്ഞുകുളിച്ചില്ല. ഫോട്ടോ സഹിതം എസ് എസ് വാസന് ആപ്ലിക്കേഷൻ അയച്ചു. വൈകാതെ കിട്ടിയ മറുപടി അൻപത് അറുപതു ചോദ്യങ്ങൾ അച്ചടിച്ചിരുന്ന ഒരു ക്വസ്റ്റിനയർ (ചോദ്യാവലി) ആയിരുന്നു. ചില ചോദ്യങ്ങൾ: കുതിരസവാരി അറിയാമോ? വാൾപ്പയറ്റ് വശമുണ്ടോ? കടലിൽ നീന്താൻ സാധിക്കുമോ? ഇംഗ്ലീഷ് പഠിപ്പിക്കുന്ന എനിക്കും ബയോളജി ലാബ് ഭരിക്കുന്ന രാമചന്ദ്രനും ഒരുതരം സവാരിയും അറിയാമായിരുന്നില്ല. ഞാനാണെങ്കിൽ പെരിയാറ്റിൽ കുട്ടിക്കാലത്തു നീന്താൻ ശ്രമിച്ചപ്പോൾ മുങ്ങിച്ചാകാൻ തുടങ്ങിയവൻ. കളരിപ്പയറ്റിന്റെ പാരമ്പര്യത്തെക്കുറിച്ചു സംസാരിക്കാൻ അറിയാമായിരുന്നു. പക്ഷേ, ഒരു ചൂരലോ ലാത്തിയോ കൈയിലേന്താൻ ധൈര്യമില്ലാത്തവരായിരുന്നു രണ്ടാളും. ഞങ്ങൾ വാസനെ

മറന്നു. രാമചന്ദ്രൻ യു സി യിൽ തുടർന്നു, പിന്നീടു കൊല്ലം എസ് എൻ കോളേജിലേക്കു പോയി.

ഞാൻ ലോ കോളേജിൽ ചേർന്നു. തുടർന്നു വക്കീൽപ്പണി ആരംഭിച്ചു. ആലുവയിൽ വക്കീൽപ്പണി നോക്കുമ്പോൾ എനിക്കൊരു കൂട്ടുകാരനെ കിട്ടി— റയിൽവേസ്റ്റേഷനടുത്ത് ഒരു ബുക്ക്സ്റ്റാളും സർബത്ത് കടയും നടത്തിപ്പോന്ന ഹരി കമ്മത്ത്. 1948 ലാണെന്നു തോന്നുന്നു.... വിദ്യാർഥിയായ എനിക്ക് എന്റെ പഴയ താവളമായ കോ-ഓപ്പറേറ്റീവ് ഹോമിൽ (ഇന്നത്തെ 'കാർത്തിക') മുറികിട്ടാതെ വന്നു. അപ്പോൾ ഒരു പഴയ അന്തേവാസിയുടെ സ്വാതന്ത്ര്യമുപയോഗിച്ച് (അതോ, മുഷ്കോ?) ഞാൻ ഒരു മുറിയിൽ ആരുടെയും അനുവാദവും കൂടാതെ പ്രവേശിച്ചു. പണ്ടു ഞാൻ താമസിച്ചിരുന്ന മുറി. ആ മുറിയിൽ രണ്ടുപേർ താമസിക്കുന്നുണ്ടെന്ന് എനിക്കറിയാമായിരുന്നു. അവരെ ക്രമേണ പുകച്ചു പുറത്തുചാടിക്കാൻ കഴിയും എന്നായിരുന്നു എന്റെ പ്രതീക്ഷ. ഞാൻ മുറിയിൽ ചെല്ലുമ്പോൾ താമസക്കാരുടെ പെട്ടികൾ മാത്രമേ കണ്ടുള്ളൂ. ഞാൻ മുറി എല്ലാ അർഥത്തിലും കൈയടക്കി. അപ്പോൾ വരുന്നു മുറിയുടെ യഥാർഥ ഉടമസ്ഥർ, ഞാൻ കണ്ട പെട്ടികളുടെ ഉടമസ്ഥർ; അബ്ദുൽ വഹാബും അയാളുടെ കൂട്ടുകാരനും. എന്നെ പുറത്താക്കാൻ അവർക്കു ഭയം. ഞാൻ അവരോടു പുറത്തുപോകാൻ പറഞ്ഞതുമില്ല. രണ്ടുനാൾ കഴിഞ്ഞപ്പോൾ അബ്ദുൾ വഹാബും കൂട്ടുകാരനും സ്വയം മുറിയൊഴിഞ്ഞുപോയി. ആ അബ്ദുൽ വഹാബ് ആരെന്നല്ലേ? പിന്നീട്, പ്രശസ്ത നടനായിത്തീർന്ന സാക്ഷാൽ പ്രേംനവാസ്. പിൽക്കാലത്ത് ഞങ്ങൾ നല്ല കൂട്ടുകാരായി.

ഞാൻ കണ്ട ആദ്യത്തെ ഫിലിം ഷൂട്ടിങ്ങിനെപ്പറ്റിപ്പറയാം. സ്റ്റുഡിയോയുടെ പേര് ഓർക്കുന്നില്ല. ചിത്രം *യക്ഷി*. സെറ്റിലേക്കു സത്യൻ എന്നെ ക്ഷണിച്ചു. ഞാനവിടെ ചെല്ലുമ്പോൾ സംവിധായകൻ കെ എസ് സേതുമാധവനും നിർമാതാവ് എം ഒ ജോസഫും സത്യനും ശാരദയുമുണ്ടായിരുന്നു. വെള്ള സ്യൂട്ട് ധരിച്ച സത്യൻ (നോവലിലെ ശ്രീനി) തന്റെ കഴിവുകേടിന്റെ പ്രതീകമായ കോണിപ്പടി കയറി ശാരദയെ (നോവലിലെ രാഗിണി) പ്രാപിക്കാൻ ശ്രമിക്കുന്ന ഗാനരംഗമാണു ചിത്രീകരിക്കപ്പെടുന്നത്. വയലാർ എഴുതിയ ഗാനം —'പത്മരാഗപടവുകൾ കയറി വരൂ....!' സത്യൻ എന്നോടു പറഞ്ഞു: "എന്റെ അഭിനയം തുടങ്ങുംമുമ്പേ മലയാറ്റൂർ ക്യാമറയിലൂടെ എന്നെയൊന്നു നോക്കണം. അതെന്തിനാണെന്നു ഞാൻ ചോദിച്ചു. സിനിമയുടെ കഥാകൃത്ത് സെറ്റിലെത്തുമ്പോൾ അങ്ങനെയൊരു ചടങ്ങുണ്ടെന്നായി സത്യൻ. സേതു എന്നെ ക്യാമറയിലേക്കു നയിച്ചു. ഞാൻ ക്യാമറയിലേക്കു നോക്കി. ഉയരുന്നു കരഘോഷം..... ലൈറ്റ് ബോയ്സ്പോലും ആർത്തു ചിരിച്ചുകൊണ്ടു കൈയടിക്കുന്നു. അതാ വരുന്നു സേതുവിന്റെ പ്രഖ്യാപനം. "അങ്ങനെ ചക്കാത്തിനും മറ്റും ക്യാമറയിലൂടെ നോക്കാൻ പറ്റില്ല. മലയാറ്റൂരിനു ഞാൻ നൂറ്റൊന്നുരൂപ പിഴ വിധിച്ചിരിക്കുന്നു!" ഞാൻ പിഴ ഒടുക്കി മിനുറ്റു

കൾക്കകം കാപ്പിയും പലഹാരങ്ങളും എത്തി. ലഘുഭക്ഷണത്തിനുശേഷ മാണ് ഷൂട്ടിങ്ങ് തുടർന്നത്.

ഒരു സോങ്ങ് റിക്കോർഡിങ്ങ് ഞാൻ ആദ്യമായി കാണുന്നത് രേവതി സ്റ്റുഡിയോയിൽവച്ചാണ്. വയലാർ എന്നെ അവിടെക്കൊണ്ടുപോയി. *തോക്കുകൾ കഥപറയുന്നു* എന്ന ചിത്രത്തിന്റെ സോങ്ങ് റിക്കോർഡിങ്ങ് ആയിരുന്നുവെന്നു തോന്നുന്നു. ഗാനം ഓർമയിലുണ്ട്: 'ഹിമവാഹിനി ഹൃദയഹാരിണി, നിനക്കോ എന്റെ പ്രിയമുള്ളവൾക്കോ, മാദക സൗന്ദര്യം...' യേശുദാസാണു പാടുന്നത്. രണ്ടാമത്തെ ടേക്ക് കഴിഞ്ഞപ്പോൾ എനിക്കു തോന്നി ഗാനത്തിലെ ഒരക്ഷരം മാറ്റണമെന്ന്. 'നിനക്കോ എന്റെ പ്രിയപ്പെട്ടവൾക്കോ' എന്നായിരുന്നു വയലാർ എഴുതിയിരുന്നത്. അങ്ങനെയാണ് യേശുദാസ് പാടിയതും. ആ 'ട്ട' ഗാനത്തെ ഒരു ഗട്ടറിൽ ചാടിക്കുന്നില്ലേ എന്നെനിക്കു തോന്നി. കുട്ടനോടു ഞാൻ പറഞ്ഞു: "പ്രിയപ്പെട്ടവൾക്കോ എന്നത് പ്രിയമുള്ളവൾക്കോ എന്നാക്കിയാലെന്ത്?" വയലാർ പൊട്ടിത്തെറിക്കുമെന്നാണു ഞാൻ വിചാരിച്ചത്. പക്ഷേ, എന്റെ സ്നേഹിതൻ ആ നിർദേശം സ്വീകരിച്ചു. അങ്ങനെ പ്രിയപ്പെട്ടവൾ പ്രിയമുള്ളവളായിത്തീർന്നു.

ഞാനും വയലാറും പല രാത്രികൾ ആലുവ കൊട്ടാരത്തിലും മുന്തിയ ഹോട്ടലുകളിലും ഒന്നിച്ചു ചെലവാക്കിയിട്ടുണ്ട്. രാത്രി വൈകുന്നതുവരെ വയലാർ തമാശകൾ പറഞ്ഞിരിക്കും. പിന്നെ കിടക്കും. ഉറങ്ങിത്തുടങ്ങിയാലും പാദങ്ങൾ ചലിച്ചുകൊണ്ടിരിക്കും. പലപ്പോഴും രാവിലെ ഏഴിനു ഞാൻ ഉണരുമ്പോൾ കാണുന്നത് മേശപ്പുറത്ത് പേപ്പർ വെയിറ്റിന് അടിയിൽ വിശ്രമിക്കുന്ന ഒരു ഗാനമായിരിക്കും. വയലാർ കൂർക്കംവലിച്ച് ഉറങ്ങുകയുമാണ്. എപ്പോഴാണാവോ കുട്ടൻ രചന നടത്തിയത്! 'ആയിരം പാദസരങ്ങൾ കിലുങ്ങി, ആലുവാപ്പുഴ പിന്നെയും ഒഴുകി...' എന്ന ഗാനം എന്റെ സാന്നിധ്യത്തിൽ ആലുവാ പാലസിൽവച്ചു കുട്ടൻ എഴുതിയതാണ്. 'പെരിയാറേ, പെരിയാറേ, പർവതനിരയുടെ പനിനീരേ!' എന്ന ഗാനം വയലാർ എഴുതുമ്പോഴും ഞാൻ കൂടെ ഉണ്ടായിരുന്നു. ആദ്യത്തെ വരികൾ വയലാർ എഴുതിത്തീർന്നപ്പോൾ സംഗതി പെരിയാർ ആയതുകൊണ്ട് എന്റെ പേരുകൂടി ഗാനത്തിൽ കടന്നുവരണ്ടേ എന്നു ഞാൻ ചോദിച്ചു. ചിരിച്ചുകൊണ്ട് കവി രചന തുടർന്നു. ഗാനത്തിൽ 'മലയാറ്റൂർ' പള്ളി കടന്നുവന്നത് അങ്ങനെയാണ്.

യക്ഷിയും പൊന്നിയും

എന്റെ രണ്ടു നോവലുകൾ പണ്ടേ വെള്ളിത്തിരയിലെത്തിയവയാണ് — യക്ഷിയും പൊന്നിയും. എം ഒ ജോസഫ് മഞ്ഞിലാസ് എന്ന ബാനറിൽ നിർമിച്ച ആദ്യത്തെ ചിത്രമാണ് യക്ഷി. അതിനുമുമ്പ് അദ്ദേഹം ഒരു പങ്കാളി ഒന്നിച്ചാണ് ചിത്രങ്ങൾ നിർമിച്ചിരുന്നത്. ആ പങ്കാളി മുട്ടത്തുവർക്കിയുടെ *വെളുത്ത കത്രീന* സിനിമയാക്കണമെന്നു പറഞ്ഞപ്പോൾ അതുവേണ്ട യക്ഷി മതി എന്നു ജോസഫ് നിർബന്ധിച്ചു. ആ

തർക്കം അവരുടെ പാർട്ണർഷിപ്പിന്റെ അന്ത്യംകുറിച്ചു. *യക്ഷി* ജോസഫിന്റെ ബാനറിന് തുടക്കത്തിലേ വലിയ തിളക്കം ഉണ്ടാക്കിക്കൊടുത്തു. ഭയങ്കരിയാണ് യക്ഷി. ഇപ്പോഴവൾ എന്നെ ഹേമമാലിനിക്കെതിരായുള്ള ഒരു കേസിൽ കുടുക്കിയിരിക്കുന്നു. ജോസഫും സേതുമാധവനും ക്യാമറാമാൻ മെല്ലി ഇറാനിയും വളരെക്കാലം ഒരു ടീമായി പ്രവർത്തിച്ചു. അക്കാലത്തെല്ലാം പരസ്യങ്ങളിൽ പലതവണ ഉപയോഗിക്കപ്പെട്ട ഒരു ഫോട്ടോ ചിലരെങ്കിലും ഓർമിക്കുന്നുണ്ടാകും. എം ഒ ജോസഫ് തലയുയർത്തി നടക്കുന്നു. തൊട്ടുപിന്നിൽ സേതുമാധവൻ. സേതുവിന് പിന്നിൽ മെല്ലി ഇറാനി. ഈ ടീം എക്കാലത്തും നിലനിൽക്കും എന്നാണ് ആസ്വാദകലോകം വിശ്വസിച്ചിരുന്നത്. എന്തുകൊണ്ടെന്നറിഞ്ഞില്ല, ആ ടീം പിരിഞ്ഞു. സേതുവിനെയും ജോസഫിനെയും തമ്മിലകറ്റിയത് എന്റെ നോവൽ *പൊന്നി*യാണെന്നു കേട്ടിട്ടുണ്ട്. *പൊന്നി*യുടെ സംവിധാനമേറ്റ സേതുമാധവൻ എന്തുകൊണ്ടോ പിൻവാങ്ങി. തോപ്പിൽഭാസി *പൊന്നി* ഡയറക്ട് ചെയ്തു. പിന്നീടൊരിക്കലും സേതുവും ജോസഫും ഒന്നിച്ചു പ്രവർത്തിച്ചില്ലെന്നാണു തോന്നുന്നത്. മഞ്ഞിലാസിന്റെ തുടക്കം കുറിച്ചത് *യക്ഷി.* മഞ്ഞിലാസ് ടീം ചിതറിയതിനുകാരണം *പൊന്നി.*

എന്റെ ആദ്യത്തെ ഫിലിം സ്ക്രിപ്റ്റ് ‘ലക്ഷപ്രഭു’ ആണ്. ജനറൽ പിക്ചേഴ്സ് രവിക്കുവേണ്ടി സംവിധായകനായ ഭാസ്കരൻ മാസ്റ്റർ പറഞ്ഞപ്രകാരം ‘മുഖ്യമന്ത്രി’ എന്നായിരുന്നു ഞാനെഴുതിയ സ്ക്രിപ്റ്റിന്റെ ആദ്യത്തെ പേര്. ഇന്നു രാഷ്ട്രീയപ്രമേയങ്ങൾ സിനിമയിൽ സർവസാധാരണമാണ്. അന്നങ്ങനെ ആയിരുന്നില്ല. രാഷ്ട്രീയക്കാരെ കളിയാക്കുന്ന ആദ്യത്തെ തിരക്കഥയായിരുന്നോ മുഖ്യമന്ത്രി? സ്ക്രിപ്റ്റ് ഭാസ്കരന് ഇഷ്ടമായെങ്കിലും അദ്ദേഹത്തിനു ചെറിയൊരു ശങ്കയുണ്ടായി. ചിത്രം പൂർത്തിയാക്കിയാൽ സെൻസർ സർട്ടിഫിക്കറ്റ് കിട്ടുമോ? മാസ്റ്റർ അസാധാരണമായ ഒരു നടപടി സ്വീകരിച്ചു. മദിരാശി സെൻസർബോർഡിലേക്ക് മുഖ്യമന്ത്രിയുടെ സ്ക്രിപ്റ്റ് CENSOR SCRUTINY ക്കായി അദ്ദേഹം സമർപ്പിച്ചു. സെൻസർബോർഡ് ഓഫീസർ, ഒരു ഐ എ എസ് കാരനായിരുന്നുവെന്നു തോന്നുന്നു. അദ്ദേഹം ഉത്തരവു പാസാക്കി. I "THE SCRIPT AS PRESENTLY WRITTEN IS UNFIT FOR PUBLIC EXHIBITION I AM SURPRISED THAT AN I. A S OFFICER HAS WRITTEN THIS." (ഈ തിരക്കഥ പൊതുപ്രദർശനത്തിന് അർഹതയുള്ളതല്ല. ഇത് എഴുതിയത് ഒരു ഐ എ എസ് ഉദ്യോഗസ്ഥനാണെന്ന കാര്യം എന്നെ അത്ഭുതപ്പെടുത്തുന്നു). നസീറിന്റെയും ഷീലയുടെയും അടൂർഭാസിയുടെയും മറ്റും കാൾഷീറ്റുകൾ ഉറപ്പിച്ചുകഴിഞ്ഞു. ഷൂട്ടിങ്ങിനുള്ള എല്ലാ ഒരുക്കങ്ങളും പൂർത്തിയായിരിക്കുന്നു. ഷൂട്ടിങ് ആരംഭിക്കേണ്ട ദിവസംപോലും നിശ്ചയിച്ചിരിക്കുകയാണ്. അപ്പോഴാണ് സെൻസർ ഓഫീസറുടെ വിലക്ക്. സ്ക്രിപ്റ്റ് മാറ്റിയെഴുതാൻ ഞാൻ നിർബന്ധിതനായി. അല്ലെങ്കിൽ ജനറൽ പിക്ചേഴ്സ് രവിക്കു കനത്ത നഷ്ടം ഉണ്ടാകും. അങ്ങനെ ‘മുഖ്യമന്ത്രി’ക്കു വേഷപ്പകർച്ചയുണ്ടായി.

*മുഖ്യമന്ത്രി ലക്ഷപ്രഭുവായി*ത്തീർന്നു. പടം സാമാന്യം നല്ലതുപോലെ ഓടി. പിൽക്കാലത്ത് ഞാൻ പല തിരക്കഥകളും എഴുതുകയുണ്ടായി. അവയിൽ ചിലത്: *ചെമ്പരത്തി, ചായം, ഗായത്രി, പഞ്ചമി, കൽക്കി, അയ്യർ ദ ഗ്രേറ്റ്. ചെമ്പരത്തിയും ചായവും* നിർമിച്ചതു മലയാളനാട് എസ് കെ നായർ ആയിരുന്നു. എന്റെ നാട്ടുകാരനും കൂട്ടുകാരനുമായ ശ്രീധരൻ ഇളയിടമായിരുന്നു, *ഗായത്രി*യുടെ നിർമാതാവ്. ഈ മൂന്നു ചിത്രങ്ങളും സംവിധാനം ചെയ്തത് പി എൻ മേനോൻ ആണ്. നാരായണൻകുട്ടി എന്നു ഞാൻ വിളിക്കുന്ന പി എൻ മേനോനെപ്പറ്റി ചിലതു പറയാം. ഞാൻ അദ്ദേഹത്തെ ആദ്യമായി കാണുന്നതു കൊല്ലത്തുവച്ചാണ്. അക്കാലത്ത് എസ് കെ നായർ അവിടെ 'നീല' എന്ന പേരിൽ ഒരു ഹോട്ടൽ നടത്തിയിരുന്നു. ആ ഹോട്ടലിൽ വച്ചാണ് ഞാൻ നാരായണൻകുട്ടിയെ പരിചയപ്പെട്ടത്. രഹസ്യമായി എസ് കെ നായർ എന്നോടു പറഞ്ഞു: "പി എൻ മേനോൻ ആൾ പിശകാണ്. രണ്ടു ഡ്രിങ്കിനകം ചർച്ചകൾ അവസാനിക്കണം. സ്ക്രിപ്റ്റ് വായന നാളെയാവാം." എന്നെപ്പറ്റി പരക്കെ ഒരു തെറ്റിദ്ധാരണയുണ്ട്. സത്യം പറയട്ടെ. അന്നുമിന്നും മൂന്നു പെഗ്ഗിനപ്പുറം ഞാൻ പോകാറില്ല. ആ മൂന്നിനകം ചർച്ച പൂർത്തിയാക്കാൻ ഞാൻ പരമാവധി ശ്രമിച്ചു.

ചർച്ചയെക്കാളേറെ നാരായണൻകുട്ടിക്കു താൽപ്പര്യം ജലസേചനത്തിലായിരുന്നു. അദ്ദേഹത്തിന്റെ സ്പീഡ് കൂടി. സമയം വൈകി. എന്റെയും എസ് കെയുടെയും ലഹരി ഇതിനകം കെട്ടടങ്ങിയിരുന്നു. "നേരം ഏറെ വൈകിയില്ലേ? ഇന്നിനി തിരുവനന്തപുരത്തേക്കു മടങ്ങണോ? ഹോട്ടലിലെ ഏറ്റവും നല്ല മുറി മേനോനു റിസർവ് ചെയ്തിരിക്കുകയാ... യൂ ഷെയററ്റ്..... അവിടെ കിടന്നുറങ്ങിയിട്ട് നാളെ മടങ്ങിയാൽ മതി." എസ് കെ യുടെ സ്നേഹം നിറഞ്ഞ നിർദേശം. എന്നോടൊപ്പം ഡ്രൈവറില്ല. ഞാൻ തന്നെ കാറോടിക്കണം. ശരി, ഇന്നിവിടെ തങ്ങാം. എസ് കെ എന്നെയും നാരായണൻകുട്ടിയെയും റൂമിൽ കൊണ്ടാക്കി; മടങ്ങി. വലിയ മുറി. വെവ്വേറെ കിടക്കുന്ന രണ്ടു കട്ടിലുകൾ. അവ തമ്മിലുള്ള അകലം ഏതാണ്ടു മൂന്നടി. എസ് കെ പോയിക്കഴിഞ്ഞപ്പോൾ ഇന്നത്തെ പ്രശസ്ത ഐന്ദ്രജാലികൻ ഗോപിനാഥ് മുതുകാടിനെ വെല്ലുന്ന രീതിയിൽ നാരായണൻകുട്ടി ഒരു അഭ്യാസം കാണിച്ചു. തന്റെ ശരീരത്തിന്റെ വിവിധ ഭാഗങ്ങളിൽനിന്ന് അദ്ദേഹം കുപ്പികൾ പുറത്തെടുത്തു. രണ്ടോ മൂന്നോ പൈന്റ് ബ്രാണ്ടി, പിന്നെ നടന്നത് അദ്ദേഹത്തിന്റെ സ്ട്രീപ്പ്ടീസാണ്. ഷർട്ട് ഊരുന്നു. ബനിയൻ ഊരുന്നു. പാന്റ്സ് ഊരുന്നു. കരിക്കിൻവെള്ളം കുടിക്കുന്നതുപോലെ പൈന്റുകൾ കാലിയാക്കുന്നു. എന്നിട്ട് എന്നോട് ഒരക്ഷരം പറയാതെ ഒരൊറ്റ കിടപ്പ്. തല ഒരു കട്ടിലിൽ. കാലുകൾ മറ്റേ കട്ടിലിൽ. ശരീരത്തിന്റെ മധ്യഭാഗം അന്തരീക്ഷത്തിൽ. ഞാൻ പുറത്തു വന്നു. ബെയററൻമാരെ വിളിച്ച് വേറെ റൂം കിട്ടുമോ എന്ന് അന്വേഷിച്ചു. ഒരൊറ്റ മുറിയും ഒഴിവില്ല. എന്തുചെയ്യാൻ! ഞാൻ നാരായണൻകുട്ടിയുടെ മുറിയിലെ തറയിൽ കിടന്നുറങ്ങി. സത്യം പറയണമല്ലോ. ഞാനതു പ്രതീക്ഷിച്ചെങ്കിലും നാരായണൻകുട്ടി ഛർദിച്ചില്ല.

എന്റെ രാത്രി നിദ്രാവിഹീനമായിരുന്നു. എങ്കിലും പ്രഭാതത്തിൽ നാരായണൻകുട്ടി നടത്തിയ ഇംഗ്ലീഷ് ക്ഷമാപണപ്രകടനം എന്റെ ഉള്ളു തണുപ്പിച്ചു. "ഞാൻ പശ്ചാത്തപിക്കുന്നു എന്നു പറയാനാണ് അദ്ദേഹം ഉദ്ദേശിച്ചത്. പറഞ്ഞത് ഇംഗ്ലീഷിലാണ് "TOLDED YOU, I AM VERY LITTLE SORRY." സംവിധാനകലയിലുള്ള നൈപുണ്യം ഇംഗ്ലീഷ് ഭാഷ കൈകാര്യം ചെയ്യുന്നതിൽ നാരായണൻകുട്ടിക്കില്ലെന്ന് അടുത്തിട്ടുള്ള വർക്ക് അറിയാം. സിനിമയിലെ 'കണ്ടിന്യൂറ്റി' (CONTINUITY) നാരായ ണൻകുട്ടിക്ക് കണ്ടിഗുറ്റി (CONTIGUITY) ആണ്. നാരായണൻകുട്ടിയുടെ ഇംഗ്ലീഷിനെപ്പറ്റി അതിപ്രശസ്തമായ ഒരു കഥയുണ്ട്. അദ്ദേഹത്തിനൊ രവാർഡു കിട്ടി. അത് സ്വീകരിക്കാൻ അദ്ദേഹം ഡൽഹിയിലേക്കു പോയി. അന്നത്തെ കേന്ദ്ര ഇൻഫർമേഷൻ മന്ത്രി ശ്രീ. ഷാ (SHA) ആയിരുന്നു. നിറഞ്ഞ സദസ്സിൽ മന്ത്രിയും ചലച്ചിത്ര പ്രതിഭകളും. നാരായണൻകുട്ടി മന്ത്രിയുടെ മുതുകിൽ ചൊറിയുന്നു. എന്നിട്ട് ഒരു ചോദ്യം. "വാട്ട് ഈസ് യുവർ നെയിം?" അന്തംവിട്ടുപോയ മന്ത്രി പറഞ്ഞു: "ഷാ." നാരായ ണൻകുട്ടി വിടുമോ? വീണ്ടും ഇംഗ്ലീഷിൽ 'ഇഫ് യു ആർ ഷാ ഐ ആം ഷീ!" (IF YOU ARE SHA I AM SHE) പി എൻ മേനോൻ എന്ന നാരായ ണൻകുട്ടി എനിക്കും മറ്റനേകർക്കും പ്രിയങ്കരനാണ്; അദ്ദേഹത്തിന്റെ ഇംഗ്ലീഷ് ഭാഷാ പരിജ്ഞാനം ചിലപ്പോൾ അസഹ്യമായി തോന്നാമെങ്കി ലും.

ചെമ്പരത്തിയും ചായവും

*ചെമ്പരത്തി*യിൽ രണ്ടു പുതുമുഖ നടന്മാർ അഭിനയിക്കുകയുണ്ടാ യി. രാഘവനും സുധീറും. രാഘവനുപകരം എസ് കെ നായർ ആദ്യം തേടിയത് ഈയിടെ അന്തരിച്ച സുരാസുവിനെയാണ്. റോജാരമണി എന്ന ഒരു തമിഴ് പെൺകുട്ടിയായിരുന്നു (ശോഭന എന്ന പേരിൽ) നായിക. മധുവിനും അടൂർഭാസിക്കും ഈ ചിത്രത്തിൽ പ്രധാനറോളുകൾ ഉണ്ടാ യിരുന്നു. ചെമ്പരത്തിക്കുവേണ്ടിയാണ് 'ചക്രവർത്തിനി നിനക്കു ഞാനൊരു ശിൽപ്പ ഗോപുരം തുറന്നു...' എന്ന ഗാനം വയലാർ എഴുതി യത്.

വലിയ സാമ്പത്തിക വിജയംനേടിയ ചിത്രമായിരുന്നു ചെമ്പരത്തി. അതിന്റെ അൻപതാം പ്രദർശന ദിനത്തിൽ വക്കം പുരുഷോത്തമന്റെ അധ്യക്ഷതയിൽ ചേർന്ന യോഗത്തിൽ എസ് കെ നായർ കുട്ടിക്ക് ഒരു പുതിയ ഫിയറ്റ് കാർ സമ്മാനിക്കുകയുണ്ടായി. വക്കം, കാറിന്റെ താക്കോ ലാണ് നൽകിയത്. അത് ഏറ്റുവാങ്ങിയ നാരായണൻകുട്ടി 'ഹോട്ടൽ മാഗെറ്റിൽ' വച്ച് അന്നു വൈകുന്നേരംതന്നെ അത് കളഞ്ഞുകുളിച്ചു. നല്ലവനായ ഏതോ ബയറർ താക്കോൽ കണ്ടെടുത്തുവെങ്കിലും താക്കോ ലിൽ മാത്രമല്ല കാറിൽപ്പോലും നാരായണൻകുട്ടിക്കു താൽപ്പര്യം ഉണ്ടാ യില്ല. തിരുവനന്തപുരത്തുവച്ചുതന്നെ അദ്ദേഹം കാർ കച്ചവടമടിച്ചു. വലിയ വില കിട്ടിക്കാണുമെന്നാണ് എന്റെ വിശ്വാസം. *ചെമ്പരത്തി*നേടിയ

വിജയം എസ് കെ യുടെ ബാനറിന് (ന്യു ഇന്ത്യാ ഫിലിംസ്) പ്രശസ്തി യുണ്ടാക്കി.

അടുത്ത ചിത്രം ഉടൻ ആരംഭിക്കണമെന്നായി എന്റെ കൂട്ടുകാരൻ. ഞാൻ തന്നെ തിരക്കഥ എഴുതുകയും വേണം. നീലാഹോട്ടലിൽ താമ സിച്ച് തിരക്കഥ എഴുതണമെന്ന് എസ് കെ അഭ്യർഥിച്ചപ്പോൾ ഞാൻ മറ്റൊര് അഭ്യർഥന നടത്തി. "നാരായണൻ കുട്ടി വരുന്നെങ്കിൽ അദ്ദേ ഹത്തെ വേറെ ഏതെങ്കിലും ഹോട്ടലിൽ താമസിപ്പിക്കണം."

ഞാൻ ഒരാഴ്ച അവധിയെടുത്ത് നീലായിൽ താമസിച്ചു. ജോലി പൂർത്തിയായി. ചിത്രത്തിന്റെ പ്രിവ്യു നടന്നത് തിരുവനന്തപുരത്തെ ന്യൂ തീയറ്ററിലാണ്. കൗമുദി ബാലകൃഷ്ണനെ, എസ് കെ പ്രത്യേകമായി ക്ഷണിച്ചിരുന്നു. ഇന്റർവെൽവരെ സംഗതി ഭദ്രം. ഇടവേളസമയത്ത് ബാ ലൻ എന്നെ അനുമോദിച്ചു: "കൊള്ളാമെടേ സാധനം." മകനാരെന്നറി യാത്ത അമ്മ. അമ്മയാരെന്നറിയാത്ത മകൻ. ഇവർ തമ്മിലുള്ള ബന്ധം 'ഇഡിപ്പസ് കോംപ്ലക്സ്' എന്ന മനഃശാസ്ത്രതത്വത്തിന്റെ അടിസ്ഥാന ത്തിൽ കടുംചായം കലർത്താതെ അനാവരണം ചെയ്യുന്നതായിരുന്നു തിരക്കഥ.

ഇടവേളയ്ക്കുശേഷം ചിത്രം ആരംഭിക്കുന്നു. ഞാൻ ചിത്രം കാണു ന്നു. ഞാൻ ഞെട്ടുന്നു. വിറയ്ക്കുന്നു. ഇത് എന്റെ സ്ക്രിപ്റ്റല്ല, അമ്മയും മകനും പരസ്പരം അറിഞ്ഞുകൊണ്ടുതന്നെ ലൈംഗികബന്ധത്തിൽ ഏർപ്പെടുന്നു, എന്നാണു രണ്ടാം പകുതി കാണികളെ ധരിപ്പിച്ചത്. കോപ്പി റൈറ്റ് നാരായണൻകുട്ടിക്ക്.

തിയറ്ററിൽ ഉഗ്രൻ കൂവൽ. കസേരകൾ ഒടിയുന്ന ശബ്ദം. 'ചായം' എന്ന ഈ ചിത്രം റിലീസ് ചെയ്തപ്പോൾ നാലുദിവസത്തെ പ്രദർശന വിജയമാണു നേടിയത്. നഗരഭിത്തികളിലെ പോസ്റ്ററുകൾ ജനം തിരു ത്തിയെഴുതി – 'ച'യ്ക്കും 'യം' നുമിടയിൽ 'രാ' പ്രത്യക്ഷപ്പെട്ടു.

പി എൻ മേനോൻ സംവിധാനം ചെയ്ത *ഗായത്രി* (കഥയും തിര ക്കഥയും എന്റേത്) ദേശീയ തലത്തിലും സംസ്ഥാനതലത്തിലും അവാർ ഡ് നേടിയ ചിത്രമാണ്. ചിത്രത്തിലെ, ഇന്നും ഓർമിക്കപ്പെടുന്ന ഗാന മാണ് 'പത്മതീർഥമേ ഉണരൂ' (രചന വയലാർ, സംഗീതം ദേവരാജൻ മാസ്റ്റർ). ഇതു പാടിയതിനാണ് യേശുദാസിന് ആദ്യത്തെ ഗോൾഡ് മെഡൽ കിട്ടിയത്. എം ജി സോമൻ ആദ്യമായി അഭിനയിച്ച ചിത്രം *ഗാ യത്രി*യാണ്. ഞാനന്നു സോമന്റെ പേര് ദിനേശ് എന്നാക്കി മാറ്റി. രാജാമ ണി എന്ന റിബൽ ബ്രാഹ്മണ യുവാവിന്റെ റോളായിരുന്നു സോമന്. ഏ റെ ശ്രദ്ധിക്കപ്പെട്ട റോൾ. സോമന്റെ ജൈത്രയാത്ര അവിടെനിന്നാരംഭി ക്കുന്നു. പ്രധാന റോളുകൾ കൈകാര്യം ചെയ്തതു കൊട്ടാരക്കര ശ്രീധ രൻ നായർ, ശങ്കരാടി, രാഘവൻ, ജയഭാരതി, ജനാർദ്ദനൻ എന്നിവരാ ണ്. *മാതൃഭൂമി*യിലെ പി സി സുകുമാരൻ നായർ ആയിരുന്നു ചിത്ര ത്തിന്റെ പ്രൊഡക്ഷൻ എക്സിക്യൂട്ടീവ്.

കഥയിൽ ഏതാണ്ട് 90 വയസായ പാട്ടിയമ്മയുണ്ട് (ബ്രാഹ്മണ വിധ

വ) ആ റോൾ അഭിനയിക്കാൻ പറ്റിയ ഒരു പാട്ടിയമ്മയെ എവിടെ കിട്ടാനാണ്? ഇതിനെക്കുറിച്ചു ഞാൻ തലപുകഞ്ഞാലോചിക്കുമ്പോൾ സുകു എന്നു ഞാൻ വിളിക്കുന്ന സുകുമാരൻ നായർ, കോട്ടയ്ക്കകത്തുനിന്ന് ഒരു സ്റ്റൈലൻ പാട്ടിയമ്മയെ അറസ്റ്റ് ചെയ്തു ഹാജരാക്കി. അവരുടെ അഭിനയം നാചറലായിരുന്നു. ഒന്നാന്തരമായിരുന്നു. ഒന്നോ രണ്ടോ മൂന്നോ വരികളേ ഡയലോഗായി പറയേണ്ടതുള്ളൂ. അതിലൊന്ന്: 'ഇഡ്ഡ ലി തിങ്കലയാ' (ഇഡ്ഡലി തിന്നില്ലേ?) പാട്ടിയമ്മ എത്ര ശ്രമിച്ചിട്ടും 'തിഡ്ഡലി ഇങ്കലയാ' എന്നേ പറയാനായുള്ളൂ.

ചിത്ര നിർമാണത്തിനുശേഷം പാട്ടിയമ്മ എനിക്കൊരു ബാധ്യതയായിത്തീർന്നു. ഞാൻ ഐ എ എസ് ഉദ്യോഗസ്ഥനാണെന്ന് അവർ എങ്ങനെയോ കണ്ടുപിടിച്ചു. അവരുടെ പേരക്കുട്ടിക്കു ഞാനൊരു ജോലി തേടിക്കൊടുക്കണം. പാട്ടിയമ്മയുടെ നിർബന്ധത്തിനും നിലയ്ക്കാതെ ഒഴുക്കിയ കണ്ണീരിനും ഞാൻ കീഴടങ്ങി. എന്റെ ഒരു അഭിവന്ദ്യ സുഹൃത്തിന്റെ (ഈയിടെ അന്തരിച്ച ജെ പി സുബ്രഹ്മണ്യം അയ്യർ) കമ്പനിയിൽ ഞാൻ പയ്യന് ഒരു ജോലി സമ്പാദിച്ചുകൊടുത്തു. അവൻ ജോലിയിൽ പ്രവേശിച്ച് ഏതാനും ദിവസം കഴിയുംമുമ്പേ പാട്ടിയമ്മ അന്തരിച്ചു. അവനു ജോലി വാങ്ങിക്കൊടുത്തത് എന്റെ ജീവിതത്തിലെ സൽക്കർമങ്ങളിലൊന്നായി ഞാൻ കണക്കാക്കുന്നു.

കൈമളുടെ തിരുമേനി പിക്ചേഴ്സാണ് *ഗായത്രി* വിതരണം ചെയ്തത്. മൂന്നുലക്ഷം രൂപ കൈമൾ ശ്രീധരൻ ഇളയിടത്തിന് നിർമാണച്ചെലവിനായി നൽകിയിരുന്നു. നിർമാണത്തിന്റെ പുരോഗതി അറിയാൻ ശുചീന്ദ്രത്തിലേക്കും കന്യാകുമാരിയിലേക്കും കൈമൾ തന്റെ ശമ്പളക്കാരെ അയയ്ക്കുക പതിവായിരുന്നു. ഒരു പ്രൊഡ്യൂസർക്കു യോജിച്ച ഗമയിൽ തന്റെ വെള്ളി വെറ്റിലച്ചെല്ലവുമായി ഇരുന്നുപോന്ന ഇളയിടം, കൈമളിന്റെ ശമ്പളക്കാർ കേൾക്കെത്തന്നെ യാതൊരു കാരണവും കൂടാതെ കൈമളിനെ വിമർശിച്ചു സംസാരിക്കുമായിരുന്നു.

പടത്തിന്റെ ഫസ്റ്റ് പ്രിന്റ് തയാറായി. മദിരാശിയിൽ വച്ച് ഒരു പ്രൈവറ്റ് സ്ക്രീനിങ് നടത്താൻ തീരുമാനമായി. അന്നു ഞാൻ ട്രാവൻകൂർ റയോൺസ് കമ്പനി ബോർഡിൽ ഗവൺമെന്റ് ഡയറക്ടറായിരുന്നു. മദിരാശിയിൽ ബോർഡ് യോഗം നടക്കുന്ന ദിവസം സ്ക്രീനിങ് ഏർപ്പാടാക്കിയാൽ എനിക്കു കാണാമല്ലോ എന്നറിയിച്ചപ്പോൾ കൈമൾ സമ്മതിച്ചു. ഇളയിടവും ഭാസ്കരൻ മാസ്റ്ററും (അന്നദ്ദേഹം മദിരാശിയിൽ സ്ഥിരതാമസമാണ്) ഞാനും കൈമളും കൈമളുടെ ഫിനാൻഷ്യറായ ഒരു ചെട്ടിയാരും സദസിലുണ്ടായിരുന്നു.

*ഗായത്രി*യുടെ കഥ ജാതി വ്യത്യാസത്തെ എതിർക്കുന്ന ഒന്നാണ്. മഹാപണ്ഡിതനും പുരോഹിതനുമായ ഈ ബ്രാഹ്മണന്റെ മകനാണ് ശങ്കരാടി വാധ്യാർ. വാധ്യാർ സ്വാമിയുടെ മകളാണു ജയഭാരതി. ജയഭാരതി രാഘവൻ എന്ന വെളുത്തേട യുവാവിനെ പ്രേമിക്കുന്നു. ബ്രാഹ്മണ സമൂഹം എതിർത്തതിനാൽ രണ്ടാളും ഒളിച്ചോടിപ്പോകുന്നു. ഈ സംഭവമുണ്ടാ

ക്കിയ ഷോക്ക് കൊട്ടാരക്കരയുടെ മരണത്തിനു കാരണമായി. ബ്രാഹ്മണ സമൂഹത്തിന് ഏറ്റ കളങ്കമായിത്തീർന്നു ജയഭാരതിയുടെ ഒളിച്ചോട്ടം. അതുകൊണ്ടു കൊട്ടാരക്കരയുടെ ശവം ശ്മശാനത്തിൽ എത്തിക്കാൻ ബ്രാഹ്മണരാരും തയാറായില്ല. ഇതര വിഭാഗം ഹിന്ദുക്കളും മുസൽമാൻ മാരും ക്രിസ്ത്യാനികളുമാണു കൊട്ടാരക്കരയെ ചുടുകാട്ടിൽ കൊണ്ടു പോകുന്നത്.

സ്ക്രീനിൽ ഈ കഥയുടെ ചുരുൾ നിവർന്നപ്പോൾ ഫിനാൻഷ്യർ ചെട്ടിയാർ കുപിതനായി ചാടി എഴുന്നേറ്റ്. കൈമളിനെ പിടിച്ച് എഴുന്നേൽ പ്പിച്ചു. കൈമൾ, ചെട്ടിയാരോട് 'അവത' പറഞ്ഞു, "കഥാകൃത്ത് ബ്രാഹ്മ ണനാണ്." ഇതു ചെട്ടിയാരുടെ ക്ഷോഭത്തിന് ശാന്തിയുണ്ടാക്കുമെന്നാ വാം, കൈമൾ കരുതിയത്. ചെട്ടിയാർ ഉടനെ പറഞ്ഞ വാക്കുകൾ ഓർമ യിൽ നിന്നു പകർത്തട്ടെ. "ഇതെഴുതിയവൻ ബ്രാഹ്മണനോ? ഏതോ പറയൻ!" ചെട്ടിയാരും കൈമളും തിയേറ്റർ വിട്ട് ഇറങ്ങിപ്പോയി.

അടുത്തദിവസം ഞാൻ കൈമളെ ഫോണിൽ വിളിച്ചു: "പ്രിന്റെടു ക്കാൻ പണമില്ല. ഇളടിയത്തിന് നിങ്ങൾ പ്രിന്റെടുക്കാൻ അൻപതിനാ യിരം കൂടി കൊടുക്കണം. സാധ്യമല്ലെന്നു കൈമൾ പറഞ്ഞു: "ഈ പടം റിലീസ് ചെയ്താൽ ആളുകൾ കസേര ഒടിക്കും. തീവയ്ക്കും. എന്റെ മൂന്നുലക്ഷം രൂപ തുലഞ്ഞു. സാരമില്ല!"

ഞാൻ ഭാസ്കരൻ മാസ്റ്ററുടെ സഹായം തേടി. എന്തുകൊണ്ടെന്ന ല്ലേ? കാരണം ഇളയിടത്തിന്റെ മട്ടും ഭാവവും കണ്ടപ്പോൾ തോന്നി, ഇനി യങ്ങോട്ടുള്ള എല്ലാ ചുമതലയും എന്റെ തലച്ചുമടാണെന്ന്. മാസ്റ്റർ എന്നെയും കൂട്ടി കൈമളുടെ ബംഗ്ലാവിലെത്തി. അനുനയ വാക്കുകൾ പറഞ്ഞു: "മലയാറ്റൂർ രാമകൃഷ്ണൻ അൻപതിനായിരം രൂപയ്ക്കു പ്രോ നോട്ട് ഒപ്പിട്ടു തന്നാൽ ഞാൻ ഇളയിടത്തിനു കൊടുക്കാം" എന്നു പറ ഞ്ഞു കൈമൾ. ഞാൻ പ്രോനോട്ട് ഒപ്പിട്ടുകൊടുത്തു. ഇളയിടം എനിക്കു തുക തിരിച്ചുതന്നതുമില്ല. ഒരു കഥയെഴുതിയതിനുള്ള ശിക്ഷയേ!!!

ശബ്ദം നൽകിയവർ

*ഗായത്രി*യെപ്പറ്റി പറയുമ്പോൾ ഒരു കാര്യംകൂടി പറയേണ്ടിയിരിക്കു ന്നു. മദിരാശിയിൽ ഡബ്ബിങ് നടക്കുന്നു (വീണ്ടും ഒരു റയോൺസ് ബോർ ഡ്...) ജനാർദ്ദനന്റെ വോയ്സ് ഡബ്ബ് ചെയ്യണം. കക്ഷി ഹാജരായിട്ടില്ല. നാരായണൻകുട്ടിയുടെ നിർബന്ധംമൂലം ഞാൻ ഡബ്ബിങ് ആർട്ടിസ്റ്റായി മാറി.

ജനാർദ്ദനൻ അറിയാതെ ഞാൻ ചെയ്തുപോയ ഈ അപരാധത്തിന് ഈ വൈകിയ വേളയിൽ ഞാൻ മാപ്പു ചോദിക്കുന്നു. ഏതായാലും വലിയ കുഴപ്പമില്ല. കാരണം *ഗായത്രി*യുടെ നെഗറ്റീവ് ഇന്നു ലഭ്യമല്ല. അതു പ്രോസസ് ചെയ്ത 'ന്യൂ ഈറാ ലാബ്' ഇന്നു നിലവിലില്ല, എന്നാ ണറിവ്.

*ഗായത്രി*യുടെ അവശേഷിച്ച രണ്ടു പോസിറ്റീവ് പ്രിന്റുകൾ ഞാൻ

തിരുവനന്തപുരം ദൂരദർശനെ പിൽക്കാലത്ത് ഏൽപ്പിച്ചു. ദൂരദർശന്റെ ഉപേക്ഷ മൂലം ഈ രണ്ടു പ്രിന്റുകളും കുടപ്പനക്കുന്നിൽ ഉരുകി ഒലിച്ചു പോയി. *ഗായത്രി* ഇനി ആരും കാണുകയില്ല. അതുകൊണ്ട് എന്റെ ശബ്ദം ജനാർദ്ദനനെ ഒട്ടും അലട്ടുകയില്ല.

ഹരിഹരൻ എന്റെ രണ്ടു കഥകൾ വെള്ളിത്തിരയിലെത്തിച്ചിട്ടുണ്ട്— *പഞ്ചമി*യും *ശരപഞ്ജര*വും. *പഞ്ചമി*യുടെ തിരക്കഥ ഞാനാണ് എഴുതിയത്. *ശരപഞ്ജര*ത്തിന്റെ തിരക്കഥ കെ ടി മുഹമ്മദ് എഴുതി. സിനിമാ നടൻ ജയന് *പഞ്ചമി*യിൽ പ്രധാനപ്പെട്ട ഒരു വേഷമുണ്ടായിരുന്നു. *ശരപഞ്ജര*ത്തിലെ നായകനായി അഭിനയിച്ചതും ജയനാണ്. *ശരപഞ്ജരം* അറുപത് എഴുപതു ദിവസങ്ങൾ എല്ലാ തീയറ്ററിലും തുടർച്ചയായി പ്രദർശിപ്പിക്കപ്പെട്ടു. അക്കാലത്ത് മലയാള സിനിമയിൽ പുരുഷത്വത്തിന്റെ പ്രതീകമായി ജയൻ അംഗീകരിക്കപ്പെട്ടു. പിന്നീടു ഡ്യൂപ്പ് വേണ്ട എന്ന് വാശിപിടിച്ച് സ്റ്റണ്ട് സീൻ അഭിനയിച്ചപ്പോൾ ഈ നല്ല നടൻ ഹെലികോപ്റ്റർ അപകടത്തിൽപ്പെട്ടു മരിച്ചു. ജീവിച്ചിരുന്നെങ്കിൽ ജയൻ ഒരു സൂപ്പർ സ്റ്റാർ ആകുമായിരുന്നു.

ഒടുക്കം തുടക്കം

ഞാൻ കാണിച്ച ഒരു സാഹസത്തെപ്പറ്റി അൽപ്പമൊന്നു പറയാം. 1981 ലാണെന്നു തോന്നുന്നു. ഭാസ്കരൻ മാസ്റ്റർ *ദീപിക* വാരികയിൽ പത്രാധിപരായി ജോലി നോക്കിയിരുന്നു. മാസ്റ്ററുടെ നിർബന്ധത്തിനു വഴങ്ങി ഞാൻ *ദീപിക*യിൽ *തുടക്കം ഒടുക്കം* എന്ന നോവൽ എഴുതി. ഒരു ശരാശരി നോവൽ.

1982 ആരംഭത്തിൽ എന്റെ ജാമാതാവായ നാഗരാജന്റെ സബ്ഡിവിഷനിൽ (ലിങ്സൂർ, ഗുൽബർഗ ജില്ല, കർണാടക) ഞാൻ കുറേനാൾ ചെലവഴിക്കുമ്പോൾ എനിക്ക് എം ഒ ജോസഫിന്റെ ഒരു കമ്പി സന്ദേശം ലഭിച്ചു. അദ്ദേഹത്തിന് *തുടക്കം ഒടുക്കം* സിനിമയാക്കണം. ഞാൻ തന്നെ തിരക്കഥയെഴുതുകയും വേണം. സമ്മതം അറിയിച്ചുകൊണ്ടു ഞാൻ കമ്പിസന്ദേശം അയച്ചു.

ജോസഫിന്റെ രണ്ടാം കമ്പിസന്ദേശമാണ് എന്നെ അത്ഭുതപ്പെടുത്തിയത്. ചിത്രം ഞാൻ തന്നെ സംവിധാനം ചെയ്യണമത്രേ. ഒരു മുൻപരിചയവും ഇല്ലാത്ത ഞാൻ ആ ഭാരം ഏറ്റെടുത്തുകൂടായിരുന്നു. ജോസഫിന്റെ നിർബന്ധത്തിന് ഞാൻ ഏതായാലും കീഴടങ്ങി, വേണ്ടായിരുന്നു. ജോസഫ് താരനിർണയം നടത്തിക്കഴിഞ്ഞിരുന്നു. ഒരു പുതുമുഖമായിരുന്നു നായിക — കലാരഞ്ജിനി. നായകൻ രതീഷ്. കെ പി ഉമ്മറും സുകുമാരിയും നന്ദിതയുമൊക്കെയുണ്ട്.

ജോസഫിന്റെ ക്ഷണപ്രകാരം ഞാൻ മദ്രാസിലെത്തി. ഞാൻ എഴുതി പൂർത്തിയാക്കിയ തിരക്കഥ ജോസഫും ഞാനും ക്യാമറാമാൻ വിപിൻദാസും ചർച്ച ചെയ്തു. തുടർന്നു യാത്ര, ലൊക്കേഷനായ മൂന്നാറിലേക്ക്. 'ചലച്ചിത്ര' എന്ന വിതരണ കമ്പനിയുടെ ഉടമ സി വി രാമകൃ

ഷ്ണനും അദ്ദേഹത്തിന്റെ സുഹൃത്ത് നാടകസംവിധായകൻ ധർമനും ജോസഫും വിപിൻദാസും ഞാനും എന്റെ സുഹൃത്ത് ആർട്ടിസ്റ്റ് ബി ഡി ദത്തനും സംഘമായി മൂന്നാറിലെത്തി. ചിത്രത്തിലെ ചില പ്രധാന രംഗങ്ങൾ പകർത്താൻ കണ്ണൻദേവൻ കമ്പനിയുടെ (അന്നത് 'ടാറ്റാ ഫിൻലേ' എന്നാണ് അറിയപ്പെട്ടിരുന്നത്) ഹൈറേഞ്ച് ക്ലബ്ബ് കെട്ടിടം ആവശ്യമായിരുന്നു.

സാധാരണഗതിയിൽ ഹൈറേഞ്ച് ക്ലബ്ബിൽ ഷൂട്ടിങ് അനുവദിക്കുമായിരുന്നില്ല. ഞാൻ കമ്പനി ജനറൽ മാനേജരോട് സംസാരിച്ചു. അയാൾ ഒരു ബംഗാളിയായിരുന്നു. ഞാനൊരു പഴയ റവന്യു ബോർഡ് മെമ്പറാണെന്നും പടത്തിൽ നന്ദിതാബോസ് അഭിനയിക്കുന്നുണ്ടെന്നും മനസിലാക്കിയതിനാലാണോ ജനറൽ മാനേജർ സമ്മതം മൂളിയത്?

ഞാൻ നന്ദി പറഞ്ഞിറങ്ങുമ്പോൾ അദ്ദേഹം പറഞ്ഞു: "ക്രിസ്മസ് സമീപിക്കുന്നു. സ്കോട്ട് ലാൻഡിൽ നിന്നു കമ്പനിയുടെ ചില ഡയറക്ടർമാർ ഇവിടെ സുഖവാസത്തിന് എത്തുന്നുണ്ട്. ക്ലബ്ബിലാവും അവരുടെ താമസം. അതുകൊണ്ടു രണ്ടേ രണ്ടുനാൾ മാത്രമേ ക്ലബ്ബും പരിസരവും ഷൂട്ടിങ്ങിന് ഉപയോഗിക്കാൻ പാടുള്ളൂ."

സ്കോട്ട്ലാൻഡിൽനിന്നു ഡയറക്ടർമാർ വരുന്നതിനു മുമ്പു ക്ലബ്ബ് കെട്ടിടം വൈറ്റ്വാഷ് ചെയ്തു വെടിപ്പാക്കാൻ ജനറൽ മാനേജർക്കു തിടുക്കം. സിനിമയിലെ കെട്ടിടം അഴുക്കും ചെളിയും പുരണ്ട ഭാർഗവീനിലയമാണ്. ഞാൻ നിർബന്ധിച്ചപ്പോൾ വൈറ്റ്വാഷിങ് മാറ്റിവയ്ക്കാൻ ജി എം സന്നദ്ധനായി. എങ്കിലും വീണ്ടും തറപ്പിച്ചു പറഞ്ഞു: "ഷൂട്ടിങ് അവിടെ രണ്ടേ രണ്ടുനാൾ മാത്രം!"

ബംഗ്ലാവിലും പരിസരത്തിലും വച്ച് പകർത്തേണ്ട രംഗങ്ങൾ ഞങ്ങൾ ആദ്യം തീർത്തു. പിന്നെ ഷൂട്ടിങ് നടന്നത് മാട്ടുപ്പെട്ടിയിലും ടോപ്പ് സ്റ്റേഷനിലും മാങ്കുളത്തുംവച്ചാണ്. ചിത്രനിർമാണം പൂർത്തിയാകുന്നതുവരെ ഞാനും ജോസഫും താമസിച്ചത് ഹൈറേഞ്ച് ക്ലബ്ബിലാണ്. നടീനടന്മാരും വിപിൻദാസും സി വി രാമകൃഷ്ണനും മറ്റും മൂന്നാർ ഗവൺമെന്റ് ഹൗസിൽ താവളമുറപ്പിച്ചു.

എന്നും വൈകുന്നേരം ഒത്തുകൂടുകയും നടന്ന വർക്കിനെക്കുറിച്ചും നടക്കേണ്ട വർക്കിനെക്കുറിച്ചും ചർച്ച നടത്തുകയും പതിവായിരുന്നു. അപ്പോഴാണ് എനിക്കു തോന്നിയത്, അവ്യക്തമായ ഏതോ സംഘർഷം ഉരുണ്ടുകൂടുകയാണെന്ന്. വിതരണക്കമ്പനിയും ജോസഫും തമ്മിൽ തർക്കങ്ങൾ നടന്നുവോ? ഏതായാലും മനസ്സമാധാനത്തോടെ ജോലി തുടരാൻ എനിക്കു ബുദ്ധിമുട്ടു തോന്നി. മുന്നോട്ടു പോകാനും വയ്യ. പക്ഷേ, പിന്തിരിയാനും വയ്യ എന്ന അവസ്ഥയിൽ പെട്ടുപോയ ഞാൻ നന്നേ വിഷമിച്ചു. എനിക്കു ധൈര്യം തന്നത് ഉമ്മറിന്റെ ഉപദേശമായിരുന്നു. ഒരുതരത്തിൽ ചിത്രം പൂർത്തിയാക്കാൻ കഴിഞ്ഞു എന്നു പറഞ്ഞാൽ മതിയല്ലോ.

ചിത്രത്തിന്റെ എഡിറ്റിങ് ഞാനറിയാതെയാണു നടന്നത്. എഡിറ്റഡ് പ്രിന്റ് കാണാൻ അവസരമുണ്ടായി. ആഫ്റ്റർ ദ ഇവന്റ്! കഷ്ടിച്ച് ഇരുപതു ദിവസങ്ങൾ മാത്രമേ ചിത്രം തിയറ്ററുകളിൽ തങ്ങിനിന്നുള്ളൂ.

നോവലിന്റെ പേര് *തുടക്കം ഒടുക്കം* എന്നായിരുന്നെങ്കിലും ആ ടൈറ്റിൽ ഉപയോഗിച്ചാൽ അറം പറ്റാൻ ഇടയുണ്ടെന്ന് ഒരു സുഹൃത്ത് ചൂണ്ടിക്കാണിച്ചതിനാൽ ഞാൻ തിരക്കഥയ്ക്ക് പേരിട്ടത് *ഒടുക്കം തുടക്കം* എന്നായിരുന്നു. രക്ഷ കിട്ടിയില്ല. സംവിധായകനായ മലയാറ്റൂരിന്റെ ഒടുക്കമായിരുന്നു ഈ ചിത്രം. പിന്നീട് ഒരു തവണ മിനി സ്ക്രീനിനുവേണ്ടി (ഡോക്ടർ വേഴാമ്പൽ) ഞാൻ സംവിധായകന്റെ മേലങ്കിയണിഞ്ഞു. അതു വേണ്ടായിരുന്നു. ഞാൻ ആരെയും കുറ്റപ്പെടുത്തുന്നില്ല. ഞാൻ കുറ്റം ഏറ്റെടുക്കുന്നു.

രസകരമായ ചിലതുകൂടി ഈ അവസരത്തിൽ പറഞ്ഞുകൊള്ളട്ടെ. ഹൈറേഞ്ച് ക്ലബ്ബിൽ എനിക്കും ജോസഫിനും മാത്രമേ ഭക്ഷണവും മറ്റു സൗകര്യങ്ങളും ചെയ്തു തരാവൂ എന്നു ഞാൻ കമ്പനി ജനറൽ മാനേജരോട് പറഞ്ഞിരുന്നു. കാരണം ചെലവേറിയ സ്ഥാപനമാണത്. അവിടെ ഒരു ബാറുമുണ്ട്.

ഷൂട്ടിങ് കഴിഞ്ഞു തിരുവനന്തപുരത്തെത്തിയ എനിക്ക് 'ടാറ്റാ ഫിൻലേ' കമ്പനി ഒരു ഭീമൻ ബില്ലയച്ചു. ഏകദേശം 15000 രൂപ. മെലിഞ്ഞ എന്റെ പെഴ്സിൽനിന്നു ഞാൻ തുക കൊടുത്തു. എന്റെ അന്വേഷണം വെളിപ്പെടുത്തിയത് എന്താണെന്നോ? ക്ലബ്ബിലെ രണ്ടു നാളത്തെ ഷൂട്ടിങ്ങിനിടയിൽ ലൈറ്റ് ബോയ്സ് അടക്കം ഭക്ഷണം കഴിച്ചത് ക്ലബ്ബിലാണ്. ടെക്നീഷ്യൻമാരിൽ പലരും ബാറിന്റെ സൗകര്യം പ്രയോജനപ്പെടുത്തിയിരുന്നു.

*ഒടുക്കം തുടക്ക*ത്തിനുവേണ്ടി ഞാനൊരു ഗാനം എഴുതുകയുണ്ടായി. 'ആരോമലേ അമലേ, ആരാധികേ അഴകേ, നിൻ പ്രിയതമൻ പാടും പാട്ടിൽ കേൾക്കാം പ്രണയിനിക്കൊരു സന്ദേശം.... ഗാനം സംവിധാനം ചെയ്ത ദേവരാജൻ മാസ്റ്റർക്ക് അത് ഇഷ്ടമായി. പക്ഷേ, ഗാനത്തിന് വല്ലാത്തൊരു 'വയലാർ ചുവ' ഉണ്ടെന്നു ദേവരാജൻ അഭിപ്രായപ്പെട്ടു. ഗാനരചയിതാവായി എന്റെ പേരു വയ്ക്കേണ്ടെന്നു ഞാൻ അറിയിച്ചു. ഒടുവിൽ ഞങ്ങൾ ഒരു കോംപ്രമൈസിൽ എത്തി. എന്നുവച്ചാൽ ഞാനും ദേവരാജനും ഒന്നായി. അങ്ങനെ ഒരു പുതിയ ഗാനരചയിതാവ് പിറന്നു, 'ദേവകൃഷ്ണൻ'.

ആ ഗാനം എഴുതി അയക്കുകയുണ്ടായില്ല. ഫോണിലൂടെ ദേവരാജനു വരികൾ ചൊല്ലിക്കൊടുക്കുകയായിരുന്നു. മറ്റു പാട്ടുകൾ എഴുതിയത് കണിയാപുരം രാമചന്ദ്രനാണ്.

സൗഹൃദങ്ങൾ

മലയാള സിനിമാരംഗത്ത് എനിക്ക് അനേകം സുഹൃത്തുക്കൾ ഉണ്ടായിരുന്നു. അവരോടെല്ലാം ഞാൻ തീവ്രമായ സ്നേഹബന്ധം പുലർത്തി

പ്പോന്നിരുന്നു. ഞാൻ പേരുകളുടെ ഒരു പട്ടിക നിരത്താം. തിക്കുറിശ്ശി, പ്രേംനസീർ, സത്യൻ, മധു, രാമു കാര്യാട്ട്, അടൂർഭാസി, ബഹദൂർ, ശങ്കരാടി, കെ പി ഉമ്മർ, എം ജി സോമൻ, ഭരത് ഗോപി, കെ എസ് സേതുമാധവൻ, തോപ്പിൽ ഭാസി, ശോഭന പരമേശ്വരൻ നായർ, കൊട്ടാരക്കര, ദേവരാജൻ, വയലാർ, ബാലമുരളി എന്ന ഒ എൻ വി കുറുപ്പ്, എൻ കെ ആചാരി (സീനിയർ), പി ഭാസ്കരൻ, എസ് കെ നായർ, പത്മരാജൻ, പി എൻ മേനോൻ, ഹരി പോത്തൻ, ജി വിവേകാനന്ദൻ അങ്ങനെ പലരും.

മലയാള സിനിമ ഏറെ വളർന്നിരിക്കുന്നു. പല വിഗ്രഹങ്ങളും മറക്കപ്പെട്ടിരിക്കുന്നു. പക്ഷേ, ചില പഴയ വിഗ്രഹങ്ങൾ സിനിമാ നിർമാണത്തിന്റെ വിവിധ മേഖലകളിൽ ഇന്നും സ്മരിക്കപ്പെടുന്നു. ഈ വിഗ്രഹങ്ങളുടെ പട്ടികയിൽ പല പേരുകളും ചേർക്കാവുന്നതാണ്. അടൂർ ഗോപാലകൃഷ്ണനും അരവിന്ദനും ഷാജി കരുണും അവരെപ്പോലുള്ളവരും പുതിയ ചക്രവാളങ്ങൾ തേടി, മലയാള സിനിമയ്ക്ക് അന്തർദേശീയ പ്രശസ്തി സമ്പാദിച്ചുതന്നു. അവരെയെല്ലാം ഞാൻ ബഹുമാനിക്കുന്നു. അവരോടൊപ്പം അവർക്കുശേഷം പുതിയൊരു തലമുറ ഉണ്ടാകും, ഉണ്ടാവണം. സിനിമയുടെ കഥ ഏതൊരു കലയുടെയും കഥപോലെതന്നെ അഭിരുചിയുടെ കഥയാണ്. മാറ്റത്തിന്റെ കഥയാണ്; നിരന്തരമായ അന്വേഷണത്തിന്റെയും അവസാനിക്കാത്ത കണ്ടെത്തലിന്റെയും കഥയാണ്. എല്ലാം ഒരു തുടർച്ചയാണ്. ഞാനിങ്ങനെ പറഞ്ഞവസാനിപ്പിക്കാം. മലയാള സിനിമയിലെ പഴംപാട്ടുകളെയും പഴയവരെയും നാം മറക്കാതിരിക്കുക.

മലയാറ്റൂർ ഓരോർമ പുസ്തകം

ഇനിയും കിട്ടാത്ത സമചിത്തത

പി ഭാസ്കരൻ

എനിക്കു രാമകൃഷ്ണൻ ആരായിരുന്നു? സുഹൃത്തോ, സഹയാത്രികനോ? എല്ലാമായിരുന്നു അദ്ദേഹം. രാമകൃഷ്ണൻ ആലുവാ യു സി കോളേജിൽ പഠിക്കുമ്പോഴാണ് ഞാനാദ്യം കാണുന്നത്. വിദ്യാർഥി ഫെഡറേഷന്റെ കൊച്ചി ഏരിയാ സെക്രട്ടറിയായിരുന്നു അന്ന് ഞാൻ. ഏരിയ എന്റേതായതുകൊണ്ട് ആലുവായിൽ ഇടയ്ക്കിടെ പോകേണ്ടി വരും. ഇന്നത്തെപ്പോലെയല്ല അന്ന്. ഭക്ഷണവും താമസവുമൊക്കെ വലിയ പ്രശ്നമാണ്. ആലുവായിലെത്തിയാൽ രാമകൃഷ്ണനാണ് എന്റെ സ്പോൺസർ. ഭക്ഷണവും താമസവുമൊക്കെ രാമകൃഷ്ണനോടൊപ്പം. അക്കാലത്ത് ഒരു ദിവസം മലയാറ്റൂരിന്റെ മഠത്തിലും പോയി. രാമകൃഷ്ണന്റെ ജ്യേഷ്ഠനെ പരിചയപ്പെട്ടത് അന്നാണ്.

ആലുവായിൽനിന്ന് മലയാറ്റൂർ, തിരുവനന്തപുരത്തു വന്നു. കോപ്പറേറ്റീവ് ഹോമിലായിരുന്നു മലയാറ്റൂർ താമസിച്ചിരുന്നത് (ഇന്നത്തെ കാർത്തിക ലോഡ്ജ്). അപ്പോഴും എന്റെ താമസം രാമകൃഷ്ണനോടൊപ്പമായിരുന്നു. പിന്നീട് മലയാറ്റൂർ പെരുമ്പാവൂരിലേക്കു പോയി. ഞായറാഴ്ച വക്കീലായി അദ്ദേഹം കഴിയുമ്പോൾ കത്തുകളിലൂടെ ഞങ്ങൾ ആശയവിനിമയം ചെയ്തു. അപ്പോഴേയ്ക്ക് ഞാനും പതിയെ രാഷ്ട്രീയം വിട്ടു. താമസം മദിരാശിയിലാക്കി. പിന്നെ കത്തുകൾ മാത്രമായി ആശ്രയം. രാമകൃഷ്ണൻ മജിസ്ട്രേറ്റായതും ഐ എ എസ് ഉദ്യോഗസ്ഥനായതുമൊക്കെ ഞാൻ അറിഞ്ഞുകൊണ്ടിരുന്നു, അക്ഷരങ്ങളിലൂടെ. മലയാറ്റൂരിന്റെ സാഹിത്യം വായിക്കുമ്പോഴും ഞാൻ കത്തുകളെഴുതും.

പിൽക്കാലത്ത്, കൊല്ലത്തെ രവീന്ദ്രനാഥൻ നായർക്കുവേണ്ടി പാറപ്പുറത്തിന്റെ *അന്വേഷിച്ചു കണ്ടെത്തിയില്ല* എന്ന നോവൽ സിനിമയാക്കാൻ തിരുവനന്തപുരത്തു വന്നപ്പോൾ ഐ എ എസ് ഉദ്യോഗസ്ഥനായ മലയാറ്റൂരിനെ വീണ്ടും കണ്ടു. അന്നദ്ദേഹം ഒരു തമാശക്കഥ പറഞ്ഞു:

പിശുക്കനായ ഒരു കാരണവർ, ഒരിക്കൽ കടൽത്തീരത്ത് വെളുപ്പാൻ രാവിലെ പോയപ്പോൾ തിരയിൽ നിന്ന് ഒരു പെട്ടി കിട്ടി. നിധിയാണെന്നു കരുതി അതദ്ദേഹം കൊണ്ടുപോയി. വിവരം ചിലരൊക്കെ അറിഞ്ഞു, നാട്ടിൽ പാട്ടായി. കാരണവർ നിധിയെന്നു കരുതി കൊണ്ടുപോയ പെട്ടിയുടെ നാമധേയത്തിൽ പണക്കാരനായി. കരയോഗം പ്രസിഡന്റായി. രാഷ്ട്രീയക്കാരനായി. ഈ കഥ എനിക്കിഷ്ടമായി. ഞാനന്ന് സീരിയസ് സിനിമകളെടുക്കുന്ന കാലമായിരുന്നു. ഒരു ചെയ്ഞ്ച് ആകട്ടെ എന്നു കരുതി ഇത് സിനിമയാക്കാൻ തീരുമാനിച്ചു. *ലക്ഷപ്രഭു*വാണ് ആ ചിത്രം. വലിയ വിജയമൊന്നുമായില്ലെങ്കിലും സാമാന്യം കളക്ഷൻ ലഭിച്ചു.

മദിരാശിയിലേക്ക് മലയാറ്റൂർ വരുമ്പോഴും ഞാൻ തിരുവനന്തപുരത്തെത്താറുള്ളപ്പോഴും ഞങ്ങൾ ഒന്നിക്കാറുണ്ടായിരുന്നു. ആ കമ്പനികളിൽ വയലാറും മദിരാശിയിലെ എ കെ ഗോപാലനും ഉണ്ടാകും. പാട്ട്, സാഹിത്യം, സിനിമ, മേമ്പൊടിക്കായി അൽപ്പം ലഹരിയും. മലയാറ്റൂർ നന്നായി പാടുമായിരുന്നു. സംഗീതത്തെ ശരിക്കും ആസ്വദിക്കാൻ രാമകൃഷ്ണന് കഴിഞ്ഞിരുന്നു. വയലാറിന്റെ മരണം രാമകൃഷ്ണനെയും ഞങ്ങളെയും ഉലച്ചുകളഞ്ഞു. മെഡിക്കൽ കോളേജിൽ രാമവർമ്മയെ കൊണ്ടുവന്നപ്പോൾ രാമകൃഷ്ണന് എന്തൊരു വിഷമമായിരുന്നു. വയലാറിന്റെ മരണവാർത്തയറിഞ്ഞ് പൊട്ടിക്കരഞ്ഞ മലയാറ്റൂരിനെ ഞാനെന്റെ മനസിൽ കാണുന്നു.

വയലാർ ട്രസ്റ്റിന് ആവശ്യമുള്ള ഫണ്ട് സ്വരൂപിക്കാൻ മുൻകൈയെടുത്തതും രാമകൃഷ്ണൻ തന്നെ. അന്നദ്ദേഹം റവന്യു ബോർഡ് മെമ്പറായിരുന്നു. കളക്ടർമാരുടെ ചാർജുള്ള ഓഫീസർ. എല്ലാ ജില്ലാ കളക്ടർമാരെയും വിളിച്ച് അദ്ദേഹം ആവശ്യം അറിയിച്ചു. ഞാൻ കേരളത്തിനു പുറത്തുനിന്ന് ഫണ്ട് സ്വരൂപിക്കാൻ ശ്രമിച്ചു. *മലയാള മനോരമ*യുടെ പത്രാധിപർ കെ എം മാത്യുവിനെയാണ് ട്രഷററാക്കിയത്. പിരിക്കാൻ ചെലവിടുന്ന തുക ഫണ്ടിൽ നിന്ന് എടുക്കാൻ പാടില്ലെന്ന് അദ്ദേഹം നിർദേശിച്ചു. ആ നിർദേശം ഞങ്ങളേവരും അംഗീകരിച്ചു. രാമകൃഷ്ണനും ഞങ്ങളുമൊക്കെ സ്വന്തം പോക്കറ്റിൽനിന്ന് പണമെടുത്താണ് എല്ലായിടത്തും കറങ്ങിയത്. അന്ന് മന്ത്രിയായിരുന്ന ടി വി തോമസും ഏറെ സഹായിച്ചു. മനഃശുദ്ധിയോടെ സ്വരൂപിച്ച ഫണ്ടായതുകൊണ്ട് വയലാർ അവാർഡ് ഇന്നും മലയാളത്തിലെ ജ്ഞാനപീഠമായി തുടരുന്നു.

രാമകൃഷ്ണന്റെ *വേരുകൾ* എന്ന നോവൽ സിനിമയാക്കാൻ എനിക്ക് ആഗ്രഹമുണ്ടായിരുന്നു. പിന്നീട് രാമകൃഷ്ണൻതന്നെ അതു വേണ്ടെന്നു പറഞ്ഞു. നോവൽ എഴുതിയപ്പോൾത്തന്നെ കുടുംബത്തിൽ പലർക്കും പ്രതിഷേധമുണ്ടായിരുന്നത്രേ! അപ്പോൾ സിനിമകൂടി വന്നാലോ? *പഥേർ പാഞ്ചാലി* പോലെ ഒരു റിയലിസ്റ്റിക് സിനിമയ്ക്ക് യോജിച്ച നോവലായിരുന്നു *വേരുകൾ*.

കളിയുറക്കംപോലെ

ഒ എൻ വി കുറുപ്പ്

പാടും, പടം വരയ്ക്കും. ചിരിക്കുകയും സുഹൃത്തുക്കളെ ചിരിപ്പിക്കുകയും ചെയ്യും. പ്രസംഗിക്കും, ഇംഗ്ലീഷിലായാലും മലയാളത്തിലായാലും. അത് നർമ്മമധുരമായിരിക്കും. അങ്ങനെയെല്ലാമുള്ള മലയാറ്റൂർ രാമകൃഷ്ണനെന്ന മുതിർന്ന വിദ്യാർഥിയുടെ നേർക്ക് എനിക്ക് ആരാധനാമനോഭാവം കലർന്ന ഇഷ്ടം തോന്നിയിരുന്നു. എനിക്കു മാത്രമല്ല. ജൂനിയർ വിദ്യാർഥികൾക്കെല്ലാവർക്കും. ആയിരത്തിത്തൊള്ളായിരത്തിനാൽപ്പത്തിയാറ് – നാൽപ്പത്തിയേഴ് കാലത്തെ തിരുവനന്തപുരം യൂണിവേഴ്സിറ്റി കോളേജിലേക്ക് ഒരിക്കൽക്കൂടി മടങ്ങിച്ചെല്ലാൻ കൊതിച്ചുപോവുന്നു. അതൊരു സുവർണകാലമായിരുന്നു. സ്വാതന്ത്ര്യാഭിമാനവും ദേശീയ പ്രബുദ്ധതയും പൂത്തുലയുന്ന ഒരു താഴ്‌വാരം പോലെയായിരുന്നു നഗരമധ്യത്തിലെ ആ കലാലയത്തിരുമുറ്റം. അവിടെവച്ചാണ് മലയാറ്റൂരിനെ ആദ്യം കാണുന്നത്. അടുത്തുചെന്നില്ല. പരിചയപ്പെടാൻ, ആ മുതിർന്നവരുടെ പത്മവ്യൂഹത്തിനകത്തേക്ക് കടന്നുചെല്ലാൻ മടി തോന്നി മാറിനിന്നു. മലയാറ്റൂർ ആർട്സ് ക്ലബ്ബ് സെക്രട്ടറി സ്ഥാനത്തേക്ക്, ദേശീയ പ്രബുദ്ധതയുള്ള വിദ്യാർഥി വിഭാഗത്തിന്റെ പ്രതിനിധിയായി മത്സരിച്ചു. കലാലയവളപ്പിലെ വൃക്ഷങ്ങളിലും പുറംമതിലുകളിലും കാർട്ടൂൺ പോസ്റ്ററുകളും നർമക്കുറിപ്പുകളിലൂടെയുള്ള അഭ്യർഥനകളുമൊക്കെ പ്രത്യക്ഷപ്പെട്ടു. അന്നതൊരു പുതുമയായിരുന്നു. 'അഭൂതപൂർവം' എന്നു പറഞ്ഞാലത് അക്ഷരംപ്രതി ശരിയായിരുന്നു. സ്വാതന്ത്ര്യത്തിനുവേണ്ടി പ്രവർത്തിക്കുന്നതിന്റെ ഒരുഭാഗംപോലെ മലയാറ്റൂരിനെ ജയിപ്പിക്കുന്നതിനുവേണ്ടി വിദ്യാർഥികളുടെ കൊച്ചുകൂട്ടങ്ങളോടു സംസാരിക്കുമ്പോൾ അഭിമാനം തോന്നി. ഇടവേളകളിൽ ഒഴിഞ്ഞ ക്ലാസുമുറിയിലിരുന്ന് സൈഗളിന്റെയും പങ്കജ്മല്ലിക്കിന്റെയും മറ്റും പാട്ടുകൾ പാടുന്ന ഒരു സംഘവുമുണ്ടായിരുന്നു. ആ സംഘത്തിലും മലയാറ്റൂരുണ്ടായിരുന്നു.

ഒന്നു ഞാൻ അന്നേ ശ്രദ്ധിച്ചിരുന്നു — പാടുമ്പോൾ മലയാറ്റൂരിനൊരു ലജ്ജാലുവിന്റെ മുഖഭാവമുണ്ടായിരുന്നു. അങ്ങനെ എന്നോ ഒരിക്കൽ പരിചയപ്പെട്ടു. മലയാറ്റൂരിനോടൊപ്പം ഞങ്ങളുടെ അരാധനാപാത്രങ്ങളായ പലരുമുണ്ടായിരുന്നു— അവിടത്തെ വിദ്യാർഥികളോ പുറമെ നിന്നു വരുന്ന വിദ്യാർഥികളോ ആയി ചിലർ കൂടി. ഒരു കറുത്ത തീപ്പൊരി പോലെ പാറിവരുന്ന ബാലകൃഷ്ണൻ. ആവേശത്തിരതള്ളലിലും അന്തസ്സുറ്റ ഭാഷ കൈവിടാത്ത പി കെ വി സുഖകരമായ ഒരു മണിയൊച്ച കേൾക്കുംപോലെ പ്രസംഗിക്കുന്ന എൽ ഡി ജോസ്. കലാലയത്തിനകത്തും ശ്രദ്ധേയരായ വിദ്യാർഥി പ്രമുഖരുമുണ്ടായിരുന്നു. ആദ്യകാലത്ത് വലിയ പ്രതീക്ഷയുണർത്തിയ കവിതകളെഴുതിക്കൊണ്ടിരുന്ന, പിൽക്കാലത്ത് നാടകത്തിലും പത്രപ്രവർത്തനത്തിലും 'സ്വക്ഷേത്രം' കണ്ടെത്തിയ ഓംചേരി, 'ചീത' എന്ന നാടൻ ദുഃഖകാവ്യമെഴുതി പ്രശസ്തനായ പിൽക്കാലത്ത് സ്വന്തം ഹാസ്യദർശനത്തെ കഥയിലും കാരിക്കേച്ചറുകളിലും പകർത്തിയ ആനന്ദക്കുട്ടൻ തുടങ്ങി പലരും. ഇവരുടെയെല്ലാം നടുവിൽ സ്വന്തമായ ഒരു ഇരിപ്പിടമുണ്ടായിരുന്നു മലയാറ്റൂരിന്.

പിന്നെ, മലയാറ്റൂർ നിയമവിദ്യാർഥിയായി — ഒന്നാമനായി ജയിച്ച് അഭിഭാഷകനായെങ്കിലും, അസംബ്ലി തിരഞ്ഞെടുപ്പിൽ മത്സരിച്ചു പരാജയപ്പെട്ടു. ഒരു പത്രപ്രവർത്തകനും കാർട്ടൂണിസ്റ്റുമാകാൻ കൊതിച്ച് ബോംബെയിൽ പോയി, തന്നെ സഹായിക്കാൻ കഴിയുമെന്നദ്ദേഹം പ്രതീക്ഷിച്ച ഡോ. മുൽക്ക് രാജ് ആനന്ദിനെപ്പോലുള്ളവരുടെ ഉദാസീനഭാവത്തിൽ മനസുനൊന്ത് മടങ്ങിപ്പോന്നു. കുടുംബധർമം നിറവേറ്റുവാൻ സ്വന്തം രാഷ്ട്രീയ ബോധത്തെ മനസിലൊതുക്കിനിർത്തി അദ്ദേഹം മജിസ്ട്രേട്ട് ഉദ്യോഗത്തിൽ പ്രവേശിച്ചു. അതിനു പൊലീസ് വെരിഫിക്കേഷന്റെ കടമ്പകൾ കടക്കേണ്ടിവന്നതൊക്കെ ഇന്നു പലർക്കുമറിയാവുന്ന പഴംകഥകളായിരിക്കുന്നു.

എറണാകുളത്ത് മഹാരാജാസ് കോളേജിൽ ഞാനുമൊരുദ്യോഗസ്ഥനായി. അധ്യാപകന്റെ കുപ്പായം ധരിച്ചു. ആയിടയ്ക്ക് 1957 ഒടുവിലെന്നോ എറണാകുളത്തെ കലൂർ റോഡിലൂടെ ഞാൻ നടന്നുവരുമ്പോൾ മലയാറ്റൂർ ഒരു റിക്ഷയിൽ എതിരെ വരുന്നതുകണ്ടു. ഞാൻ നിന്നു. റിക്ഷ നിർത്തി മലയാറ്റൂരിറങ്ങിവന്നു. തൊള്ളായിരത്തി നാൽപ്പത്തിയേഴിനും അമ്പത്തിയേഴിനുമിടയിലെ ഓർമകൾ. ഞങ്ങൾ മൗനത്തിലൊതുക്കിനിന്ന ആ നിമിഷങ്ങൾക്ക് കനവും കടുപ്പവുമുണ്ടായിരുന്നു. മലയാറ്റൂർ പറഞ്ഞു: "ഞാൻ സർക്കാർ ഉദ്യോഗസ്ഥനായി." ഞാനും പതുക്കെ പറഞ്ഞു: "ഞാനും" — "സർക്കാർ പള്ളിക്കൂടം വാധ്യാരേ പോയിവാ" എന്നു പറഞ്ഞ് മലയാറ്റൂർ റിക്ഷയിൽ കയറിപ്പോയി.

വർഷങ്ങൾക്കു മുമ്പ് വൈക്കത്ത് കിഷൻ ചന്ദർ മുഖ്യാതിഥിയായിരുന്ന പുരോഗമന സാഹിത്യസമ്മേളനത്തിലെ മലയാറ്റൂരിന്റെ അണിയറ പ്രവർത്തനങ്ങൾ, ആലുവായിൽ നടന്ന വിദ്യാർഥി ഫെഡറേഷൻ സമ്മർ ക്യാമ്പിലെ മലയാറ്റൂരിന്റെ കലാപരിപാടികൾ ഒക്കെയോർത്തു

കൊണ്ട്, അന്ന് ഒട്ടും ജനത്തിരക്കില്ലാതിരുന്ന എറണാകുളത്തെ നിരത്തിലൂടെ 'മഹാരാജാസി'ലെത്തിയപ്പോൾ,

"കരുതുവതിഹ ചെയ്യ വയ്യ! ചെയ്വാൻ
വരുതി ലഭിച്ചതിൽ നിന്നിടാ വിചാരം."

എന്ന ആശാന്റെ വരികളിൽ മനസ്സ് ഉടക്കിവീണു. മണിമുഴങ്ങി: സ്വകാര്യ വിചാരങ്ങളെല്ലാം മാറ്റിവച്ച് അരങ്ങത്തേക്ക് പോകുന്ന അഭിനേതാവിനെപ്പോലെ ഞാൻ ക്ലാസുമുറിയിലേക്ക് പോയി. കൈയിൽ 'ശ്രീരേഖ'യുണ്ടായിരുന്നുവോ അതോ 'കളിയച്ഛ'നോ? രണ്ടിലൊന്നായിരുന്നു. മറ്റെല്ലാം മറക്കുവാൻ എന്നെ സഹായിച്ച രണ്ടു കവിതാ പാഠപുസ്തകങ്ങളായിരുന്നു അവ.

മലയാറ്റൂർ മജിസ്ട്രേട്ട് പദവിയിൽനിന്ന് ഐ എ എസ്. നേടി ഭരണത്തിന്റെ 'വിധിയന്ത്രത്തിരിപ്പു'കാരനായി. അധികമൊന്നും ആയിടയ്ക്ക് നേരിൽ കണ്ടിട്ടില്ല. വലിയ ഗൗരവക്കാരനായിരുന്നു; കർക്കശക്കാരനായിരുന്നു, എന്നൊക്കെ ഗുണമോ ദോഷമോ ആയി പലരും പറഞ്ഞുകേട്ടിരുന്നു. ചൈനീസ് ആക്രമണകാലത്ത് കോളേജധ്യാപകരും സർക്കാരുദ്യോഗസ്ഥരുമൊക്കെ പങ്കെടുത്ത കിഴക്കേകോട്ടയിൽ നിന്നുള്ള ഒരു വലിയ പ്രതിരോധറാലിയിൽ സഹാധ്യാപകരോടൊപ്പം ഞാനുമുണ്ടായിരുന്നു. അവിടെവിടെയോനിന്ന് മലയാറ്റൂർ എന്റെയടുത്തേക്കുവന്ന് കാതിൽ പറഞ്ഞു: "മധുര മനോഹര മനോജ്ഞ ചൈനേ. സൂക്ഷിച്ചോ..." ഒന്നുമറിയാത്ത മട്ടിൽ നടന്നുപോവുകയും ചെയ്തു. ആ വാക്കുകളിൽ ഒരു കുസൃതിച്ചിരിയും ഒരു തുള്ളിക്കണ്ണീരുമുണ്ടായിരുന്നു എന്ന് എനിക്കിന്നും തോന്നുന്നു.

തന്റെ ഔദ്യോഗികഭാരമെല്ലാം സ്വയമുപേക്ഷിച്ച് 'വൈദേഹി'യിലെ സ്വീകരണമുറിയിൽ വന്നിരിക്കുമ്പോൾ, മാണിക്യം നഷ്ടപ്പെട്ട നാഗത്തിന്റെ വ്യസനം ആ മുഖത്തുണ്ടായിരുന്നില്ല—ഉറയൂരിക്കളഞ്ഞതിന്റെ ആശ്വാസം ഉണ്ടായിരുന്നുതാനും. എന്നാൽ, വിശ്രമജീവിതത്തിന്റെ സുഖം അനുഭവിക്കാൻ കഴിഞ്ഞിരുന്നുവോ? പത്നിയും മക്കളും മരുമക്കളും കൊച്ചുമക്കളുമെല്ലാം ഒത്തുകൂടുന്ന സന്ദർഭങ്ങളിലെ ആഹ്ലാദം മാത്രം. തന്റെയും പത്നിയുടെയും അകാലരോഗപാരവശ്യങ്ങൾ മനസിനെ തളർത്തിയിരുന്നുവോ?— എന്തായാലും അത്തരം തളർച്ചകളൊന്നും പുറമെ കണ്ടില്ല — അല്ലെങ്കിൽ, കാണാതിരിക്കാൻ ശ്രദ്ധിച്ചിരുന്നു. 'അമൃതം തേടി'യും 'ആറാംവിരലും' 'ബ്രിഗേഡിയർ കഥകളും' നിരവധി നർമലേഖനങ്ങളും കാർട്ടൂണുകളും ഏതാനും പെയിന്റിങ്ങുകളുമെല്ലാം ഈയൊരു വ്യാഴവട്ടത്തിൽ മലയാറ്റൂരിന്റെ സർഗാത്മകത ശക്തമായി നിലനിന്നു എന്നതിന്റെ തെളിവാണ്. ഏറ്റവുമൊടുവിലും രണ്ടു നോവലുകൾ—ഒന്ന് ഇംഗ്ലീഷിലും മറ്റൊന്ന് മലയാളത്തിലും; എഴുതിക്കൊണ്ടിരിക്കുകയായിരുന്നു. മലയാള നോവലിന് ഉടനെ ഒരു പേരുവേണം എന്ന് ഒരുദിവസം കാലത്ത് ഫോണിലൂടെ ആവശ്യപ്പെട്ടു. കഥയറിയാതെ ഞാനെങ്ങനെ ഒരു പേരുനിർദേശിക്കാനാണ് — എന്ന് പറഞ്ഞൊഴിയാനനുവദിച്ചില്ല.

'പ്രാപ്തം' എന്ന് തമിഴിൽ പറയുന്ന അർഥം വരുന്ന ഒരു പേരു മതിയെന്നായി — 'പ്രാപ്തമായാലോ?'— എന്നൊരു ചോദ്യവും. 'പ്രാപ്തം' കൊണ്ട് മലയാളത്തിൽ തമിഴിലെ അർഥഛായ വരില്ലെന്ന് ഞാൻ പറഞ്ഞു— മറ്റൊരു വാക്ക് സൂചിപ്പിച്ചാൽ കൊള്ളാം എന്നും, 'ശിരോലിഖിതം', 'തലയിലെഴുത്ത്' — ഈയർഥം മതി. പക്ഷേ. അൽപ്പമൊന്നു മാറ്റിത്തരണം — ശിരസിൽ വരച്ചത് എന്ന് ഞാൻ പറഞ്ഞു. സ്വീകാര്യമായി, വായിച്ചുകേൾക്കാൻ ജനുവരി ആദ്യവാരം ചെല്ലാമെന്നും സമ്മതിച്ചു. പക്ഷേ, അതുണ്ടായില്ല. ശാന്തമായ നിദ്രയിൽ മരണം പതുക്കെ കടന്നുവന്ന് ആ വലിയ മനുഷ്യനെ നിത്യശാന്തിയുടെ തീരത്തേക്ക് കൂട്ടിക്കൊണ്ടുപോയി. ആ മുഖത്ത് അന്ത്യനിദ്രയിലെന്തൊരു ശാന്തതയായിരുന്നു— ഒരു കുഞ്ഞുറങ്ങിക്കിടക്കുംപോലെ — ഉമാശങ്കർ ജോഷി, തന്റെ മരണത്തിന് ഏതാനും ആഴ്ചകൾക്കു മുമ്പ് ദില്ലിയിലെ ഒരു കവിസമ്മേളനത്തിൽ മരണത്തെപ്പറ്റി രണ്ടു കവിതകൾ വായിച്ചിരുന്നു. അതിലൊന്ന് ഒരു കൊച്ചുകുട്ടിയുടെ മരണത്തെപ്പറ്റിയായിരുന്നു. അതിന്റെ അവസാനഭാഗം എന്റെ മനസിലേക്ക് എന്തിനോ പിന്നെയും പിന്നെയും കടന്നു വരുന്നു:

"പിന്നെ നിൻ ജഡം കുഞ്ഞേ,
ചുമലിലെടുത്തിവർ
മന്ദപാദരായ് നട-
ന്നീടവേ, യരികത്തെ
വീടിന്റെ മട്ടുപ്പാവിൽ
നിൻ കൊച്ചുചങ്ങാതിയു-
ണ്ടേതുമേ മിണ്ടാതെ നീ-
ന്നുറ്റുനോക്കുന്നു നിന്നെ!
കളിയെന്തിത്? മുതിർ-
ന്നോരുടെ ചുമലേറി
മിഴിയും പൂട്ടി മലർ-
ന്നങ്ങനെ കിടക്കയോ ...?

ആ കൊച്ചുകുട്ടിയെപ്പോലെ നോക്കിനിന്നുപോയി. കട്ടിലിൽനിന്ന് ആ ജഡം നിലത്തേക്ക് ഇറക്കിക്കിടത്തുമ്പോൾ അതൊരു 'കളിയുറക്ക'മല്ലേ എന്നു തോന്നിപ്പോയി. ഏതു വലിയ കാര്യനിർവഹണവും അദ്ദേഹത്തിന് കളിപോലെ അനായാസമായിരുന്നല്ലോ!

കലവറയില്ലാത്ത സൗഹൃദം

പി കെ വാസുദേവൻ നായർ

ആയിരത്തിത്തൊള്ളായിരത്തി നാൽപ്പത്തി രണ്ടിൽ ആലുവാ യു സി കോളേജിൽ ഞങ്ങൾ ആദ്യമായി കണ്ടുമുട്ടി. അവിടെ എത്തുമ്പോൾ ഞാൻ പ്രത്യേകമായ യാതൊരു രാഷ്ട്രീയ ചായ്വും വച്ചുപുലർത്തിയിരുന്നില്ല. മലയാറ്റൂരും അങ്ങനെ തന്നെയായിരുന്നു. എന്നാൽ ഞങ്ങളും അതുപോലെ പതിനായിരക്കണക്കിന് വിദ്യാർഥികളും ശക്തമായ ഒരു കുത്തൊഴുക്കിൽ അലിഞ്ഞുചേർന്നു. നാടിന്റെ സ്വാതന്ത്ര്യത്തിനുവേണ്ടി നടന്ന ക്വിറ്റ് ഇന്ത്യാ സമരമാകുന്ന കുത്തൊഴുക്കിലാണ് ഞങ്ങളും ഒഴുകിയെത്തിയത്. യു സി കോളേജിൽ അന്ന് എ ഐ എസ് എഫ് എന്ന സംഘടന മാത്രമാണുണ്ടായിരുന്നത്. ഈ സംഘടനയാണ് സമരത്തിന് നേതൃത്വം നൽകിയത്. ഞാൻ സാധാരണ ഒരംഗം മാത്രമായിരുന്നെങ്കിൽ, മലയാറ്റൂർ ശ്രദ്ധിക്കപ്പെട്ട ഒരുശിരൻ പ്രവർത്തകൻ തന്നെയായിരുന്നു. ഈ കാലത്താണ് ഞങ്ങൾ കമ്മ്യൂണിസ്റ്റ് പാർട്ടിയുമായി ആദ്യം ബന്ധപ്പെട്ടത്.

പിന്നീട് 12 വർഷങ്ങൾക്കുശേഷം അദ്ദേഹം പെരുമ്പാവൂർ നിയോജക മണ്ഡലത്തിൽ കമ്യൂണിസ്റ്റ് പാർട്ടിയുടെ പിന്തുണയോടെ അസംബ്ലിയിലേക്ക് മത്സരിച്ചപ്പോൾ ഞാൻ അദ്ദേഹത്തിന്റെ പ്രധാന പ്രചാരകനായിരുന്നു. തിരഞ്ഞെടുപ്പിൽ അദ്ദേഹം പരാജയപ്പെട്ടെങ്കിലും ഉഷാറായ ഒരു പോരാട്ടം നടത്തുന്നതിൽ ഞങ്ങൾ വിജയിക്കുകയുണ്ടായി. തുടർന്ന് ദീർഘകാലത്തെ ഉദ്യോഗജീവിതത്തിലേക്കാണ് മലയാറ്റൂർ പ്രവേശിച്ചത്.

വർഷങ്ങൾക്കുശേഷം (നിരന്തരമായി ബന്ധപ്പെടാൻ ഞങ്ങൾക്ക് കഴിഞ്ഞിരുന്നു) അടുത്തിടപഴകാൻ ഞങ്ങൾക്ക് അവസരം ലഭിച്ചത് ഞാൻ കേരള മന്ത്രിസഭയിൽ അംഗമായപ്പോഴാണ്. കഷ്ടിച്ചു രണ്ടുകൊല്ലം മാത്രമുള്ളതായിരുന്നു എന്റെ മന്ത്രിജീവിതം. വ്യവസായ–വിദ്യുച്ഛക്തി വകുപ്പുകൾ കൈകാര്യം ചെയ്തശേഷം 11 മാസക്കാലം മുഖ്യമന്ത്രിയായ എനിക്ക് എന്റെ സഹപാഠിയായിരുന്ന മലയാറ്റൂരിനെ കേവലം ഒരു ഐ എ എസുകാരനായി കാണാൻ കഴിഞ്ഞില്ല. അദ്ദേഹം എന്റെ സുഹൃത്തും

സഹപ്രവർത്തകനും ആയിരുന്നു. പലപ്പോഴും അദ്ദേഹത്തിന്റെ ആശയങ്ങളും അഭിപ്രായങ്ങളും അറിയാൻ ഞാൻ താൽപ്പര്യം കാണിച്ചിരുന്നു.

ഐ എ എസിൽനിന്നു വിരമിക്കാൻ തീരുമാനിച്ചപ്പോൾ എന്നെപ്പോലെയുള്ള സുഹൃത്തുകളുടെ അഭിപ്രായം അദ്ദേഹം ആരാഞ്ഞിരുന്നു. മലയാറ്റൂരിന്റെ തീരുമാനം സ്വാഗതം ചെയ്തതായി ഞാൻ ഓർക്കുന്നു. ഞങ്ങൾ നിരന്തരമായി പിന്നീട് ബന്ധം പുലർത്തിയിരുന്നു.

ഇതിനിടയ്ക്ക് കല്ലുകടിക്കുന്ന ഒരു സംഭവമുണ്ടായി. ഗുരുവായൂർ സംഭവം. പലരും അത് ഓർക്കുന്നുണ്ടാവും. അദ്ദേഹത്തിന് താൽക്കാലികമായിട്ടായാലും പരിഭവവും പ്രതിഷേധവും തോന്നി. പരസ്യമായി അത് അദ്ദേഹം പ്രകടിപ്പിക്കുകയും ചെയ്തു. ഞാൻ മനഃപൂർവം പ്രതികരിക്കാതിരുന്നു. എന്നാൽ ഞങ്ങൾ തമ്മിലുള്ള ബന്ധത്തിന് ഒരു പോറൽ പോലും ഏറ്റില്ല. സ്നേഹസമ്പന്നമായ ഒരു ഹൃദയത്തിന്റെ ഉടമയായിരുന്നു മലയാറ്റൂർ. അദ്ദേഹത്തോട് യോജിക്കാൻ കഴിയാതെ വന്നപ്പോഴും ആ സ്നേഹിതനെ കൂടുതൽ സ്നേഹിക്കാൻ എനിക്കു കഴിഞ്ഞു.

ഇതിനിടെ ഞങ്ങളുടെ അഭ്യർഥന സ്വീകരിച്ച് മലയാറ്റൂർ *ജനയുഗം* വാരികയുടെ പത്രാധിപരായി. അദ്ദേഹത്തിന്റെ ആശയങ്ങൾ ആദരിച്ചു സംവിധാനങ്ങൾ ഒരുക്കാൻ ഞങ്ങൾക്കു കഴിയാതെ വന്നപ്പോൾ അദ്ദേഹം പത്രാധിപസ്ഥാനം ഒഴിയുകയും ചെയ്തു. എന്നാൽ സ്ഥാനം രാജിവയ്ക്കാനുള്ള തീരുമാനം ഞങ്ങളെ അറിയിക്കുന്നതിനുമുമ്പ് പത്രങ്ങളെ അദ്ദേഹം അറിയിച്ചപ്പോൾ ഞങ്ങൾക്ക് അൽപ്പം വിഷമം തോന്നി. ഞാനും പി എസ് ശ്രീനിവാസനും അദ്ദേഹത്തിന്റെ വസതിയിലെത്തി. അദ്ദേഹത്തിന്റെ നടപടിയോടു ഞങ്ങൾ വിയോജിച്ചു. ഉടൻതന്നെ ടെലഫോണിൽ പത്രക്കാരെ വിളിച്ച് രാജിവാർത്ത പ്രസിദ്ധീകരിക്കരുതെന്ന് മലയാറ്റൂർ തന്നെ അറിയിച്ചു. ഞങ്ങൾ സന്തോഷപൂർവം ചായ കുടിച്ചു, പിരിയുകയും ചെയ്തു.

എനിക്ക് ബൈപാസ് ശസ്ത്രക്രിയ വേണ്ടിവന്നപ്പോൾ മലയാറ്റൂർ പരിഭ്രാന്തനാവുക തന്നെ ചെയ്തു. പുല്ലുവഴിയിലെ വീട്ടിൽ ഞാൻ വിശ്രമിച്ചുകൊണ്ടിരുന്നപ്പോൾ കൂടെക്കൂടെ അദ്ദേഹം വിളിച്ചുകൊണ്ടിരുന്നു. എന്നുമാത്രമല്ല, കെ പി എ സിയുടെ ടേപ്പ് ചെയ്ത ഗാനങ്ങൾ ടെലിഫോണിൽ എന്നെ കേൾപ്പിക്കാനും അദ്ദേഹം തയാറായി. ഇത് എന്നെ കോരിത്തരിപ്പിച്ച സംഭവമാണ്.

സപ്തതി ആഘോഷിക്കാൻ ശാസ്ത്രി നഗറിലെ സുഹൃത്തുക്കൾ നിർബന്ധിച്ചതുകൊണ്ട് അദ്ദേഹം വഴങ്ങി. ഞാൻ അവിടെ എത്തിച്ചേരണമെന്ന് അദ്ദേഹത്തിന് നിർബന്ധമായിരുന്നെങ്കിലും എനിക്കു യാത്ര ചെയ്യാൻ കഴിയുമായിരുന്നില്ല. മലയാറ്റൂരിന്റെ അകാലചരമം സംഭവിക്കുമ്പോൾ ഞാൻ ഹൈദരാബാദിലായിരുന്നു. മടങ്ങിവന്ന 30-ാം തീയതിതന്നെ അദ്ദേഹത്തിന്റെ വീട്ടിൽ ചെന്നു. മരിച്ചതിന്റെ തലേദിവസം എന്നെ ടെലിഫോണിൽ വിളിച്ച് അന്വേഷിച്ചതായി മലയാറ്റൂരിന്റെ സഹോദരി പറഞ്ഞു.

അര നൂറ്റാണ്ടിലധികം നീണ്ട ഞങ്ങളുടെ സൗഹൃദത്തിന്റെ ഓർമകൾ എനിക്ക് ഏറ്റവും പ്രിയപ്പെട്ടവയാണ്.

മലയാറ്റൂരിന്റെ വിശ്വാസം

എൻ പി മുഹമ്മദ്

നട്ടപ്പാതിര കഴിഞ്ഞുകാണും. ശിവഗിരിയിൽ നിന്നു വന്ന എന്നെ, തിരുവനന്തപുരത്തുവരുമ്പോൾ പതിവായി താമസിക്കാറുള്ള ഹോട്ടലിൽ കൊണ്ടുവന്നുവിട്ടു. ഞാൻ തിരുവനന്തപുരത്തു ലാൻഡ് ചെയ്തത് മറ്റാർക്കും അറിയില്ല. ഉച്ചവരെ സുഖമായി ഒന്നുറങ്ങണം. എന്നിട്ടാവാം സുഹൃദ്സന്ദർശനങ്ങൾ.

ഉറക്കം ഉണർത്തിയതു ഫോണാണ്. നിലയ്ക്കാത്ത മണിയടി. റിസീവർ എടുത്തപ്പോൾ അങ്ങേത്തലക്കൽ മലയാറ്റൂർ രാമകൃഷ്ണൻ; "ഞാൻ അങ്ങോട്ടു വരുന്നുണ്ട്."

നേരം പത്തുമണിയേ ആകുന്നുള്ളൂ. ജനൽപ്പാളിയുടെ ചില്ലുകളിൽ തേജസുള്ള മഞ്ഞനിറം. വരാന്തയിലേക്കിറങ്ങി. വരാന്ത മുറിയുടെ പിൻഭാഗത്താണ്. അവിടെനിന്നു നോക്കിയാൽ തിരുവനന്തപുരത്തിന്റെ ഒരു കീറ്, തെങ്ങിൻതലപ്പുകളുടെ കരുവാളിച്ച പച്ചനിറത്തിലൂടെ കാണാം.

മലയാറ്റൂർ വരുംമുമ്പെ പ്രഭാതകൃത്യങ്ങൾ ധൃതിയിൽ ചെയ്തു തീർത്ത്, പ്രാതലും കഴിച്ചു, മലയാറ്റൂരിനെ കാത്തിരിപ്പായി.

മലയാറ്റൂരിനെ എപ്പോഴും കാണാറില്ല. അധികവും കാണാറ് വയലാർ അവാർഡിന്റെ ജഡ്ജിങ് കമ്മിറ്റിയിൽ അംഗമായിരിക്കുമ്പോഴാണ്. ഉച്ചയാകുമ്പോഴേക്കും ജഡ്ജിങ് കമ്മിറ്റിയുടെ തീരുമാനം വരും. പിന്നെയുള്ള ഉച്ചയൂണിനു മലയാറ്റൂരും ഉണ്ടാകും. അതുകഴിഞ്ഞ് രാത്രി ഏഴു മണിക്കുള്ള ദൂരദർശന്റെ പ്രക്ഷേപണം കഴിഞ്ഞേ അദ്ദേഹം പോകൂ.

അതിനിടയ്ക്കാണ് സംസാരം. തന്നെ കേന്ദ്രീകരിച്ചാണ് സംസാരം. തന്റെ വീഴ്ചകൾ, കോട്ടങ്ങൾ, വിചിത്രാനുഭവങ്ങൾ, പ്രതിസന്ധികൾ ഇവയൊക്കെ പതഞ്ഞുപൊങ്ങിവരും. സംസാരിക്കുന്നതിന് ഉയർച്ചയും താഴ്ചയുമുണ്ട്. അതു കേട്ടുകൊണ്ടിരിക്കാൻ രസം. അതിലും രസം ഒരിക്കലും അദ്ദേഹം എന്നോടു സാഹിത്യസിദ്ധാന്തങ്ങളെക്കുറിച്ച്

പറഞ്ഞിട്ടില്ലെന്നതാണ്. അതേക്കുറിച്ചദ്ദേഹം ഉദാസീനൻ. അല്ലെങ്കിൽ ഇത്രയധികം എഴുതാനാകുമോ?

വാതിൽക്കൽ കാൽപ്പെരുമാറ്റം.

മലയാറ്റൂർ രാമകൃഷ്ണൻ.

നടക്കാൻ ഞെരുക്കമുണ്ട്. കട്ടിലിൽ അദ്ദേഹം പതുക്കെ ഇരുന്നു.

അതിനിടയിൽ എന്റെ തലയിൽ ഒരു വെളിപാടിന്റെ മിന്നലൊളി. മലയാറ്റൂർ ഒരിക്കലും സമ്പൂർണമായ ആത്മകഥ എഴുതുമെന്നു തോന്നുന്നില്ല. ആത്മകഥ ഖണ്ഡശ്ശയായി സുഹൃത്തുക്കളോടു പറഞ്ഞുതീർക്കുന്നു.

സംഭാഷണത്തിന്റെ ഏതു ബിന്ദുവിലാണ് ആ ചോദ്യം വന്നതെന്നും എനിക്കിപ്പോൾ ഓർമയില്ല, കുറേനേരം കളിതമാശകൾ പറഞ്ഞതിനു ശേഷമാണ്.

"ഞാൻ ഗുരുവായൂർ ദേവസ്വം ബോർഡിൽ അംഗമാകുന്നതിനെക്കുറിച്ച് നിങ്ങൾ എന്തുപറയുന്നു?"

"ഇമ്മാതിരി കാര്യങ്ങളിൽ എന്തുപറയാനാണ്! അതൊക്കെ ഓരോരുത്തരുടെ ഇഷ്ടം. മറ്റുള്ളവരുടെ ഇഷ്ടാനിഷ്ടങ്ങൾ നോക്കേണ്ടതില്ല." എന്നിട്ടും എന്തേ എന്നോട് ചോദിക്കാൻ? എന്റെ മനസ്സ് ആ ചോദ്യത്തിനുമീതെ മേയുകയായിരുന്നു.

മലയാറ്റൂർ ഈശ്വരവിശ്വാസിയാണോ? എനിക്കറിഞ്ഞുകൂടാ. ആവാതിരിക്കാനാണ് സാധ്യത. അദ്ദേഹം ആചാരങ്ങൾ അടിച്ചേൽപ്പിക്കുന്ന വിധിവിലക്കുകളിൽ വിശ്വസിക്കുന്നില്ല. ആളൊരു കമ്യൂണിസ്റ്റനുകൂലിയാണെന്ന കേട്ടറിവ് എനിക്കുണ്ട്. അതും കമ്യൂണിസത്തിനോടുള്ള സൈദ്ധാന്തികഭ്രമം. നാസ്തികനായിരിക്കും. അങ്ങനെയുള്ള ഒരാൾ എന്തിനാ ദേവസ്വത്തിലേക്ക് പോകുന്നത്?

ഞാൻ മറുപടി പറയാത്തതുകൊണ്ട് അദ്ദേഹം ഒരു മറുപടി ആവശ്യപ്പെട്ടു.

"ഇപ്പോൾത്തന്നെ നിങ്ങൾ കെ ടി ഡി സി ചെയർമാനല്ലേ?

അതു ഭൗതികം, ഇത് ആധ്യാത്മികം. അങ്ങനെ തരംതിരിച്ച് ആവശ്യങ്ങൾ നേടണോ?"

"ആദ്യം ഭൗതികം പറയാം. ടൂറിസം വികസിപ്പിക്കേണ്ടതിനെക്കുറിച്ച് ഏറെ ആശയങ്ങൾ എനിക്കുണ്ട്. ഞാൻ മലബാറിലേക്ക് വരുന്നുണ്ട്. രണ്ടു ദിവസം ഒന്നിച്ചുകൂടാമോ?"

"നോക്കാം."

മലയാറ്റൂരിനൊപ്പം പ്രവർത്തിക്കുന്നതു രസകരമാണ്. ഞങ്ങൾ ഫിലിം സർട്ടിഫിക്കേഷന്റെ തിരുവനന്തപുരത്തെ ഉപദേശക സമിതിയിൽ ഒന്നിച്ചുപ്രവർത്തിച്ചിട്ടുണ്ട്. കളിയും തമാശയും പറയുന്ന ആൾ കാര്യത്തോടടുക്കുമ്പോൾ ബ്യൂറോക്രാറ്റ്. വസ്തുതകൾ പഠിക്കുന്നു. വസ്തുനിഷ്ഠമായ തീരുമാനമെടുക്കുന്നു. അത് യുക്തിഭദ്രതയോടെ വിശദീകരിക്കുന്നു.

"ഇനി ആധ്യാത്മികം.''

"എന്താണ് ഇതിലിത്ര കമ്പം?"

"കമ്പമല്ല, പരമപ്രധാനം."

മലയാറ്റൂരിന്റെ മുഖത്തു ഗൗരവത്തിന്റെ നിഴൽ വീണു. കണ്ണിൽ അരണ്ട വെളിച്ചത്തിന്റെ തിളക്കം. സിഗരറ്റുകുറ്റിയിലെ ചാരം തട്ടിക്കൊണ്ടദ്ദേഹം എന്റെ അടുത്തേക്കിരുന്നു. ശബ്ദം താഴുന്നു. "വേണിയുടെ രോഗം എൻ പിക്കറിയില്ലേ?"

"അറിയാം."

"രോഗശമനമാവുന്നില്ല."

വൈദേഹിയിൽ ചെന്നാൽ അതറിയാം. മലയാറ്റൂർ പിറകിലെ പുസ്തകങ്ങൾ വച്ച അലമാരയുടെ മുമ്പിൽ കസേരയിൽ. ഭാര്യ അകത്തെവിടെയോ? അകത്തളങ്ങളിൽ മൂകവേദന തളംകെട്ടിക്കിടക്കുന്നുവോ?

സ്വജീവിതത്തിലെ ഒരേട് പറിച്ചെടുത്തു വായിക്കാൻ തരികയായിരുന്നു അദ്ദേഹം. ഭാര്യയുടെ രോഗശമനത്തിനു പരീക്ഷിക്കാത്ത ചികിത്സകൾ ഒന്നുമില്ല. എല്ലാം നിഷ്ഫലമായി. ഇപ്പോൾ ഭാര്യ പറയുന്നു. നിങ്ങൾ ഗുരുവായൂരപ്പനു സേവ ചെയ്താൽ എന്റെ രോഗം തീർത്തും ഭേദമാകുമെന്നുറപ്പുണ്ട്. നിങ്ങൾ അതു ചെയ്യുമോ?

അതു വിശ്വാസത്തിന്റെ കാര്യമായിരുന്നു. അന്യന് അതിൽ ഒന്നും ചെയ്യാനില്ല.

"നിങ്ങളോ? നിങ്ങളെന്തു തീർച്ചയാക്കി?"

എന്റെ കണ്ണിലേക്കു നോക്കിക്കൊണ്ടു മറുപടി.

"എന്നെ കാണാതിരിക്കൂ. എന്റെ ഭാര്യ അത്ര കഷ്ടപ്പെട്ടിട്ടുണ്ട്. അവൾ വേദന തിന്നുകയാണ്. അവളുടെ രോഗം മാറണം."

മുമ്പിലിരിക്കുന്ന മനുഷ്യന്റെ വിശ്വാസം എന്റെ മനസിൽ പൂപോലെ വിരിഞ്ഞുവരുന്നത് ഞാൻ കണ്ടു. നിന്റെ വിശ്വാസം നിന്നെ രക്ഷിക്കും. വിശ്വാസം മനശ്ശാന്തി നൽകുന്ന വെളിച്ചമായി വരാറുണ്ട്. മലയാറ്റൂർ വാചാലനാകുകയായിരുന്നു, ആ വാചാലതയ്ക്ക് ആത്മീയമായ ഒരു മാനം ഉണ്ടാകുകയായിരുന്നോ? എന്റെ മനസ്സ് പൂരിപ്പിക്കുന്നു. ഈ മനുഷ്യൻ വിശ്വാസിയാണ്.

മലയാറ്റൂരിനു മനസ്സ് ചാഞ്ചാടുകയായിരുന്നു. ഒരുറച്ച തീരുമാനം എടുക്കാനുള്ള കെൽപ്പുകിട്ടുന്നില്ല. അതിനും സുഹൃത്തുക്കളുടെ സഹായം കിട്ടണം.... അതിന് ആദ്യംകണ്ട എന്നോടു മനസു തുറക്കുകയായിരിക്കാം.

"നിങ്ങൾ ഉറച്ച തീരുമാനം എടുക്കൂ. നിങ്ങളോടൊപ്പം ഞാനും വീട്ടിലേക്കു വരാം. ഭാര്യയോടു നിങ്ങളുടെ തീരുമാനം പറയൂ."

തെല്ലിട സംശയിച്ചു രാമകൃഷ്ണൻ. അദ്ദേഹത്തിന്റെ നെറ്റിയിൽ മൂന്നാലു ചുളിവുകളുടെ ഞാഞ്ഞൂലുകൾ. എന്നിട്ടദ്ദേഹം പറഞ്ഞു:

"എൻ പി വരണ്ട, വന്നാൽ നിങ്ങളുടെ പ്രേരണകൊണ്ടാണ് ഞാൻ തീരുമാനമെടുത്തതെന്ന് അവൾ സംശയിച്ചാലോ? എന്റെ സ്വന്തം തീരുമാനമാണെന്നറിഞ്ഞാൽ വേണി സന്തോഷിക്കും."

അദ്ദേഹം പറഞ്ഞു: "ആചാരവിധികളൊന്നും എനിക്കനുസരിക്കാൻ ആകുന്നില്ല. പക്ഷേ, അർപ്പണബോധത്തോടെ എനിക്കു ഏത് ജോലിയും ചെയ്യാനാവും. കർമവും ഈശ്വരസേവയല്ലേ?"

പിന്നെയും അദ്ദഹം സംസാരിച്ചുകൊണ്ടിരുന്നു. അന്തിച്ചുകപ്പ് തിരശ്ശീലകളുടെ നിറം മാറ്റുന്നു. കാളിങ്ബെല്ലിന്റെ ശബ്ദം. വാതിൽ തുറന്നപ്പോൾ കറുത്തുമെലിഞ്ഞ ഒരാൾ.

"മണി. എന്റെ സ്നേഹിതൻ." മലയാറ്റൂർ പറഞ്ഞു.

രാമകൃഷ്ണൻ എണീറ്റു. മണി അദ്ദേഹത്തിന്റെ സഹായിയായി. ലിഫ്റ്റിൽ കയറുമ്പോൾ മലയാറ്റൂർ: "ഞാൻ കൂടുതൽ വിവരങ്ങൾ പീന്നീടറിയിക്കാം."

അദ്ദേഹം വാക്കുപാലിച്ചു. അതിനിടെ ദേവസ്വം ബോർഡിലേക്കദ്ദേഹത്തെ നോമിനേറ്റു ചെയ്തിട്ടുണ്ടെന്ന കേട്ടറിവേ എനിക്കുണ്ടായിരുന്നുള്ളു.

ഒരു ദിവസം സന്ധ്യക്കാണ് അദ്ദേഹത്തിന്റെ ദൂതൻ വന്നത്. ദൂതൻ *കേരളകൗമുദി*യുടെ ഗുരുവായൂർ ലേഖകൻ നരേന്ദ്രമേനോനായിരുന്നു.

നരേന്ദ്രമേനോൻ പറഞ്ഞു: "മലയാറ്റൂരിനു തന്റെ മുഴുവൻ കഴിവും ഗുരുവായൂരപ്പനർപ്പിക്കണമെന്ന ആഗ്രഹമുണ്ടായിരുന്നു. പക്ഷേ......"

എന്റെ മനസ്സ് പൂരിപ്പിക്കുന്നു, 'കർമം ഈശ്വരപ്രസാദത്തിലേക്കുള്ള പാത. ആ പാതയിൽ ആരോഗ്യവതിയായ വേണി.'

പിറ്റേന്നു മറ്റൊരു കാര്യം ഉണ്ടായതായി പത്രവാർത്ത. മലയാറ്റൂർ കെ ടി ഡി സി ചെയർമാൻ സ്ഥാനം രാജിവച്ചിരിക്കുന്നു. വളരെ അശാന്തനായിരുന്നു അദ്ദേഹം. ചിലരുടെ കള്ളക്കളികളാണ് തന്നെ ദേവസ്വം ബോർഡിന്റെ ചെയർമാൻ സ്ഥാനത്തുനിന്ന് അകറ്റിനിറുത്തിയതെന്ന് അദ്ദേഹം ദൃഢമായി വിശ്വസിച്ചിരുന്നു.

മലയാറ്റൂരിന് പദവി ആയിരുന്നില്ല ആവശ്യം. അദ്ദേഹത്തിന് ചെയർമാൻ സ്ഥാനം ചികിത്സാപദ്ധതിയുടെ ഭാഗമായിരുന്നു. അദ്ദേഹത്തിന്റെ കടുത്ത ആഗ്രഹം ഭാര്യയുടെ രോഗശമനമായിരുന്നു.

പത്നി, മലയാറ്റൂരിന്റെ മുമ്പിൽ സ്നേഹം.

സ്നേഹം, ഈശ്വരവിശ്വാസം.

ജ്ഞാനപീഠത്തിന് നഷ്ടമായ പ്രതിഭ

ഡി ബാബുപോൾ

ആയിരത്തിത്തൊള്ളായിരത്തി അൻപത്തി രണ്ട് പെരുമ്പാവൂരിന് തൊട്ടുകിഴക്കുള്ള ഒരു ഗ്രാമചത്വരം. ഇടതുപക്ഷ സ്വതന്ത്രനായി മത്സ രിക്കുന്ന പി ഗോവിന്ദപ്പിള്ളയുടെ തിരഞ്ഞെടുപ്പു പ്രചരണം. അവിടെ സുമുഖനായ ഒരാൾ പ്രസംഗിക്കുന്നു. പള്ളിക്കൂടത്തിൽ വാഗ്മിയായി വാഴ്ത്തപ്പെട്ട പതിനൊന്നുകാരൻ പയ്യൻ അത്ഭുതാദരങ്ങളോടെ ചെവി വട്ടംപിടിച്ച് കേട്ടുകൊണ്ട് പൂഴിമണ്ണിൽ ഇരുന്നു. പ്രസംഗകന്റെ പേര് മല യാറ്റൂർ രാമകൃഷ്ണൻ. പയ്യൻ വീട്ടിൽ ചെന്ന് പറഞ്ഞു: "ഗോപിച്ചേട്ടന്റെ യോഗത്തിന് പോയി. നല്ലൊരു പ്രസംഗം കേട്ടു. അത് ഒരു കുമ്പസാരം ആയിരുന്നു. കാരണം ഗോപിച്ചേട്ടൻ കുടുംബാംഗമാണെങ്കിലും കമ്യൂ ണിസ്റ്റാണ്. എതിർസ്ഥാനാർഥികൾ അച്ഛന്റെ ആത്മമിത്രം ഇട്ടിക്കുര്യൻ വക്കീലും ഗോപിച്ചേട്ടനെപ്പോലെ അച്ഛന്റെ ശിഷ്യനായിരുന്ന പി വി തോ മസ് ചേട്ടനും യഥാക്രമം കോൺഗ്രസും ഐ എസ് പി യും. "ഹെഡ്മാ സ്റ്ററച്ചന്റെ വോട്ട് വേണം എന്ന് പറയാനുള്ള ധൈര്യം എനിക്കില്ല. എന്നാൽ അനുഗ്രഹം വേണം." ഞങ്ങളുടെ ചുറ്റുവട്ടത്തുള്ളവരൊക്കെ ഇട്ടിക്കുര്യൻ വക്കീലിന്റെ പിന്തുണക്കാരാണ്. അതുകൊണ്ടാണ് പ്രസ്താ വന കുമ്പസാരം ആയത്. അച്ഛൻ പറഞ്ഞു: "മലമുകളിൽ ഇരുന്ന് ഞാനും കേട്ടു. ആ പട്ടരുകൊച്ചന്റെ പ്രസംഗം കൊള്ളാം. നമ്മുടെ ഗോപി അത്ര വരൂല്ല." ശരിയാണ്. അന്ന് പി ജി യുടെ പ്രസംഗം ഇന്നത്തെയത്ര രൂപ പ്പെട്ടിട്ടില്ല. പട്ടരുകൊച്ചൻ പിന്നെ മജിസ്ട്രേട്ടായി, കളക്ടറായി. പ്രസം ഗിക്കാൻ പോകാതായി. അതുകൊണ്ട് ഈ വാഗ്മിതാഭാവം അധികംപേർ അറിഞ്ഞില്ല.

എന്നാൽ കുസൃതി അന്നും കൂടപ്പിറപ്പായിരുന്നു. സർവീസിൽ കയറി സുഹൃത്തുക്കളായശേഷം ആണ് 1952 ൽ പ്രചരിച്ച ഒരു ഈരടി മലയാ റ്റൂർ മൂളിവിട്ടത്. അന്ന് കോൺഗ്രസിന്റെ ചിഹ്നം നുകംവച്ച കാളകളാ

ണല്ലോ. മലയാറ്റൂർ മൂളിയത് ഇങ്ങനെ. താറിട്ടറോട്ടേ കയറിട്ട കാള — ഇട്ടിക്കുര്യനെ വലി വലി." ഡിസംബർ 21 ന് ഞങ്ങൾ അവസാനം കണ്ട വേളയിലും സ്വാമി അത് ഓർത്തു. തനിക്കോർമയുണ്ടോ 'താറിട്ട റോട്ടേ?' ഞാൻ പൂരിപ്പിച്ചുകൊടുത്തു അത് അന്തകാലം അല്ലവാ? എന്ന് അയ്യർ ദ ഗ്രേറ്റ്.

1954 ൽ അയ്യർ തന്നെ സ്ഥാനാർഥിയായി. സ്ഥാനാർഥി വരച്ച കാർട്ടൂണുകൾ വാൾപോസ്റ്ററുകളായിരുന്നു എന്ന് ഞാൻ ഓർക്കുന്നു. അന്നൊരിക്കൽ സ്വാമിയെ കൂവിയ കൂട്ടത്തിൽ ഞാനും കൂ-കൂ എന്നു വിളിച്ച കാര്യം അനുകരണീയനായ മലയാറ്റൂർ മന്ദഹാസത്തോടെ, പലപ്പോഴും ഓർമിപ്പിക്കുമായിരുന്നു. ഒടുവിൽക്കണ്ട വേളയിലും മകനോട് പറഞ്ഞു കൊടുത്തു ഈ കഥ.

സ്വാമി മജിസ്ട്രേട്ടായി. ഐ എ എസുകാരനായി. ഞാനും ആ വഴിയിൽ എത്തിയതിനുശേഷമാണ് പെരുമ്പാവൂർക്കാരുടെ ഐക്യദാർഢ്യം ശക്തമായത്.

സ്വാമി *യന്ത്രം* എഴുതിക്കൊണ്ടിരിക്കുന്ന കാലം. അടുത്ത ലക്കത്തിലേക്ക് അടിക്കാൻ അധ്യായമില്ല എന്നറിയിക്കുമ്പോൾ ധൃതിയിൽ എഴുതിയതാണ് അതിലെ പല അധ്യായങ്ങളും. അത്തരം ഒരു സന്ദർഭത്തിന് ഞാൻ സാക്ഷിയാണ്. ഞാൻ കളക്ടറും സ്വാമി റവന്യു സെക്രട്ടറിയും ആയിരുന്നു എന്ന് തോന്നുന്നു. ഒരുനാൾ ഇത്തരം ഒരു സന്ദേശം വന്നപ്പോൾ സ്വാമി ഞങ്ങളുടെ സംഭാഷണം അവസാനിപ്പിച്ചുകൊണ്ട് പറഞ്ഞു: "ഡേയ് ബാബൂ സോറി; അനന്തകൃഷ്ണനടക്കമുള്ളവരെ ആ പുസ്തകത്തിൽ ഞങ്ങൾക്ക് കാണാം. എന്നാൽ ഉദ്ധരണികളുടെ ഏതു സമാഹാരത്തിലും ചേർക്കാവുന്ന എത്രവാക്യങ്ങളാണ് അനായാസം ആ തൂലിക ചൊരിഞ്ഞിട്ടുള്ളത് എന്നോർക്കുമ്പോഴാണ് മലയാറ്റൂരിന്റെ ജീനിയസ് തെളിഞ്ഞുവരുന്നത്. ബാലചന്ദ്രന്റെ ഭാര്യാസഹോദരിയുടെ ഒരു ന്യായവാദം പെട്ടെന്ന് ഓർമയിൽ വരുന്നു: "അറിയാത്ത ദുഃഖങ്ങൾ ആരെയും വേദനിപ്പിക്കുന്നില്ല."

സ്വാമിയുടെ ജീനിയസിനെക്കുറിച്ച് ഞാൻ ഉപന്യസിക്കുന്നില്ല. സ്വാതിതിരുനാളിനെ അനുസ്മരിപ്പിക്കുന്ന ഒരു ബഹുമുഖ പ്രതിഭയായിരുന്നു സ്വാമി എന്ന് ഇന്ത്യൻ എക്സ്പ്രസിനോട് പറഞ്ഞത് ആവർത്തിച്ചുകൊള്ളട്ടെ. സമർഥനായ വിദ്യാർഥി, പ്രഗത്ഭനായ പ്രഭാഷകൻ, കഴിവുറ്റ ഭരണാധികാരി, നല്ല ചിത്രകാരൻ, അനുഗൃഹീത സാഹിത്യകാരൻ, ചലച്ചിത്ര മേഖലയിലും കാൽപ്പാടുകൾ അവശേഷിപ്പിച്ച പ്രതിഭാശാലി, കളക്ടേഴ്സ് കോൺഫറൻസിന്റെ നടപടിക്കുറിപ്പുകൾ *ചിത്രരാമായണം* പോലെ കാർട്ടൂണുകളിൽ അവതരിപ്പിക്കാൻ ശക്തനായിരുന്ന കാർട്ടൂണിസ്റ്റ്. സംഭാഷണചതുരൻ, ഫലിതപ്രിയൻ, വയലാർ ട്രസ്റ്റിന്റെയും അവാർഡിന്റെയും ശിൽപ്പി; ഇങ്ങനെ എത്രയെത്ര മുഖങ്ങൾ. ആരെന്തുപറഞ്ഞാലുംശരി ഭൂപരിഷ്കരണം എന്ന ഏട്ടിലെ പശുവിനെ റോട്ടിലിറക്കി പുല്ലു തിന്നാൻ വിട്ടത് കെ ടി ജേക്കബും മലയാറ്റൂർ രാമ

കൃഷ്ണനനും കൂടെ ആയിരുന്നു എന്ന് അന്ന് കളക്ടർമാരായിരുന്നവർക്കൊക്കെ അറിയാം.

ഇപ്പറഞ്ഞത് മലയാറ്റൂരിന്റെ മദ്യപാനത്തിലേക്ക് വരാൻ പ്രേരിപ്പിക്കുന്നു. അത് പലപ്പോഴും അതിരുവിട്ടിരുന്നു. അദ്ദേഹത്തിന്റെ സ്വകാര്യ ദുഃഖങ്ങൾ അറിയാത്തവർ അക്ഷന്തവ്യമായി കരുതിയിരുന്നിരിക്കാമെങ്കിലും അദ്ദേഹം ഒരിക്കലും മദ്യപാനം ഒളിച്ചുവയ്ക്കാൻ ശ്രമിച്ചിരുന്നില്ല. സാഹിത്യപ്രവർത്തക സഹകരണ സംഘത്തിൽ ഒരുമിച്ച് പ്രവർത്തിച്ചപ്പോഴും സെക്രട്ടേറിയേറ്റിൽ വല്ല യോഗത്തിലും ഒത്തുചേർന്നിട്ട് പിരിയുന്നത് സന്ധ്യാനേരത്താണെങ്കിലും എനിക്കനുഭവമാണ്. രാപകൽഭേദം ഒന്നും കാര്യമാക്കാതെ സ്വാമി മദ്യപിക്കുമായിരുന്നു. കോട്ടയം റസ്റ്റ്ഹൗസിലായാലും തിരുവനന്തപുരം ക്ലബ്ബിലായാലും പെൻഷനായതിനുശേഷം മിക്ക ദിവസവും ഒമ്പത് – ഒമ്പതര ആകുമ്പോൾ ഫോണടിച്ചാൽ എന്റെ ഭാര്യപറയും: "മലയാറ്റൂർ ആയിരിക്കും." അത് ശരിയും ആയിരിക്കും. "ഡേയ് ബാബു, വി ആർ ഫ്രം പെരുമ്പാവൂർ, ഐ ഫ്രം കൂവപ്പടി, യൂ ഫ്രം കുറുപ്പംപടി ബട്ട് ബോത്ത് പെരുമ്പാവൂർ. ഡോണ്ട്ഫർഗെറ്റ് വീ ഹാവ് എ നെയിം റ്റൂ കീപ്പ്. യൂ അണ്ടർസ്റ്റാന്റ്." ഇങ്ങനെ ഒരു ആറേഴ് മിനിട്ട് സർ സർ എന്ന് പറയുകയേ വേണ്ടൂ ഞാൻ. ചിലപ്പോൾ ദേഷ്യപ്പെടും. "എന്തു സർ സർ പറയെടാ വല്ലതും. അതോ കിടക്കാൻ ധൃതി ആയോ മൈ അപ്പോളജീസ് ടു നിർമ്മല."

"അല്ല സാർ. ഞാൻ രണ്ടുമണിക്ക് ഉണരുന്നതുകൊണ്ട്....."

"ഓ. തന്റെ ഡിക്ഷ്ണറി. വൈജ്ഞാനിക സാഹിത്യകാരാ, നമോവാകം."

"ഇല്ല സാർ. പറയണം. സാർ ധൃതിയില്ല സാർ."

"പോടെ ഇനി ഒന്നും പറയുന്നില്ല. ഗുഡ് നൈറ്റ്."

പിന്നെ അടുത്തദിവസം അതേ സമയത്താവും അടുത്ത വിളി. ഇനി ഒരിക്കലും കേൾക്കാത്തവിളി.

ഒടുവിൽ കണ്ടപ്പോഴും വാത്സല്യം കിനിഞ്ഞ നിമിഷങ്ങളായിരുന്നു ഓരോന്നും. മകന്റെ വിവാഹത്തിനുമുമ്പ് അവനെ അനുഗ്രഹിപ്പിക്കാൻ കൊണ്ടുചെന്നതാണ്. എന്നെക്കുറിച്ച് എന്തൊക്കെയോ മകനോടു പറഞ്ഞുകൊടുത്തു. എന്നിട്ട് എന്നെ കണ്ണിറുക്കിക്കാണിക്കുകയും!

ഞാൻ വീണ്ടുപോലും കുടിക്കാതായത് അരസികത്തമായി കണ്ടു സ്വാമി. "താനെന്ത് നേരെ സ്വർഗത്തിൽ പോകുമോ?" ഒടുവിൽ കണ്ടപ്പോൾ പക്ഷേ, മട്ടുമാറിയിരുന്നു. അത്യാവശ്യം വന്നാൽ ഒരു പൈന്റ് വരുത്തും, കൂടുതൽ വാങ്ങിവച്ചാൽ കൂടുതൽ കുടിച്ചുപോകും. അതുകൊണ്ട് ഐ ആം ട്രയിങ് ടു കൺട്രോൾ. ആഫ്റ്റർ ഓൾ വേണി നീഡ്സ് മി മോർ — എന്നിട്ടിപ്പോൾ അതേ വേണിയെ വൈദേഹിയിൽ ഒറ്റയ്ക്കാക്കി സ്വാമി 'സൂത്രത്തിൽ' അങ്ങുപോയി. മരിക്കയാണെന്നറിയാതെ മരിച്ച മഹാഭാഗ്യവാൻ എന്ന് മലയാറ്റൂരിനെക്കുറിച്ച് പറയുമ്പോൾ എന്റെ മനസ്സ് തേങ്ങുന്നു.

“താറിട്ട റോട്ടേ കയറിട്ട കാള....” ഡിസംബർ 21 ന് അവസാനമായി കേട്ട ആ ശബ്ദം കാതിൽ മുഴങ്ങുന്നു. അപ്പോൾ കണ്ട ആ അർധമന്ദ ഹാസം മനോമുകുരത്തിൽ തെളിയുന്നു.

സാർ, ഐ എ എസിന് അങ്ങയെ ഉൾക്കൊള്ളാനായില്ല. ഈ തല മുറയ്ക്ക് പൂർണമായി അറിയുവാനും കഴിഞ്ഞില്ല. എന്നാൽ അങ്ങേക്ക് മരണമില്ല. കുറച്ചുനാൾകൂടെ ജീവിച്ചിരുന്നെങ്കിൽ ജ്ഞാനപീഠം അങ്ങയെ തേടി വരുമായിരുന്നു, എന്ന് ഭാവിയിലെ സാഹിത്യചരിത്രകാരന്മാർ അങ്ങയെ വിലയിരുത്തുകതന്നെ ചെയ്യും. എന്ന് സ്വന്തം പെരുമ്പാവൂറിയൻ.

രാമയ്യൻ

ടി ജെ എസ് ജോർജ്

ഒരുകാലത്ത് പരദേശ ബ്രാഹ്മണന്റെ ജീവിതദൗത്യം 'ടൈപ്പുപഠിച്ച്' ബോംബെക്കു പോകുക എന്നതായിരുന്നല്ലോ. ആ കാലത്താണ് രാമകൃഷ്ണൻ അച്ഛനോട് "നാൻ ബോംബെക്ക് കൊട്ടപ്പോകമാട്ടേൻ" എന്നു ശങ്കിച്ചെങ്കിലും തുറന്നുപ്രഖ്യാപിച്ചത്.

ജീവിതചക്രം തിരിഞ്ഞു. രാമകൃഷ്ണൻ ബോംബെക്കുപോയി. കൊട്ട്–കൊട്ട്–കൊട്ടകൊട്ട്–കൊട്ടി നല്ല പത്രപ്രവർത്തകനാകാൻ.

ഞാൻ ഫ്രീപ്രസ് ജർണലിൽ 125 രൂപ മാസശമ്പളത്തിൽനിന്ന് അവിശ്വസനീയമായ 175 ലേക്ക് കുതിച്ചതിന്റെ ഗമയിൽ മിന്നിനിൽക്കുകയായിരുന്നു. ആറേഴുപേർക്ക് ഇരിക്കാവുന്ന ഒരു ഊണുമേശയായിരുന്നു ഞങ്ങളുടെ ന്യൂസ്ഡസ്ക്. ഉഗ്രൻ സാധനം. രാത്രി ഡ്യൂട്ടി കഴിഞ്ഞാൽ പത്രക്കെട്ടു തലയ്ക്കടിയിൽ വച്ച് നീണ്ടുനിവർന്നു കിടക്കാൻ ഉത്തമം. ന്യൂസ് എഡിറ്റർ ഹരിഹരൻ അവിടെ കിടക്കാൻ കൂട്ടാക്കാഞ്ഞതുകൊണ്ടും ജോലിയിൽ രാമകൃഷ്ണനെക്കാൾ ഒന്നൊന്നരക്കൊല്ലത്തെ മൂപ്പ് എനിക്കായതുകൊണ്ടും മേശപ്പുറം എന്റെ അവകാശമായിരുന്നു. പക്ഷേ, ഔദാര്യമതിയായ ഞാൻ പലപ്പോഴും മേശ പുള്ളിക്കുകൊടുത്തിട്ട് കസേരാവലംബിതനാകും. കൈയില്ലാ കസേരകളായിരുന്നു അന്ന്. നാലെണ്ണം അടുപ്പിച്ചാൽ പള്ളിമെത്ത. എങ്ങനെയായാലും ഉറക്കം ബഹുസുഖം.

സബ്എഡിറ്റർ പണി തുടങ്ങി ദിവസങ്ങൾക്കകം താൻ വെട്ടിൽ വീണിരിക്കുന്നുവെന്ന് രാമകൃഷ്ണന് മനസിലായി പി ടി ഐ, റിപ്പോർട്ടുകളിലെ തെറ്റുകൾ തിരുത്തുക, ഖണ്ഡികകൾ തിരിച്ച് അടയാളപ്പെടുത്തുക. വലിയ അക്ഷരങ്ങൾ വേർതിരിച്ചു കാണിക്കുക, തലക്കെട്ടുകളെഴുതുക— ഒന്നും ഇഷ്ടന് സുഗമമായിരുന്നില്ല. പത്രപ്രവർത്തനമെന്നുവച്ചാൽ മരണമില്ല. ഗദ്യമെഴുത്താണെന്നും, ചരിത്രത്തിന്റെ ഗതി തിരിച്ചുവിടുകയാണെന്നും മറ്റുമൊക്കെയാണ് മൂപ്പർ ധരിച്ചിരുന്നതെന്നു

തോന്നി. തിരുത്തുപണി ബോറായപ്പോൾ പട്ടണം ചുറ്റലായി. അങ്ങനെയാണ് മലബാർഹില്ലും ഫോറാസ് റോഡുമൊക്കെ കൈയേറിയത്.

ഒരുദിവസംപോലും വെറുതെ കളയുന്നത് രാമയ്യന് (ഞാൻ വിളിച്ചിരുന്നതങ്ങനെ) ഇഷ്ടമില്ലായിരുന്നു. എഴുതുക, വായിക്കുക, ശ്രദ്ധിക്കുക, അങ്ങനെ സദാ മെറ്റീരിയൽ ശേഖരിക്കുക അതായിരുന്നു സ്വഭാവം. അതുകൊണ്ടുതന്നെ പത്രപ്രവർത്തനം തോൽവിയിൽ കലാശിച്ചപ്പോൾ ഞങ്ങൾക്ക് നിരാശയോ മനഃസ്താപമോ ഉണ്ടായില്ല. എങ്ങനെ എറിഞ്ഞാലും നാലുകാലിൽത്തന്നെ രാമയ്യൻ വീഴുമെന്ന് ഞങ്ങൾക്കിരുവർക്കും തീർച്ചയുണ്ടായിരുന്നു.

യൂണിവേഴ്സിറ്റി കോളേജിൽ വച്ചാണ് ഞാൻ അറിഞ്ഞത്. അന്നത്തെ രാമയ്യൻ എന്തിനും തയാറായ ഒരു സാഹസികനായിരുന്നു. താരതമ്യേന നിർദോഷമായ വികൃതികളായിരുന്നു അന്നത്തെ സാഹസികത. വിദ്യാർത്ഥി രാഷ്ട്രീയമെന്നു പറഞ്ഞാൽ റൗഡിക്കളി ആയിരുന്നില്ല. റാഗിങ്ങിന്റെ പേരിൽ ആരെക്കൊന്നും ആരും രസിച്ചിരുന്നില്ല. രാത്രി ഒരു മണിക്ക് ഗേറ്റുചാടി പാളയത്തെ ടൗൺ ഹോട്ടലിൽ കാപ്പി കുടിക്കുന്നതായിരുന്നു ശൂരകൃത്യങ്ങളിൽ മുന്തിയ ഇനം. ഇത്തിരി വെള്ളമടിക്കുന്നത് വളരെ ധൈര്യശാലികളായ ചുരുക്കം ചിലർ മാത്രം. അതിൽ ചിലപ്പോൾ രാമകൃഷ്ണൻ – മേനോൻ – പങ്കൻ എന്നീ ഗവൺമെന്റ് ഹോസ്റ്റൽ ത്രിമൂർത്തികളുണ്ടായിരുന്നു.

എന്റെ താവളം എൽ എം എസ് ഹോസ്റ്റലിലായിരുന്നു. സ്റ്റാറ്റസിൽ താണതരം. എങ്കിലും ഗവൺമെന്റ് ഹോസ്റ്റലിലെ മൂരാച്ചിയും എൽ എം എസിലെ കീടങ്ങളും ചേർന്ന് ആഴ്ചതോറും ഒരു പട്ടാളപ്രദർശന പരിപാടി നടത്തിയിരുന്നു. കാക്കിയും ബൂട്ട്സും ചട്ടിത്തൊപ്പിയും ധരിച്ച് ത്രിമൂർത്തികൾ എൽ എം എസിന്റെ റോഡിലേക്കു തിരിയുമ്പോൾ അതേ വേഷത്തിൽ ഞങ്ങൾ ചിലർ കൂടും. പിന്നെ ശബ്ദായമാനമായ ഒരു മാർച്ചാണ്. പുതിയ അസംബ്ലിമന്ദിരം ഉയർന്നുവന്നിരിക്കുന്ന മൈതാനത്തിലേക്ക്. അന്നത് ലേബർ കോറിന്റെ (ഇന്നത്തെ എൻ സി സി യുടെ മുൻഗാമി) പരേഡ് സ്ഥലമായിരുന്നു.

തലയുർത്തി നെഞ്ചുന്തിനടക്കുന്ന മേനോനും അൽപ്പം തടിയനെങ്കിലും ശരിക്കും കവാത്തുചെയ്യാൻ കഴിവുണ്ടായിരുന്ന പങ്കനും ലേബർ കോറിൽ ചേർന്നത് സ്വാഭാവികമായിരുന്നു. രാമകൃഷ്ണനാണെങ്കിൽ നേരെ അറ്റൻഷൻ നിൽക്കാൻപേലും ബുദ്ധിമുട്ടിയിരുന്നു. ലെഫ്റ്റ്–റൈറ്റ് ചവിട്ടുന്നത് ഏതാണ്ടൊരു ഊഹത്തിൽ മാത്രം. പക്ഷേ, മുഖത്തെ ഗൗരവവും പരിശീലനത്തിനിടയിൽ വേണ്ടിവരുന്ന ചില അട്ടഹാസങ്ങളും മറ്റും ശ്രദ്ധിച്ചാൽ ഒരു ജനറലാകാൻതന്നെ നിശ്ചയിച്ചിറങ്ങിയിരിക്കയാണെന്നുതോന്നും.

വരാനിരിക്കുന്ന വിപ്ലവത്തിൽ അൽപ്പം പട്ടാളച്ചിട്ടകളും ആയുധ പരിശീലനവും ഉപയോഗപ്പെടുമെന്ന് രാമയ്യൻ കരുതിയിരിക്കും. കർക്കശനായ കൈലാസം സാർ പുള്ളിക്ക് എങ്ങനെ പ്രവേശനം അനുവദിച്ചു?

ഏതായാലും ലേബർ കോർ കാരണം ചരിത്രപ്രധാനമായ ഒരു സംഭവമുണ്ടായി. ഗേറ്റുചാടാതെ ഒരാഴ്ച മുഴുവൻ രാമയ്യൻ കഴിച്ചുകൂട്ടി—ബീച്ചിലെ പട്ടാളക്യാമ്പിൽ.

അങ്ങനെയിരിക്കെ എൽ എം എസ് ഹോസ്റ്റലിൽ നിന്ന് എന്നെ പുറത്താക്കി. ശുദ്ധനും നല്ലവനുമായ എന്നെ ഒരു ശുഭ പ്രഭാതത്തിൽ, പെട്ടെന്ന്, എങ്ങോട്ടുപോകണമെന്നറിയാതെ അൽപ്പമൊന്നു പരുങ്ങി. ഈ വകുപ്പിൽ സാങ്കേതികജ്ഞാനമുള്ള സ്നേഹിതന്റെ ഉപദേശം ആരായുന്നതിനായി ഞാൻ രാമയ്യന്റെ മുറിയിലേക്കു നടന്നു.

ഹോസ്റ്റൽ വളപ്പിൽ കയറിയപ്പോൾ ചെവി പൊട്ടുന്ന നിശ്ശബ്ദത, എന്തോ മഹാസംഭവം നടന്നിരിക്കുന്ന പ്രതീതി. എങ്ങും മരവിച്ച മുഖങ്ങൾ.

ഒരു മുഖത്തെ പിടിച്ചുകുലുക്കി ചോദിച്ചു: "എന്തു പറ്റി?"

മേനോനും രാമകൃഷ്ണനും പുറപ്പെട്ടുപോയി.

വർഷങ്ങൾക്കുശേഷം രാമകൃഷ്ണൻ വയലാറിനെക്കുറിച്ച് എഴുതിയ വരികൾ ഞാനിവിടെ രാമയ്യനെക്കുറിച്ച് കുറിക്കട്ടെ:

'നീ മലയാളഭാഷയുടെ അഭിമാനമാണ്. നീ എന്നും അതായിരിക്കും, നിനക്കു മരണമില്ല.'

തുക്കിടി സായ്പ്

കാട്ടുമാടം നാരായണൻ

കൊല്ലവും മാസവും ഓർമയില്ല. ഞങ്ങളുടെ നാട്ടിലെ പ്രമുഖ സാമൂഹ്യ–രാഷ്ട്രീയ പ്രവർത്തകനും കോൾകൃഷി കമ്മിറ്റി പ്രസിഡന്റു മായിരുന്ന കെ ജി കരുണാകരമേനോൻ (പിന്നീടദ്ദേഹം കേരള നിമയ സഭയിലെ പ്രതിപക്ഷ ഉപനേതാവായിട്ടുണ്ട്) ഒരു വൈകുന്നേരം വിളിച്ചു പറഞ്ഞു: നാളെ നമ്മുടെ കോൾകൃഷിക്കാര്യം ചർച്ച ചെയ്യാനുള്ള മീറ്റി ങ്ങാണ് വീട്ടിൽ. അതിനു വരണം. പുറമെ ഒറ്റപ്പാലത്തെ പുതിയ തുക്കിടി ഒരു രാമകൃഷ്ണയ്യരാണ്. (ഡപ്യൂട്ടി കലക്ടർ–ആർ ഡി ഒ എന്നിവയുടെ ബ്രിട്ടീഷ് പേര്) രാവിലെ വരുന്നുണ്ട്. താങ്കളുടെ വീടടുത്താണോ. മീറ്റി ങ്ങിന് വരുമോ എന്നൊക്കെ ചോദിച്ചു. പരിചയമുണ്ടെന്നുതോന്നി. വന്നാൽ പരിചയക്കാരനാണെങ്കിൽ നമുക്കൊരുപാടുകാര്യം സാധിക്കാനുണ്ട്.

കൊച്ചുണ്ണി മേനോൻ എന്ന് നാട്ടുകാർ വിളിക്കുന്ന കെ ജി എന്നെ സംബന്ധിച്ചിടത്തോളം ഒരു ജ്യേഷ്ഠസഹോദരന്റെ സ്ഥാനത്തായിരുന്നു. അദ്ദേഹം വിളിച്ചാൽ പോകാതെ വയ്യ. ഇവിടെ ഒരു പുതിയ കക്ഷി കൂടി യുണ്ട് കാണാൻ: രാമകൃഷ്ണയ്യർ. ഓർമവച്ചകാലം മുഴുവൻ പരതിയ പ്പോഴും രാമകൃഷ്ണൻ എന്നൊരയ്യർ എന്നെങ്കിലും എന്റെ സുഹൃദ് വല യത്തിലുണ്ടായിരുന്നതായി ഓർക്കാൻ പറ്റിയില്ല. ഒടുവിൽ എന്റെ മൂത്ത സഹോദരി പറഞ്ഞു: "പണ്ട് അണ്ടത്തോട് സബ്‌രജിസ്ട്രാർ ഓഫീസിൽ സബ് രജിസ്ട്രാറായും ക്ലാർക്കായും ധാരാളം പട്ടന്മാർ വന്നിരുന്നു. അങ്ങനെ വന്ന പലരും ഇവിടെ—എന്റെ വീട്ടിൽ—താമസിച്ചിരുന്നു. അവ രുടെ ആരുടെയെങ്കിലും മക്കളാകും. താൻ പണ്ട് താമസിച്ചിരുന്ന മന യൊന്നു പോയിക്കാണാൻ മകനോടു പറഞ്ഞിട്ടുണ്ടാവും. എനിക്കതിൽ യുക്തിയുണ്ടെന്ന് തോന്നി. ജന്മനാ ഫ്യൂഡലിസ്റ്റായ ഒരാൾക്ക് മറിച്ചുതോ ന്നാൻ പറ്റില്ലല്ലോ.

പത്തരയ്ക്ക് തണ്ടേത്യത്ത് (കെ ജി യുടെ വീട്) ചെല്ലുമ്പോൾ കുറച്ച് നാട്ടുപ്രമാണികളും വില്ലേജുദ്യോഗസ്ഥന്മാരും കൂടിയിരിക്കുന്നു. അവ

രുടെ നടുവിൽ വെളുത്ത് വണ്ണത്തിനൊത്ത് ഉയരമുള്ള സുന്ദരനായൊരു ചെറുപ്പക്കാരനും. തുക്കിടി 'സായ്‌വാവും' എന്നു ഞാനുറപ്പിച്ചു.

ഔപചാരികമായി യോഗം തുടങ്ങിയിട്ടില്ല. എന്നെ കണ്ടപ്പോൾ കെ ജി വന്നു കൈയ്ക്ക് പിടിച്ചു. അധ്യക്ഷപദവിയിലിരിക്കുന്ന ചെറുപ്പക്കാരന്റെ ചെവിയിൽ പറഞ്ഞു: "ഇതാണ് കാട്ടുമാടം നാരായണൻ നമ്പൂതിരിപ്പാട്."

ചെറുപ്പക്കാരൻ ധൃതികാണിക്കാതെ എണീറ്റ് സ്നേഹപൂർവം എന്റെ തോളിൽത്തട്ടി കോലായിലൂടെ പടിഞ്ഞാട്ടു നടന്നു. അകത്തെത്തുംമുമ്പ് ചോദിച്ചു.

"ഈ ഒടുക്കത്തെ വാക്ക് മാറ്റിയാലും ആൾ മാറില്ലല്ലോ?"

ചോദ്യം പിടികിട്ടാൻ ഒരു സെക്കന്റെടുത്തെങ്കിലും 'അമ്പട' എന്നു തോന്നി ഞാൻ ചിരിച്ചു. നമ്പൂതിരിപ്പാട് നാട്ടിൽ എന്നു പതുക്കെ പറയുകയും ചെയ്തു.

"ഒരു വാലും രണ്ടു കാലും വെട്ടികളഞ്ഞാൽ എന്നെയും താങ്കളറിഞ്ഞെന്നുവരും."

എനിക്ക് പിടികിട്ടിയില്ല.

ഞാൻ മലയാറ്റൂർ രാമകൃഷ്ണൻ. വെട്ടേണ്ട കാലും വാലും മനസിലായല്ലോ.

അപ്പോഴും എനിക്കത്ഭുതമായിരുന്നു. കാട്ടുമാടം നാരായണൻ എന്ന പേരിൽ എന്നെ അറിയാൻ തക്ക യാതൊന്നും അതിനുമുമ്പ് എഴുതിയിട്ടില്ല. ഇല്ലെന്നല്ല എന്നെ സംബന്ധിച്ചിടത്തോളമെങ്കിലും ശ്രദ്ധേയം എന്ന് തോന്നിയത്. അതുകൊണ്ട് ഞാൻ ചോദിച്ചു: "എന്നെ എങ്ങനെ അറിയും?"

"ആ അതോ." കൈ കോർത്തുപിടിച്ച് ഞങ്ങൾ മുറ്റത്തേക്കിറങ്ങി.

ഒറ്റപ്പാലത്ത് ജോലിയായിപ്പോരുമ്പോൾ *കൗമുദി* ബാലകൃഷ്ണൻ പറഞ്ഞിരുന്നു. പൊന്നാനി അവിടെയാണ്. അവിടെ ഒരു സാമ്രാജ്യം ഭരിച്ചുകൊണ്ട് കാട്ടുമാടം നാരായണൻ എന്നൊരാൾ കഴിയുന്നുണ്ട്. അയാളെ പിടിക്കണം. വിടരുത്. പൊന്നാനി ഭാഗത്തുനിന്ന് ആരു വന്നാലും ഞാൻ ചോദിക്കും. കാട്ടുമാടം അറിയുമോ? എല്ലാവരും അറിയും. പക്ഷേ, പലർക്കും വീടറിയില്ല. ആളെ അറിയില്ല. കരുണാകരമേനോനോടു ചോദിച്ചപ്പോഴാണ് വിവരം മനസിലായത്. അങ്ങനെ ബാലകൃഷ്ണന്റെ നിർദേശമനുസരിച്ച് നമ്മൾ കാണുന്നു.

കർഷകയോഗത്തിൽ എനിക്ക് കാര്യമായ റോളൊന്നുമില്ലാതിരുന്നതുകൊണ്ട് ഞാൻ യാത്ര പറഞ്ഞു പോകുമ്പോൾ സ്വാമിയെ ഇല്ലത്തേക്ക് ക്ഷണിക്കാൻ മറന്നില്ല. ഉള്ളി സാമ്പാറിനുപകരം മത്തങ്ങമോരൊഴിച്ച കൂട്ടാൻ കൊടുക്കാമല്ലോ.

കാറിനടുത്തുവരെ ഒപ്പം വന്ന 'സ്വാമി' ചോദിച്ചു: "ഇല്ലത്തെ ഊണ് ഡ്രൈ ആയിരിക്കുമോ?"

ഇല്ലത്ത് ഒരു ഔട്ട്ഹൗസുണ്ട്. താഴ്ന്ന ജാതിക്കാർക്കും അവരെപ്പോലെ ജീവിക്കുന്നവർക്കുംവേണ്ടി റിസർവ് ചെയ്തുവച്ചിരിക്കുകയാണ്.

പാലക്കാട് ജില്ലയിൽ പ്രോഹിബിഷ്യനാണ് സ്വാമി, ഏതാണ്ടൊരു കരച്ചിൽപോലെ ഞാൻ പറഞ്ഞു.

"തമാശ പറഞ്ഞതല്ലെടോ. 'ചക്കര ചെത്തുകാരുണ്ട്' മുൻകൂട്ടി അറിയിച്ചാൽ നല്ല കള്ള് സംഘടിപ്പിക്കാം.

ഒരു മാസം കഴിഞ്ഞില്ല. തുക്കിടിടെ ഒരു ഇണ്ടാസ്.... "ഞാൻ അണ്ടത്തോടു ബ്ലോക്കിൽ വരുന്നു. പന്ത്രണ്ടുമണിക്കുമുമ്പ് ഔദ്യോഗികകാര്യങ്ങൾ കഴിയുന്നു. ഉടൻ മനയിലെത്തുന്നു. പരമരഹസ്യം. മറ്റൊരാളും ഉണ്ടാവരുത്."

നിശ്ചിതദിവസം കാലത്ത് അംശം ഭരണാധികാരി (വില്ലേജ് ഓഫീസർ) എന്നുപറയുന്ന തുക്കിടി സായ്‌വ് സ്വാമി ഊണ് മനയിലാണെന്നു പറഞ്ഞിട്ടുണ്ട്.

എന്തു സംശയം? പട്ടന്മാർ താഴ്ന്ന ജാതിയുടെ ഭക്ഷണം കഴിക്കുമോ? കൃത്യം പന്ത്രണ്ടേകാലിന് തുക്കിടി സായ്‌വ് ഇല്ലത്തെ മുറ്റത്ത് ലാന്റ് ചെയ്തു. 'ഇവിടുന്ന് പറഞ്ഞയക്കുമ്പോൾ വന്നാൽ മതി' എന്ന വ്യവസ്ഥയിൽ വാഹനം പറഞ്ഞയച്ചു.

ചക്കരചെത്തുകാരൻ തന്ന തെങ്ങിൻകള്ള് ഒരു ഗ്ലാസ് അകത്തു ചെന്നപ്പോൾ രാമകൃഷ്ണൻ പറഞ്ഞു: "ആശാനെ, ഇതു കള്ളല്ല, എന്തൊക്കെയോ കുത്തിക്കലക്കിയതാണ്. ചാകാതിരുന്നാൽ മതി."

ചത്തില്ല. മാത്രമല്ല എന്റെ കൂടെയുണ്ടായിരുന്ന ഇ എം എസ് എന്ന് സുഹൃത്തുക്കൾ വിളിച്ചിരുന്ന എളേടത്ത് ശങ്കരനാരായണൻ നമ്പൂതിരി അതു മുഴുവനും കുടിക്കുകയും ചെയ്തു.

ഒരൊറ്റ ഗ്ലാസ് കള്ള് കുടിച്ച് ഒന്നുമാകാതെ കുടിച്ചു (നാറ്റം) എന്ന ചീത്തപ്പേരു മാത്രമായിരിക്കുന്ന സ്വാമിയുടെ മുഖം ഞാനിന്നുമോർക്കുന്നു. തുടർച്ചയായി സിഗരറ്റ് വലിച്ച് ആ ഭാവം മറയ്ക്കാൻ ശ്രമിക്കുന്നു.

അത്രയുമായപ്പോൾ എനിക്ക് സഹിച്ചില്ല. ഞാൻ അലമാര തുറന്ന് 'ചുകപ്പടയാളമുള്ള' ഒരു ചതുരക്കുപ്പി സ്വാമിയുടെ മുന്നിൽ വച്ചുകൊടുത്തിട്ടു പറഞ്ഞു: "കള്ളു നന്നാവില്ലെന്നുറച്ചു. അതുകൊണ്ട് തൃശൂരിൽ നിന്നുകൊണ്ടുവരിച്ചതാണ്. ഇരുപത്തഞ്ചു രൂപ എക്സ്ട്രാ."

സ്വാമിയുടെ മുഖം പ്രസന്നമായി. റെഡ്‌ലേബൽ എന്ന സ്കോട്ടിഷ് രസായനം ഒരൗൺസ് വെള്ളം കൂട്ടാതെ വിഴുങ്ങിയപ്പോൾ അതു തുടുത്തു പ്രകാശമാനമായി. ഇന്ന് ആയിരം കൊടുത്താൽ കിട്ടാത്ത ആ ചരക്ക് സിങ്കപ്പൂർക്കാരിൽനിന്ന് നൂറിൽ താഴെ വിലയ്ക്കു കിട്ടുമായിരുന്നു. അവരുടെ ഏജന്റുമാരിൽ നിന്നാവുമ്പോൾ പത്തോ പതിനഞ്ചോ അധികം.

"ഉണ്ണാനിരുന്നപ്പോൾ മലയാറ്റൂരിന് എന്റെ ഭാര്യയുമായി മറ്റൊരടുപ്പം. അവളുടെ അച്ഛൻ മലയാറ്റൂർ വക്കീലായിരുന്ന കാലത്ത് പുള്ളിയുടെ ഒരു നല്ല കക്ഷിയായിരുന്നു. മാനേജർ നമ്പുന്റെ (എന്റെ ഭാര്യാപിതാവായ അകവൂർ രവി നമ്പൂതിരിപ്പാട് ആ പേരിലാണ് പെരുമ്പാവൂരിലും ആലുവായിലുമൊക്കെ അറിയപ്പെട്ടിരുന്നത്) ഒരു മകളുടെ വിവാഹത്തിന് ഞാൻ വന്നിട്ടുണ്ട്. അന്ന് വരൻ (എന്നെ ചൂണ്ടി) ഈ പുഴുപ്പല്ലനായിരുന്നെന്നു തോന്നുന്നില്ല."

പട്ടന്മാരുടെയും നമ്പൂതിരിമാരുടെയും സാമ്പാറുകൾ തമ്മിലൊരു താരതമ്യപഠനം നടത്തി പി എച്ച് ഡി ക്ക് ശ്രമിക്കണോ എന്ന ആലോചനയോടെയാണന്ന് ഞങ്ങൾ പിരിഞ്ഞത്.

ഇടക്കിടെ കാണുകയോ ആഴ്ചയിലൊരിക്കലെങ്കിലും ഫോൺ ചെയ്യുകയോ കത്തെഴുതുകയോ ചെയ്യാത്തവരെയൊന്നും സുഹൃത്തുക്കളായി കണക്കാക്കാത്ത ചിലരുണ്ട്. ആ കണക്കിൽ ഞാനാരുടെയെങ്കിലും സുഹൃത്തായിരിക്കാൻ വഴിയില്ല. കാരണം, ആവശ്യമില്ലാതെ കത്തെഴുതുകയോ ഫോൺ ചെയ്യുകയോ ചെയ്യുന്ന പതിവെനിക്കില്ല. എന്നാൽ ദൂരദേശങ്ങളിൽ കഴിയുന്നവർ അടുത്തടുത്ത ദിക്കുകളിൽ വരുമ്പോൾ ഒരു 'കർട്ടെസി' കാൾ നന്നെന്ന് ഞാൻ കരുതാറുണ്ട്. തിരുവനന്തപുരത്തു പോയാൽ മലയാറ്റൂരിനെ ഒന്നു വിളിക്കാറുണ്ട്. ചിലപ്പോൾ ട്രിവാൻഡ്രം ക്ലബ്ബിലോ ഞാൻ താമസിക്കുന്ന ഹോട്ടലിലോ വച്ചു കണ്ടെന്നുവരും. 'അമ്മ്യാർ' രോഗിയായതിനുശേഷം ഒരിക്കലേ ഞാൻ വൈദേഹിയിൽ പോയിട്ടുള്ളൂ. അതുപോലെ ഗുരുവായൂരോ തൃശൂരോ വരുമ്പോൾ ഒരു നേരമെങ്കിലും ഒഴിവുണ്ടെങ്കിൽ അദ്ദേഹം എന്നെ വിളിക്കാൻ ശ്രമിക്കാറുണ്ടായിരുന്നു. അടുത്തകാലംവരെ ഫോൺ ഒരലങ്കാര വസ്തു മാത്രമായിരുന്നതിനാൽ പല വിളികളും കിട്ടാറില്ലായിരുന്നു. കിട്ടിയില്ലെങ്കിൽ രണ്ടുമൂന്നു ദിവസത്തിനകം ഒരു കാർഡ് കിട്ടും. ഒരു വശത്തൊരു ചിത്രം, മറുവശത്ത് 'ടെലിഫോൺ? മലയാറ്റൂർ' എന്നൊരെഴുത്തും.

എന്നാൽ എത്രകാലം ബന്ധമില്ലാതെ കിടന്നാലും എന്തെങ്കിലും സന്തോഷമോ സന്താപമോ ഉണ്ടാവുമ്പോൾ എനിക്കൊപ്പം അയാളുമുണ്ട് എന്നു തോന്നും. ഒരു സുഹൃത്തിന്റെ ഏറ്റവും വലിയ ധർമമാണതെന്ന് ഞാൻ വിശ്വസിക്കുന്നു. എന്റെ മകന് ആറേഴുകൊല്ലം മുമ്പ് മാരകമായൊരു കാറപകടം പിണഞ്ഞു. ഒരു മാസം കഴിഞ്ഞശേഷം പഴവിള രമേശൻ പറഞ്ഞിട്ടാണ് മലയാറ്റൂർ അറിഞ്ഞത്. അന്നുരാത്രി ഫോൺ വന്നു; ദുഃഖത്തിൽ പങ്കുകൊള്ളാനനുവദിക്കാത്തതിലെ പ്രതിഷേധം അറിയിച്ചുകൊണ്ട്.

ആ കൊല്ലാവസാനമായിരുന്നു എന്റെ അറുപതാം പിറന്നാൾ. അതിനു തലേന്നുതന്നെ വന്ന് 'കൂത്താടാൻ' പറ്റാത്തതിലുള്ള ദുഃഖം രണ്ടു ഹാസ്യ ചിത്രങ്ങളിലൂടെ അറിയിച്ചു. നാളെ മുതൽ വയസ്സ് അമ്പത്തൊമ്പത് എന്നു പിന്നോട്ടെണ്ണിത്തുടങ്ങണം എന്ന ഉപദേശവും.

ചൂസിയും ജൂയ്സിയുമായ സംഭവങ്ങൾ എന്നും മലയാറ്റൂരിനൊരു ഹരമായിരുന്നു. എന്റെ ഇല്ലം സന്ദർശിച്ചതിന്റെ പിന്നിൽ സഫലമാകാത്ത ഒരാഗ്രഹമുണ്ടായിരുന്നുവത്രെ. മലബാറിലെ നമ്പൂതിരി ഇല്ലങ്ങളിലൊക്കെ മാറുമറയ്ക്കാത്ത സുന്ദരിപ്പെണ്ണുങ്ങൾ തലങ്ങും വിലങ്ങും നടക്കുന്നതു കാണാമെന്ന് ഒറ്റപ്പാലത്ത് ഉദ്യോഗത്തിനുവരുംമുമ്പുതന്നെ അറിയാമായിരുന്നു. കാട്ടുമാടം മനയിൽ വരുമ്പോഴും ഈ 'ജൂയ്സി'യായ മോഹമുണ്ടായിരുന്നുവത്രെ. ഇതദ്ദേഹം തുറന്നുപറഞ്ഞത് മദിരാശിയിലെ ന്യൂ വുഡ്ലാൻഡ് ഹോട്ടലിൽ വച്ചാണെന്നു ഞാനോർക്കുന്നു. വയലാർ

രാമവർമ്മയും മലയാള നാടിന്റെ എസ് കെ നായരും ഒന്നിച്ച്. ആ മൂന്നു പേരും ഇന്നില്ല. അന്നു പോണ്ടിച്ചേരിയിൽ നിന്നും മദ്യം കൊണ്ടുവന്ന പട്ടാമ്പിക്കാരനായ ടാക്സി ഡ്രൈവർ ബാലകൃഷ്ണൻ ഇന്നും ആ ഗേറ്റിലുണ്ടെന്നു തോന്നുന്നു.

മലയാറ്റൂർ തൃശൂർ കളക്ടറായിരുന്ന കാലത്താണ് കേരളത്തിൽ ആദ്യമായൊരു ചലച്ചിത്രോത്സവം നടക്കുന്നത്. കാവാലം നാരായണപ്പണിക്കർ സെക്രട്ടറിയായിരുന്ന സംഗീത നാടക അക്കാദമിയാണത് നടത്തിയത്. നല്ല പടവും നടീനടന്മാരെയുമൊക്കെ തിരഞ്ഞെടുക്കാനുള്ള ജഡ്ജിങ് കമ്മിറ്റിയിൽ ഇതെഴുതുന്നയാൾ ഒരംഗം. എൽ പി ആർ വർമ്മയും കുട്ടികളുടെ ചലച്ചിത്രവുമായി ബന്ധം പുലർത്തിയിരുന്ന ഒരു മി. ജോണും ആയിരുന്നു മറ്റംഗങ്ങൾ. ഇന്നത്തെപ്പോലെ ഭരണകക്ഷിയിൽപ്പെട്ട, അല്ലെങ്കിലവരുടെ നല്ല ബുക്കിൽപ്പെട്ടവർ മാത്രമടങ്ങിയതായിരുന്നില്ല അന്നത്തെ അക്കാദമികളും അവരെ തിരഞ്ഞെടുക്കുന്ന കമ്മിറ്റികളും. സമ്മാനനിർണയമടക്കമുള്ള തീരുമാനങ്ങളെടുക്കുംമുമ്പ് തിരുവനന്തപുരത്തുനിന്ന് നിർദേശങ്ങൾ വരുന്ന പതിവുമില്ലായിരുന്നു. എന്നിട്ടും ചലച്ചിത്രോത്സവത്തിന്റെ അന്ത്യത്തിൽ ഒരു കാര്യം സംഭവിച്ചു. അവസാനദിവസം രാത്രി തങ്ങൾ കണ്ട ചിത്രങ്ങളിലെ, സമ്മാനം കൊടുക്കുന്ന വിഷയങ്ങളെപ്പറ്റി ജഡ്ജിമാർക്കുള്ള അഭിപ്രായങ്ങളും നിർദേശിക്കപ്പെട്ട മാർക്കുകളുമൊക്കെ കണക്കുകൂട്ടാൻ വൈസ് പ്രസിഡന്റ് കെ കൃഷ്ണനെ (*എക്സ്പ്രസ്* ദിനപത്രത്തിന്റെ പത്രാധിപർ) ഏൽപ്പിച്ചു ഭക്ഷണം കഴിക്കാൻ പോയി. കാവാലവുമുണ്ട് കൂട്ടിന്. ഞങ്ങളുടെ കുറിപ്പുകൾ വീണ്ടും മറിച്ചുനോക്കാതെതന്നെ ഏറ്റവും നല്ല ചിത്രം മുടിയനായ പുത്രനും ഏറ്റവും നല്ല നടൻ സത്യനും ഏറ്റവും നല്ല നടി കുമാരിയുമാണെന്ന് ഞങ്ങൾക്കുറപ്പുണ്ടായിരുന്നു. ഊണുകഴിഞ്ഞു വന്ന ശേഷം അക്കാദമിയിലെ വിജയനെക്കൊണ്ട് ജഡ്ജിങ് കമ്മിറ്റിയുടെ റിപ്പോർട്ടെഴുതിച്ചു. എല്ലാവരും ഒപ്പുവച്ചു. പിറ്റേന്നു കാലത്ത് പത്രസമ്മേളനം നടത്തി അതിൽവച്ചു ഫലപ്രഖ്യാപനം നടത്താനും നിശ്ചയിച്ചു.

രാത്രി പതിനൊന്നായിട്ടുണ്ടാവും. കാവാലവും എം ആർ ബി യും കൂടി വർമ്മയും ഞാനും കിടക്കുന്ന രാമനിലയത്തിലെ മുറിയിലെത്തി ഒരു ദൗത്യവുമായി. ഫിലിം ഫെസ്റ്റിവലിന്റെ റിസൽട്ട് ഇന്നുരാത്രി പ്രസിദ്ധപ്പെടുത്തണം അല്ലെങ്കിൽ ആ പ്രസിദ്ധീകരണം സർക്കാർ തടഞ്ഞുവെന്നുവരും. കലക്ടർക്കുള്ള സന്ദേശമാണ്. തിരുവനന്തപുരത്തെ ഒരു സ്റ്റുഡിയോ ഉടമസ്ഥന്റെ സ്വന്തമായ ഒരു നടിയുണ്ട്. അവർക്ക് ഒന്നാം സമ്മാനമില്ലാത്തൊരു മത്സരം ഗവൺമെന്റ് ചുമതലയിൽ നടത്താൻ പറ്റില്ല.

കളക്ടർക്ക് ലൈറ്റനിങ്കോൾ പോലുമില്ലാതിരുന്ന ആ രാത്രി എങ്ങനെ തിരുവനന്തപുരവുമായി ബന്ധപ്പെട്ടു എന്നറിഞ്ഞുകൂടാ. ജഡ്ജിമാരുടെ തീരുമാനം വൈകുന്നേരംതന്നെ തയാറായിരിക്കുന്നു. പത്രക്കാർക്കു കൊടുത്തുകഴിഞ്ഞുവോ എന്നറിഞ്ഞുകൂടാ. കൊടുത്തിട്ടില്ലെങ്കിൽ ഫലപ്രഖ്യാപനം തടയാം. ഉണ്ടെങ്കിൽ......

രാത്രി തന്നെ ഫലപ്രഖ്യാപനം നടന്നിരിക്കണം.

പത്തുമണിക്ക് മലയാറ്റൂർ കാവാലത്തിനോടുപറഞ്ഞു.

അങ്ങനെ തൃശൂരിലെ *എക്സ്പ്രസ്* പത്രത്തിന്റെ ആദ്യപതിപ്പിൽ മുൻപേജിൽത്തന്നെ ചലച്ചിത്രോത്സവ ഫലപ്രഖ്യാപനം കൊടുക്കാൻ കൃഷ്ണൻ ഏർപ്പാടു ചെയ്തു. കൃഷ്ണൻകുട്ടി നായർ *മാതൃഭൂമി*യുടെ കോഴിക്കോട്ട് ഓഫീസിലേക്ക് അർജന്റ് കാൾ ബുക്ക് ചെയ്തു. ഞങ്ങൾ കാത്തിരുന്നു. ഭാഗ്യവശാൽ ഏറെത്താമസിക്കാതെ ഫോൺ കിട്ടി. നല്ല കാലത്തിന് രാത്രി ഡസ്കിലുണ്ടായിരുന്ന ബാലകൃഷ്ണൻ എന്റെ പരിചയക്കാരനും. മംഗലാപുരം - തിരുവനന്തപുരം വണ്ടിയിൽ തെക്കോട്ടു പോകുന്ന ആദ്യപതിപ്പിൽ വാർത്തയുണ്ടാവില്ല. ശേഷമുള്ള എല്ലാറ്റിലുമുണ്ടാവും. കോട്ടയത്തുനിന്ന് *മനോരമ* പറഞ്ഞത് അവരുടെ തൃശൂർ ലേഖകനെ വാർത്ത ഏൽപ്പിക്കാനായിരുന്നു, മറ്റന്നാളത്തെ പത്രത്തിൽ വരണമെങ്കിൽ. പി ടി ഐ അപ്പോൾത്തന്നെ വാർത്ത ഫ്ളാഷ് ചെയ്തു.

ഈ സംഭവത്തെക്കുറിച്ചോർക്കുമ്പോൾ മലയാറ്റൂരിന് സന്തോഷവും സങ്കടവും ഒപ്പം വരുമായിരുന്നു. മുഖ്യമന്ത്രി പട്ടംതാണുപിള്ള സാറിന്റെ സഹധർമിണിക്കായിരുന്നുവത്രെ ഈ പ്രത്യേക നടിക്ക് സമ്മാനം കൊടുക്കണമെന്ന ശാഠ്യം. ഫലപ്രഖ്യാപനം കഴിഞ്ഞിട്ടില്ലെങ്കിൽ കാര്യം ശരിപ്പെടുത്താമെന്നേറ്റ ഏതോ സെക്രട്ടറിയാണ് തൃശൂർ കളക്ടർക്ക് ടെലിപ്രിന്റർ മെസേജ് അയച്ചത്. കാലത്ത് എട്ടുമണിക്ക് വടക്കൻ പത്രം *മാതൃഭൂമി* വന്നു. നോക്കുമ്പോൾ ചലച്ചിത്രോത്സവ ഫലമില്ല. എല്ലാവർക്കും ആശ്വാസമായി. പിറ്റേന്ന് നടിയുടെ സമ്മാനവാർത്തയുമായി പത്രം വരുമെന്ന് സമാധാനിച്ചിരിക്കുമ്പോഴാണ് വലിയ വാർത്തയുമായി *തൃശൂർ* പത്രം വരുന്നത്. തിരുവനന്തപുരത്തെ ഈ സമ്മാന മോഹികളുടെ രണ്ടു മുഖം മലയാറ്റൂർ വരച്ചുവച്ചിരുന്നു.

സങ്കടമെന്താണെന്നോ? തന്റെ സർവീസ് സ്റ്റോറി എഴുതുമ്പോൾ ഈ സംഭവം ഓർമയിലുണ്ടായില്ല. ഇക്കാര്യമദ്ദേഹം *മാതൃഭൂമി* ആഴ്ചപ്പതിപ്പിലൂടെ തന്നെ പ്രസ്താവിച്ചിരുന്നു.

ഭാര്യ വേണിയുടെ കാര്യം പറഞ്ഞാൽ മലയാറ്റൂർ കരയാൻ തുടങ്ങും. ഒരുദിവസം ശ്രീമൂലം ക്ലബ്ബിൽവച്ച് എന്നോടു പറഞ്ഞു: ഞാൻ പോയാൽ വേണിക്കാരുമില്ലെന്ന് എനിക്കറിയാം. പക്ഷേ, വേണിയില്ലാത്ത വൈദേഹിയിൽ കാലുകുത്താൻ എനിക്കാവില്ല. അവൾ ചുമർ പിടിച്ച് പതുക്കെ നടന്നടുക്കുമ്പോൾ എനിക്ക് പുതിയ ജീവൻ വയ്ക്കുന്നതുപോലെ തോന്നും.

പിറ്റേന്നു കാലത്ത് ഞാൻ പുതുതായെന്തെങ്കിലും ഒന്ന് എഴുതിയിരിക്കും.

യന്ത്രം സാമൂഹ്യ രാഷ്ട്രീയ രേഖ

സി പി നായർ

മലയാറ്റൂർ രാമകൃഷ്ണന്റെ ചെറുകഥകളും നോവലുകളും വായിക്കുമ്പോഴൊക്കെ ഓർത്തുപോകാറുള്ളത് പതിനാറാം നൂറ്റാണ്ടിൽ ജീവിച്ചിരുന്ന സർ ഫിലിപ്പ് സിഡ്നി എന്ന ഇംഗ്ലീഷ് കവിയുടെ ഗീതകങ്ങളിലെ ഒരുവരിയാണ്. പ്രചോദനം നേടി, വന്ധ്യമായ തൂലികയുമായി കാത്തിരിക്കുന്ന കവിയോട് കാവ്യദേവത പറയുന്നു.....

"മഠയാ, നിന്റെ ഹൃദയത്തിലേക്കുതന്നെ നോക്കൂ. എന്നിട്ടെഴുതൂ."

കലാരംഗത്തു രൂപവും ഭാവവും പ്രമേയങ്ങളുമൊക്കെ നിരന്തരമായി മാറിക്കൊണ്ടിരിക്കയാണെങ്കിലും ആ വിപര്യയങ്ങൾക്കൊക്കെ അതീതമായി നിൽക്കുന്ന അനിഷേധ്യമായ ഒരു മൗലികസത്യമുണ്ട് — ഉത്തമമായ കലാസൃഷ്ടി, കലാകാരന്റെ വൈയക്തികമായ വികാരാനുഭൂതികളുടെ സത്യസന്ധവും ആത്മാർഥവുമായ ആവിഷ്കാരമായിരിക്കണമെന്നത്. അനുഭവസമ്പത്തിന്റെ കാര്യത്തിൽ രാമകൃഷ്ണൻ കുബേരനാണ്. വിദ്യാർഥിയും രാഷ്ട്രീയ പ്രവർത്തകനും വക്കീലും കലാകാരനും പത്രപ്രവർത്തകനും ഉദ്യോഗസ്ഥനുമൊക്കെയായിരുന്ന അദ്ദേഹത്തിന്, ജീവിതത്തിലെ ആ ഓരോ മണ്ഡലത്തിലും നിന്നാർജിച്ച വികാരസാന്ദ്രങ്ങളായ ഒട്ടേറെ അനുഭവങ്ങൾ കൈമുതലായിട്ടുണ്ട്. ആ അനുഭൂതികൾ കളങ്കമറ്റ ആത്മാർഥതയോടും ആർജവത്തോടുംകൂടി ആവിഷ്ക്കരിക്കുന്നവയാണ് അദ്ദേഹത്തിന്റെ എല്ലാ സാഹിത്യസൃഷ്ടികളും — 'ഫ്ളിപ്പന്റ്' എന്ന ഒറ്റനോട്ടത്തിൽ തോന്നിയേക്കാവുന്ന പൊടിക്കഥകളിൽപ്പോലും അദ്ദേഹത്തിന്റെ പ്രപഞ്ചത്തിൽ കണ്ണീരും കിനാവും പുഞ്ചിരിയും വിദ്വേഷവും അസൂയയും കാരുണ്യവുമൊക്കെയുണ്ട്. ഉദാത്തമായ അനുരാഗവും ഉച്ഛൃംഖലമായ കാമുകനുമുണ്ട്. ഉത്കടമായ കൗടില്യവും ഉത്തുംഗമായ ആദർശനിഷ്ഠയുമുണ്ട് വൈവിധ്യവും വൈചിത്ര്യവുമാർന്ന ആ അനുഭവങ്ങൾ. ആത്മാർഥതയ്ക്കുമാത്രം നൽകാൻ കഴിവുള്ള ചൂടും

വെളിച്ചവും പകർന്ന് അവതരിപ്പിക്കുന്നതിലാണ് രാമകൃഷ്ണന്റെ സർഗവൈഭവം സർവോപരിഷ്ഠമായി തിളങ്ങുന്നത്.

കഥാകൃത്തിന്റെ ആത്മാർഥതയിലും പ്രജ്ഞാപരമായ സത്യസന്ധതയിലും അനുവാചകന് ഒരിക്കൽപ്പോലും സംശയം തോന്നുന്നില്ലെന്നതാണ് ഒരു സാഹിത്യകാരനെന്ന നിലയിൽ രാമകൃഷ്ണന്റെ വിജയം. അദ്ദേഹം ഒരു അതിമാനുഷന്റെ ഉന്നതപീഠത്തിൽ ഒരിക്കലും കയറി നിൽക്കുന്നില്ല. ഒരു 'ബുദ്ധിജീവി'യുടെയോ മനഃശാസ്ത്രജ്ഞന്റെയോ ദാർശനികന്റെയോ സാമൂഹ്യപരിഷ്കർത്താവിന്റെയോ ഒന്നും മുഖംമൂടി അണിയുന്നില്ല. വായനക്കാരന് അപരിചിതമോ അപ്രാപ്യമോ ആയ ഒരു മണ്ഡലത്തിലല്ല, അദ്ദേഹത്തിന്റെ നിലപാട്. ദുർബലമായ മനുഷ്യരുടെയിടയിൽ അവരുടെ എല്ലാ ദൗർബല്യങ്ങളോടുംകൂടി അദ്ദേഹവും നിലകൊള്ളുന്നു. നമ്മളിലൊരാളായി, നമ്മോടു കഥപറയുന്ന ഹൃദയാലുവായ ഒരു മനുഷ്യനെയാണു രാമകൃഷ്ണനിൽ നാം കാണുന്നത്. നാൽപ്പതുകളിൽ രാമകൃഷ്ണനെഴുതിയ ചെറുകഥകൾ മുതൽ, ദ്വന്ദ്വയുദ്ധവും യന്ത്രവും വരെ, മൂന്നു ദശകങ്ങളായി യാതൊരു വിപര്യാസവും കൂടാതെ നിൽക്കുന്ന ഒരു സവിശേഷതയാണത്. ഹൃദ്യവും ആർജവം നിറഞ്ഞതുമായ ആ വ്യക്തിത്വം അദ്ദേഹം എഴുതുന്നതിലെല്ലാം 'ഹിമകണത്തിൽ ബിംബിച്ചു കാണും കാനനംപോലെ' നിറഞ്ഞുനിൽക്കുന്നു. "ജീവിതാനുഭവങ്ങളോടും യാഥാർഥ്യങ്ങളോടുമുള്ള വിട്ടുവീഴ്ചയില്ലാത്ത സത്യസന്ധതയാണു രാമകൃഷ്ണന്റെ കഥകളുടെ കെട്ടടങ്ങാത്ത തീനാളം" എന്നു പ്രസ്താവിക്കുന്ന പി ഗോവിന്ദപ്പിള്ള അദ്ദേഹത്തിന്റെ ഏറ്റവും മികച്ച സിദ്ധിയിലേക്കും സവിശേഷതയിലേക്കുമാണു വിരൽ ചൂണ്ടുന്നത്.

രാമകൃഷ്ണന്റെ കഥാപാത്രങ്ങൾ, ഏതോ മനോരോഗവിദഗ്ധന്റെ കേസ് ഷീറ്റുകളിൽ നിന്നിറങ്ങിവന്നവരാണെന്നു പുരോഭാഗികൾക്കുപോലും പറയാനാവുമെന്നു തോന്നുന്നില്ല. അത്രകണ്ടു യഥാർഥമായി, സ്വാഭാവികമായി വരയ്ക്കപ്പെട്ടവയാണ് അദ്ദേഹത്തിന്റെ ചിത്രങ്ങൾ. കാരിക്കേച്ചറിന്റെ കടുത്ത നിറങ്ങളും കാർട്ടൂണുകളുടെ മുട്ടുകളും മുഴകളും അവയിൽ ഇടയ്ക്കിടെ കാണാമെങ്കിലും നിത്യജീവിതത്തിൽ നാം കണ്ടുമുട്ടുന്നവരായി അവരിലാരുമുണ്ടെന്നു തോന്നുന്നില്ല. തന്റെ ചുറ്റും നാമ്പെടുത്തു വളർന്നു പട്ടുപോകുന്ന അനേകമനേകം ജീവിതങ്ങളെ അനിയത മനഃശാസ്ത്രത്തിന്റെയും എക്സിസ്റ്റെൻഷ്യലിസത്തിന്റെയും ഊന്നുവടികളൊന്നും കൂടാതെ തന്നെ, അവ തന്റെകൂടി ജീവിതത്തിന്റെ അവിച്ഛേദ്യമായ ഒരംശമാണെന്ന നിത്യജാഗ്രത്തായ അവബോധത്തോടുകൂടിയാണ് അദ്ദേഹം വരയ്ക്കുന്നതെന്നും ആലേഖനം ചെയ്യുന്നതെന്നും രാമകൃഷ്ണന്റെ ഓരോ കഥാപാത്രവും വിളിച്ചുപറയുന്നു.

തന്റെ കഥാപാത്രങ്ങളോടു ഗാഢമായ വൈകാരികബന്ധ (rapport) വും പൂർണമായ മാനസികധാരണ (empathy) യും പുലർത്തുന്ന രാമകൃഷ്ണന്, അവരിൽനിന്നും അകന്നുനിന്ന് അവരെ നോക്കിക്കാണാനും കഴിയും. യന്ത്രങ്ങളുടെ ലോകത്തിൽ, സാങ്കേതികമായ അർഥത്തിലെ

ങ്കിലും ഒരു യന്ത്രമായിത്തന്നെയാണ് അദ്ദേഹവും കഴിഞ്ഞത്. ശേഖര പിള്ളയും ജയിംസും ജയശങ്കറും പ്രസന്നനും ഭാസ്കരൻനായരും അദ്ദേ ഹത്തിന്റെ മേഖലയിൽ അദ്ദേഹത്തോടൊത്തു പ്രവർത്തിച്ചവരാണ്. അവ രുടെ സ്വഭാവവൈലക്ഷണങ്ങൾ അതിസൂക്ഷ്മമായി, അവരുടെ തലത്തി ൽനിന്ന്, അവരുടെ പരിപ്രേക്ഷ്യത്തിൽക്കൂടി നിരീക്ഷിക്കുവാൻ രാമകൃ ഷ്ണനു കഴിഞ്ഞതുകൊണ്ടുതന്നെയാണ് ആ കഥാപാത്രങ്ങൾക്കു വിശ്വാസ്യത കൈവന്നിട്ടുള്ളതും. അവരുടെ ചിന്താവ്യാപാരങ്ങൾ അപഗ്ര ഥിക്കുമ്പോൾ, ആ തലത്തിൽ താൻകൂടി ഉൾപ്പെട്ട വിചിത്രമായ ആ ലോകത്തെ, നിസ്സംഗതയോടെ (non-involvement) നോക്കിക്കാണുന്ന തിനും അദ്ദേഹത്തിനു സാധിക്കുന്നു.

രാമകൃഷ്ണനെന്ന സാഹിത്യകാരനു സാമൂഹികമായ ഒരു സമർപ്പ ണബുദ്ധി (Commitment)യുണ്ടോ? അദ്ദേഹം ഒരവസരത്തിൽ പറഞ്ഞു: "സമൂഹത്തിൽനിന്ന് ഒറ്റപ്പെട്ടു നിൽക്കുകയും ജന്മവാസനയും പ്രതിഭ യുംമൂലം ഗർഭധാരണത്തെ തുടർന്നുള്ള പ്രസവംപോലെ അനിവാര്യ മായി എഴുതിപ്പോവുകയും ചെയ്യുന്ന സാഹിത്യകാരന്റെ ചിത്രമുണ്ടല്ലോ — അതു വലിയ നുണയാണ്, വാചകമടിയാണ്. സാഹിത്യകാരന് അത്ത രത്തിലൊരു സമർപ്പണമനോഭാവം ആവശ്യമാണോ" എന്ന ചിരവിവാ ദിതമായ പ്രശ്നത്തിലേക്ക് ഇവിടെ പ്രവേശിക്കേണ്ട ആവശ്യമില്ല. പക്ഷേ, ഒന്നു തീർച്ചയാണ് — രാമകൃഷ്ണനെ സംബന്ധിച്ചിടത്തോളം സംവേദ നോന്മുഖമായ ഒരു അനുവാചകലോകമില്ലെങ്കിൽ സാഹിത്യസൃഷ്ടിക്കു ള്ള മൗലികമായ ന്യായീകരണം (raison d'etra) തന്നെ ഇല്ലാതാകുന്നു. തന്റെ 'അസ്തിത്വ ദുഃഖം' കരഞ്ഞു തീർക്കാനല്ല, സമൂഹത്തിനുവേണ്ടി യാണ് അദ്ദേഹം എഴുതുന്നത്. ആ സമർപ്പണബുദ്ധി, ആ കടപ്പാട്, സംശ യാതീതമാംവണ്ണം യന്ത്രത്തിലും പ്രതിഫലിക്കുന്നു. താനെഴുതുന്നത് തന്റെ ആത്മാവിഷ്ക്കാരത്തിനുവേണ്ടി മാത്രമാണെന്നു പെരുംപറയടിക്കാ നുള്ള ശുംഭത്തരം രാമകൃഷ്ണനില്ല. അതേസമയം, പ്രകടമായ രാഷ്ട്രീ യച്ഛായയുള്ള ചില ആദ്യകാല ചെറുകഥകളിലൊഴികെ, കേവലമായ പ്രചരണ സാഹിത്യത്തിന്റെ മൂല്യപരമായ വൈകല്യങ്ങളും അപര്യാ പ്തതകളും അദ്ദേഹം മനസിലാക്കിയിട്ടുണ്ടെന്നാണ് എന്റെ വിശ്വാസം. രാമകൃഷ്ണന്റെ പരിപക്വമായ സർഗ പ്രതിഭയുടെ സന്തതികളായ *വേ രുകളി*ലോ, *ദ്വന്ദ്വയുദ്ധ*ത്തിലോ, *യന്ത്ര*ത്തിലോ പ്രചരണ സാഹിത്യത്തിന്റെ കല്ലുകടിക്കുന്നുണ്ടെന്ന് ആരും പരാതിപ്പെടുമെന്നു തോന്നുന്നില്ല. രാമ കൃഷ്ണനു തന്റേതായ സാമൂഹിക വീക്ഷണമില്ലെന്നോ ആ വീക്ഷണം അദ്ദേഹത്തിന്റെ കൃതികളിൽ അഭിവ്യക്തമാകുന്നില്ലെന്നോ അല്ല ഇവിടെ വിവക്ഷയെന്ന് ഒരിക്കൽക്കൂടി ഊന്നിപ്പറയട്ടെ. *യന്ത്ര*ത്തിൽ സിവിൽ സർ വീസിനെക്കുറിച്ചും അതിന് ഒരു വശത്ത് പൊളിറ്റിക്കൽ എക്സിക്യൂട്ടീ വിനോടും മറുവശത്ത് അതിന്റെ യഥാർഥ യജമാനൻമാരായ പൊതു ജനങ്ങളോടുള്ള ഉത്തരവാദിത്വത്തെക്കുറിച്ചും രാമകൃഷ്ണൻ പുലർത്തു ന്ന ദൃഢമായ സങ്കൽപ്പങ്ങൾ പരോക്ഷമായിട്ടാണെങ്കിലും സംശയാതീ

തമായി അദ്ദേഹം സൂചിപ്പിക്കുന്നുണ്ട്. സർവോപരി, സിവിൽസർവീസിൽ മാത്രമല്ല പൊതുജീവിതത്തിന്റെ എല്ലാ മേഖലകളിൽനിന്നും വളരെ വേഗം അപ്രത്യക്ഷമായിക്കൊണ്ടിരിക്കുന്ന ആദർശനിഷ്ഠയെക്കുറിച്ച് അദ്ദേഹം ഖേദിക്കുന്നുണ്ട്. യന്ത്രത്തിന്റെ ദുർവാരമായ ഭ്രമണത്തിൽപ്പെട്ടു തകർന്നുപോകുന്ന മൂല്യബോധത്തിന്റെയും സ്വന്തം ഉദ്ഗതിയിൽ കവി ഞ്ഞു മറ്റൊന്നിലും താൽപ്പര്യമില്ലാത്ത ഉത്ക്കടമായ സ്വാർഥതയുടെയും സ്ഥാനമാനങ്ങളുടെയും അധികാരത്തിന്റെ അത്യുന്നതങ്ങളിൽനിന്നു ലഭിക്കാവുന്ന മറ്റംഗീകാരങ്ങളുടെയും പ്രലോഭനത്തിനു വശംവദയായി മരവിച്ചുപോകുന്ന മനസ്സാക്ഷിയുടെയും മിഴിവുറ്റ ചിത്രങ്ങൾ *യന്ത്ര*ത്തിൽ കാണാം.

സിവിൽ സർവീസ്, പൊളിറ്റിക്കൽ എക്സിക്യൂട്ടീവ്, ബഹുജനങ്ങൾ എന്ന മൂന്നു ബിന്ദുക്കളെ പരസ്പരം ബന്ധിപ്പിക്കുന്ന ഒരു ത്രികോണ മാണു *യന്ത്ര*ത്തിന്റെ പശ്ചാത്തലമെന്നു വേണമെങ്കിൽപ്പറയാം. വളരെ യേറെ കാലികപ്രാധാന്യമുള്ളതെങ്കിലും ബുദ്ധിജീവികളെന്നു സ്വയം വിളിക്കുന്ന വിഭാഗത്തിന്റെ ശ്രദ്ധാപൂർവമായ പഠനത്തിന് ഇനിയും വിഷ യീഭവിച്ചിട്ടില്ലാത്ത സങ്കീർണമായ ആ പ്രമേയത്തെക്കുറിച്ച് ഒരുപക്ഷേ മലയാളത്തിലുണ്ടായിട്ടുള്ള ആദ്യത്തെ ശ്രദ്ധേയമായ നോവലാണിത്. ആ പ്രമേയത്തിനാകട്ടെ ഒറ്റനോട്ടത്തിൽക്കാണാവുന്നതിലേറെ സാമൂ ഹ്യപ്രാധാന്യവുമുണ്ട്. ചരിത്രപരമായ ഈ പ്രാധാന്യം മാത്രമാണ് *യന്ത്ര* ത്തിനെ ശ്രദ്ധേയമാക്കുന്നതെന്നല്ല, ഇതിന്റെ അർഥം. നേരെമറിച്ച്, സ്ത്രീ പുരുഷബന്ധം എന്ന നിയതമായ പ്രമേയംതന്നെ, മറിച്ചും തിരിച്ചും പരി പ്രേക്ഷ്യത്തിലോ സമീപനത്തിലോ ആഖ്യാനശൈലിയിൽപ്പോലുമോ യാതൊരു മൗലികതയുമില്ലാതെ, കൈകാര്യം ചെയ്യുന്ന പരശ്ശതം നോവലുകൾ വായിച്ചുമടുത്ത ആസ്വാദകനു പ്രമേയത്തിന്റെയും പശ്ചാ ത്തലത്തിന്റെയും നൂതനത്വംകൊണ്ടുതന്നെ സ്വാഗതാർഹമായ ഒരു കൃതിയാണത്.

'പകുതിക്കച്ചേരി' ഉദ്ഘാടനം നടന്ന്, *സൂചിമുഖി* തുടങ്ങിയ ചെറുക ഥകളിൽക്കൂടി ഹൃദ്യങ്ങളായ ചില ലഘുചിത്രങ്ങൾ (vignettes) വഴി രാമ കൃഷ്ണൻ വരച്ചുകാട്ടിയ ഉദ്യോഗസ്ഥ ലോകത്തെ ബൃഹത്തായ ഒരു കാൻവാസിൽ ആലേഖനം ചെയ്തിരിക്കുകയാണ് *യന്ത്ര*ത്തിൽ. ഒരർഥ ത്തിൽ ഈ നോവലിനെ ആപാദമൂർധം ചൂഴ്ന്നുനിൽക്കുന്ന പ്രധാന നടൻ (protagonist) ബ്യൂറോക്രസി എന്ന ആ യന്ത്രം തന്നെയാണ്... നിഗൂഢ മായ ഏതോ സത്വത്തെപ്പോലെ, മുഖമില്ലാത്ത, ഭീമാകാരമായ, കലാ തീതമായ ഒരു കഥാപാത്രം അതിന്റെ ദുർന്നിവാരമായ പ്രഭാവലയത്തിൽ പ്പെട്ട നിസ്സഹായരാണ് ശേഖരപിള്ളയും ബാലചന്ദ്രനും ജയിംസും ഭാസ്കരൻ നായരുമെല്ലാം. രണ്ടു ദശകങ്ങളുടെ ഗാഢമായ പരിചയം, തീവ്രവും വൈയക്തികമായ അനുഭൂതികൾ, രാമകൃഷ്ണന് ആ *യന്ത്ര* ത്തെ സംബന്ധിച്ചിട്ടുണ്ട്. ആ പ്രപഞ്ചത്തിലെ മോഹങ്ങളും മോഹ ഭംഗങ്ങളും ആദർശപ്രേമവും വഞ്ചനയും പൊള്ളത്തരങ്ങളും വ്യവസ്ഥാ

പിതമല്ലാത്ത മൂല്യസംഹിതകളും വ്യക്തികൾക്കനുസരിച്ചു മാറിക്കൊണ്ടിരിക്കുന്ന മാനദണ്ഡങ്ങളും, 'ഗോഡ്ഫാദർ'മാരും വിച്ചുഹണ്ടുമൊക്കെ അദ്ദേഹം നേരിട്ടറിഞ്ഞ വസ്തുതകൾ മാത്രമാണ്. വ്യക്തിപരമായ ആ പരിചയത്തിന്റെ ആധികാരികസ്വഭാവവും ഊഷ്മളതയും വൈശദ്യവുമത്രെ *യന്ത്ര*ത്തിലെ ഓരോ കഥാപാത്രത്തിനും വിശ്വാസ്യതയും മിഴിവും നൽകുന്നത്.

*യന്ത്ര*ത്തിലെ കഥാപാത്രങ്ങൾ—അവരിൽ ചിലരെങ്കിലും—'ടൈപ്പു' കളാണെന്നു, നേരത്തെ സൂചിപ്പിച്ചതുപോലെ, ഒരാരോപണത്തിനു വകയുണ്ട്. പക്ഷേ, അവരെല്ലാം ജീവിതഗന്ധികളായ കഥാപാത്രങ്ങളാണെന്നതു നിഷേധിച്ചുകൂടാ. ഔദ്യോഗികമായ ഉയർച്ചയ്ക്കുവേണ്ടി എല്ലാ വിശ്വാസ പ്രമാണങ്ങളെയും കാറ്റിൽപ്പറത്താൻ തയാറാകുന്ന ജയശങ്കറും (അവസാനഘട്ടത്തിൽ, ബാലചന്ദ്രനും) പരസ്പരവിരുദ്ധങ്ങളായ സമ്മർദങ്ങളിൽപ്പെട്ടുഴലുന്ന ശേഖരപിള്ളയും സമകാലിക രാഷ്ട്രീയരംഗത്ത് ഏതു മടയനും നിഷ്പ്രയാസം തിരിച്ചറിയാവുന്ന പ്രസന്നനും ഭാസകരൻ നായരും വ്യക്തിജീവിതത്തിൽ ദുസ്സഹമായ ഒരാഘാതമേറ്റിട്ടും ആദർശനിഷ്ഠ കൈവെടിയാത്ത ജയിംസും ഓരോ സ്വഭാവവൈചിത്ര്യങ്ങളുടെ പ്രതിനിധികളാണെങ്കിൽക്കൂടി അനുരാഗവും അസൂയയും തന്റേടവും ആത്മാർഥതയും അവിവേകവും സ്വാർഥതയുമൊക്കെക്കൂടിയ സ്ത്രീയുടെ ബലവും ദൗർബല്യവും ഒരുപോലെ ഉൾക്കൊള്ളുന്ന അനിത. സ്ത്രീഹൃദയത്തിന്റെ വിചിത്ര പ്രവർത്തനങ്ങളിലേക്കുള്ള രാമകൃഷ്ണന്റെ അന്യാദൃശമായ ഉൾക്കാഴ്ചയുടെ ചൈതന്യവത്തായ നിറദർശനമാണ്. സുജാതയെന്ന നിറമില്ലാത്ത 'ഐ എ എസ് ഭാര്യ'യ്ക്ക് ഉജ്വലമായ ഒരു വ്യതിരേക (contrast) മായി അവൾ നിലകൊള്ളുന്നു. മിഴിവുറ്റ മറ്റൊരു കഥാപാത്രമാണ് ആനി. ഒരിക്കൽക്കൂടി അമ്മയാവാൻ കഴിവില്ലാത്ത, അക്ഷരാർഥത്തിൽത്തന്നെ തകർച്ചയിലേക്കു നീങ്ങിക്കൊണ്ടിരിക്കുന്ന മകനെയും ആദർശത്തിനുവേണ്ടി പരിഭവം ഏറ്റുവാങ്ങുന്ന ഭർത്താവിനെയും വേദന കടിച്ചമർത്തി നിസ്സഹായയായി നിൽക്കുന്ന ആനിയെയും എളുപ്പമൊന്നും വിസ്മരിക്കുക സാധ്യമല്ല. നാരായണൻ നായർ, ഫിലിപ്പോസ് മുതലാളി, സഹദേവൻ തുടങ്ങിയ പ്രാധാന്യംകുറഞ്ഞ കഥാപാത്രങ്ങളെപ്പോലും തികഞ്ഞ ശ്രദ്ധയോടെയാണ് രാമകൃഷ്ണൻ മെനഞ്ഞെടുത്തിട്ടുള്ളത്.

അന്യൂനമായ ഒരു നോവലാണ് *യന്ത്ര*മെന്നു രാമകൃഷ്ണൻപോലും അവകാശപ്പെടുമെന്നു തോന്നുന്നില്ല. ബ്യൂറോക്രസിയുടെ ലോകത്തിൽ സംഹാരതാണ്ഡവം ചെയ്യുന്ന തിന്മകളോടുള്ള അദ്ദേഹത്തിന്റെ വെറുപ്പ് ചില കഥാപാത്രങ്ങളെ, വിശേഷിച്ച് ജയിംസിനെ, കുറച്ചധികം ആദർശവൽക്കരിക്കുവാൻ രാമകൃഷ്ണനെ പ്രേരിപ്പിച്ചിട്ടുണ്ടെന്നു തോന്നുന്നു. യഥാർഥത്തിൽ ആ ലോകത്തിക്കണ്ടെത്താവുന്ന സ്വഭാവവൈരുധ്യങ്ങൾ ഇത്രയ്ക്കു രൂക്ഷമാണോ? കറുപ്പും വെളുപ്പുംമാത്രം നിറഞ്ഞ ഒരു ലോകമാണോ അത്? വിട്ടുവീഴ്ച എന്ന ആന്റിക്ലൈമാക്സിൽ അവസാനം

ചെന്നെത്താത്ത സംഘട്ടനങ്ങളും ആ സംഘട്ടനങ്ങളിൽ ബോധപൂർവം സ്വയം ഹോമിക്കുന്ന ആദർശധീരൻമാരും, കരിയറിസം കൊടികുത്തി വാഴുന്ന ആ ലോകത്തിൽ, സത്യത്തിൽ എത്രയുണ്ട്? സിവിൽസർവീസിനെക്കുറിച്ചുള്ള കേവലം സിനിസിസംകൊണ്ടല്ല ഈ സംശയം തോന്നുന്നത്. 'അഡ്ജസ്റ്റ്മെന്റ്' എന്ന ഓമനപ്പേരിൽ, ഏതു വിശ്വാസപ്രമാണവും ത്യജിക്കാത്ത ഒരൊറ്റ ജയിംസ് യഥാർഥത്തിൽ ആ ലോകത്തിലുണ്ടായിരുന്നെങ്കിൽ നമ്മുടെ സിവിൽസർവീസ് എത്ര വിഭിന്നമാകുമായിരുന്നു. ദേവപാലന്റെ ഭ്രാന്തിൽനിന്നുള്ള മോചനത്തിന്റെ കഥയാണ് അവിശ്വാസ്യത തോന്നിക്കുന്ന മറ്റൊരംശം. ദേവപാലനു രോഗമുക്തിനൽകി അനിതയ്ക്കു സുസ്ഥിരമായ ഒരു ഭാവി ഉറപ്പുവരുത്തണമെന്നു രാമകൃഷ്ണന് എന്തോ ആകാംഷയുണ്ടെന്നു തോന്നത്തക്കവിധത്തിലാണ് കഥാഗതിയുടെ ഈ വികാസം. മറിച്ച്, ദുഃഖത്തിന്റെയും നിരാശയുടെയും ദീപ്തമായ ഒരു പ്രതീകമായി അനിശ്ചിതത്വത്തിന്റെ മുൻപിൽ അതു നിലകൊള്ളുന്നിടത്ത് അവളുടെ കഥ പര്യവസാനിപ്പിച്ചിരുന്നെങ്കിൽ, അനിതയുടെ ചിത്രത്തിനു ഒരുപക്ഷേ, കുറേക്കൂടി തീക്ഷ്ണമായ (poignant) ഒരു മിഴിവു കൈവരുമായിരുന്നു.

സ്വാമിയെപ്പറ്റി..........

സി രാധാകൃഷ്ണൻ

മലയും ആറുമുള്ള ഊരാണ് മലയാറ്റൂർ. സ്വാമി നല്ലകുട്ടി. നല്ല ഒഴുക്കും. കുട്ടിക്കരുത്തിന്റെ ഒഴുക്ക് സ്നേഹത്തിന്റെ എഴുത്തിലും ജീവിതത്തിലും രണ്ടും കാണാം. പട്ടരിൽ പൊട്ടനില്ല എന്നതുകൊണ്ടു മാത്രമല്ല, കുശാഗ്രബുദ്ധിയാണ് സ്വാമി. എന്നാലോ, അസാമാന്യമായ നർമ ബോധവുമുണ്ട്. ചിരിക്കാൻ കഴിയുന്നവർക്ക് മരണമില്ലാത്തതിനാൽ സ്വാമി ചിരംജീവിയാണ്.

വേരുകൾ എന്ന ഒറ്റ ഒരു കൃതി ഒരു ആയുസിന്റെ മുഴുവൻ സംഭാവനയാകാൻ മതി. അങ്ങനെയും മരണം ദുർബലം. സ്വന്തമായി ഒരു സ്റ്റൈൽ കൈയിലുള്ള ചുരുക്കം പേരിലൊരാളാണ് സ്വാമി എന്ന വിശേഷവും ഉണ്ട്. നടപ്പിലുമിരിപ്പിലും വരയിലും എഴുത്തിലുമെന്നല്ല മദ്യപാനത്തിൽപ്പോലും ഈ 'മല സ്റ്റൈൽ' കാണാം. സ്വാമി സമകാല മലയാളത്തിന് തീർച്ചയായും ഒരു നല്ല സംബന്ധക്കാരൻതന്നെ. ആയുസുണ്ടാകട്ടെ.

മായാദാസൻ

കാക്കനാടൻ

മലയാള സാഹിത്യത്തിന്റെയും കേരളത്തിന്റെ ചിത്രകലയുടെയും ശാദ്വല ഭൂമികൾക്ക് മലയാറ്റൂർ രാമകൃഷ്ണൻ നൽകിയിട്ടുള്ള അമൂല്യമായ സംഭാവനകൾ ആഴമളക്കാനാവാത്ത ഒരു മഹാസമുദ്രമായി പരന്നുകിടക്കുന്നു. ആ സാഗരതീരത്ത് അത്ഭുതപരതന്ത്രനായി നോക്കി നിൽക്കാനല്ലാതെ ആ അഗാധതകളിൽ മുങ്ങിത്തപ്പാനുള്ള പാണ്ഡിത്യമോ പ്രാവീണ്യമോ അതിനൊരുമ്പെടാനുള്ള വിഡ്ഢിത്തമോ എനിക്കില്ല. പോട്ടെ, സംഭവബഹുലമായ ആ വ്യക്തിജീവിതത്തെത്തന്നെ മനസിലാക്കാനുള്ള ശേഷിപോലും അടുത്ത സുഹൃത്തെന്നും അനുജനെന്നും മറ്റുള്ളവരുടെ മുൻപിൽ വീമ്പിളക്കുന്ന ഈയുള്ളവന് ഇല്ലെന്നതാണ് പരമാർഥം.

കമ്യൂണിസ്റ്റ് പ്രത്യയശാസ്ത്രം തലയിലേറ്റി നടന്ന സമർഥനും യുവകോമളനുമായ വിദ്യാർഥി. പിന്നീട് അഭിഭാഷകൻ, മജിസ്ട്രേറ്റ് ഐ എ എസ് ഓഫീസർ, എല്ലാ പ്രവർത്തന മേഖലകളിലും കെ വി രാമകൃഷ്ണയ്യർ വൻവിജയമായിരുന്നു. ജനസമ്മതനും ഔദ്യോഗിക ജീവിതത്തിൽ അധികാരികളിൽനിന്നും ജനങ്ങളിൽനിന്നും ഒരുപോലെ അംഗീകാരവും സ്നേഹാദരങ്ങളും നേടിയെടുത്ത മറ്റുദ്യോഗസ്ഥന്മാർ വിരളമായിരിക്കും. തൊട്ടതൊക്കെ പൊന്നാക്കുന്ന മായാദാസൻ.

മലയാറ്റൂർ എനിക്ക് എന്നും പ്രിയപ്പെട്ടവനാണ്. പ്രിയപ്പെട്ട ചേട്ടനാണ്. 1968 അവസാനത്തിലോ 69 തുടക്കത്തിലോ കൊല്ലത്തുവെച്ച് പരിചയപ്പെട്ട നാൾ മുതൽ. അന്ന് അദ്ദേഹം ട്രാവൻകൂർ–കൊച്ചിൻ കെമിക്കൽസിന്റെ മാനേജിങ് ഡയറക്ടറായിരുന്നു. അതിനു മുൻപുതന്നെ ഭാഷ എന്ന അമ്മവഴി ഞങ്ങൾ പരസ്പരം ബന്ധിക്കപ്പെട്ടിരുന്നു. ആ സ്വാതന്ത്ര്യം ഉപയോഗിച്ച് ഞാനെന്തോ പറഞ്ഞപ്പോൾ ഞങ്ങൾ തമ്മിൽ ഉടക്കി. ആ ഉടക്കിന്റെ അന്ത്യം സുദൃഢമായ സാഹോദര്യത്തിന്റെ തുടക്കമായിരുന്നു. അന്നുതൊട്ടിന്നുവരെ ആ ബന്ധം നിലനിൽക്കുന്നു.

പിന്നീട് എത്രയെത്ര സമാഗമങ്ങൾ! ഒരുമിച്ചുള്ള എത്രയെത്ര യാത്രകൾ! ഒരുമിച്ചു പങ്കിട്ട എത്രയെത്ര വിചിത്രാനുഭവങ്ങൾ! ആയിരമായിരം താളുകൾ എഴുതിക്കൂട്ടിയാലും ആ അനുഭവങ്ങൾ പിന്നെയും മിച്ചം കിടക്കും. ഇതെഴുതുന്ന വേളയിൽത്തന്നെ നൂറുകണക്കിന് രസകരമായ, ഓർത്താൽ ചിരിക്കുന്ന രംഗങ്ങൾ എന്റെ മനസിൽ വന്നു നിൽക്കുന്നു.

എനിക്ക് ഒന്നുരണ്ടു തവണ ഫിറ്റ്സ്പോലെ വന്ന വിവരമറിഞ്ഞപ്പോൾ "ഇത് നിസ്സാരമായി തള്ളിക്കളയരുത്, ബേബി" എന്ന് ശാസനാരൂപത്തിൽ പറഞ്ഞ്, നിർബന്ധപൂർവം എന്നെ അദ്ദേഹത്തിന്റെ അടുത്ത സുഹൃത്തായ ഡോക്ടർ വാസുദേവയ്യർ എന്ന ന്യൂറോളജിസ്റ്റിന്റെ അടുത്തേക്കയച്ചത് മലയാറ്റൂർ എന്ന ചേട്ടനല്ലാതെ മറ്റാരുമായിരുന്നില്ല. ആ മനുഷ്യൻ എന്നെ വളരെയധികം ഇഷ്ടപ്പെട്ടിരുന്നതെന്തിനെന്നെനിക്കറിയില്ല. ഫോട്ടോ കാണുമ്പോൾ ഞങ്ങൾ തമ്മിൽ സാദൃശ്യമുണ്ടെന്ന് പണ്ട് പലരും പറഞ്ഞിരുന്നു. അക്കാര്യം പരാമർശിക്കപ്പെടുമ്പോൾ ഒരു കാര്യത്തിലേ അന്യോന്യം തർക്കമുണ്ടാവാറുള്ളൂ. ആരാണ് കൂടുതൽ സുന്ദരനെന്ന്. അദ്ദേഹമാണ് കൂടുതൽ സുന്ദരനെന്ന് ചിലപ്പോഴൊക്കെ തോന്നിയെങ്കിലും ഞാനത് പുള്ളിയുടെ മുൻപിൽ സമ്മതിച്ചുകൊടുത്തിട്ടില്ല.

എപ്പോഴും കർമോത്സുകനായ ഒരു വ്യക്തിയാണ് മലയാറ്റൂർ. കരമനയാറിന്റെ തീരത്തുള്ള ഭവനത്തിലേക്ക് എപ്പോൾ കയറിച്ചെന്നാലും തന്റെ എഴുത്തുമേശയ്ക്കു പിന്നിലാണ് അദ്ദേഹത്തെ കാണുക. ഒന്നുകിൽ എഴുത്ത്, അല്ലെങ്കിൽ വായന. അതുമല്ലെങ്കിൽ ചിത്രരചന. എല്ലായ്പ്പോഴും അദ്ദേഹം ആക്ടീവ് ആയിരുന്നു.

മലയാറ്റൂർ പെരിയോർ

എൻ മോഹനൻ

മലയാറ്റൂർ രാമകൃഷ്ണനെ ഞാനാദ്യം കാണുന്നത് 1952 ൽ വൈക്കത്തു നടന്ന പുരോഗമന സാഹിത്യസമ്മേളനത്തിൽവച്ചാണ്. അന്ന് അദ്ദേഹം കുമരകം ശങ്കുണ്ണി മേനോൻ, കൂത്താട്ടുകുളം ജേക്കബ് ഫിലിപ്പ് എന്നിവരുമൊത്ത് സ്റ്റേജിൽ കുറെ പുതിയ നാടൻ പാട്ടുകൾ അവതരിപ്പിക്കുകയുണ്ടായി. സമകാലിക രാഷ്ട്രീയ സംഭവങ്ങളെ പരാമർശിക്കുന്ന ആ പാട്ടുകൾ പ്രശസ്ത സാഹിത്യകാരനായിരുന്ന കിഷൻ ചന്ദർ ഉൾപ്പെടെയുള്ള സദസ്സ് സഹർഷം സ്വീകരിച്ചു. അന്ന് വെറുമൊരു ബി എസ് സി വിദ്യാർഥിമാത്രമായിരുന്ന എനിക്കും ആ പരിപാടി അത്ഭുതാഹ്ലാദങ്ങളോടെ ആസ്വദിക്കുവാൻ കഴിഞ്ഞു. പരിപാടികഴിഞ്ഞ് മലയാറ്റൂരിനെ ഒന്നു പരിചയപ്പെടാമെന്നാഗ്രഹിച്ചിരുന്നെങ്കിലും സാധിച്ചില്ല. മൂന്നാല് വർഷങ്ങൾക്കുശേഷമാണ് പരിചയപ്പെട്ടത് എറണാകുളത്തു നടന്ന സാഹിത്യ പരിഷത്ത് സമ്മേളനത്തിൽവെച്ച്. എൻ വി കൃഷ്ണവാര്യരാണ് പരിചയപ്പെടുത്തിയതെന്ന് ഓർമിക്കുന്നു. അന്നേക്ക് അഞ്ചാറ് കഥകളൊക്കെ പ്രസിദ്ധീകരിച്ചുകഴിഞ്ഞിരുന്ന എന്നെ മനസിലായി എന്ന ഭാവമാണ് മലയാറ്റൂർ പ്രകടിപ്പിച്ചത്. മലയാറ്റൂരിനെപ്പറ്റി വൈക്കം പുരോഗമന സാഹിത്യ സമ്മേളനത്തിനുമുമ്പുതന്നെ ഞാൻ ധാരാളം കേട്ടിരുന്നു. അദ്ദേഹത്തിന്റെ വിദ്യാർഥികാല വീര ചരിതങ്ങളുൾപ്പെടെ. *ജയകേരളം, കലാനിധി, മലയാളരാജ്യം, ചിത്രവാരിക* എന്നിവകളിലായി അദ്ദേഹം ആദ്യകാലങ്ങളിൽ ധാരാളം എഴുതിയിരുന്ന കഥകൾ മിക്കവാറും എല്ലാംതന്നെ വായിച്ചിട്ടുമുണ്ടായിരുന്നു. കലാനിധിയിൽ തുടർച്ചയായി വരച്ചിരുന്ന തമാശക്കാർട്ടൂണുകളും എന്നെ അന്ന് ആകർഷിക്കുകയുണ്ടായി. അതുകൊണ്ട് എൻ വി കൃഷ്ണവാര്യർ പരിചയപ്പെടുത്തിയ അന്നുമുതൽ ഞാൻ അദ്ദേഹത്തിന്റെ അടുപ്പക്കാരനായി. ഒരു കൊച്ചനിയനോടുള്ള സ്നേഹത്തോടെ അദ്ദേഹം എന്നെ സ്വീകരിക്കുകയും ചെയ്യും.

ഒരു രഹസ്യം പറയട്ടെ,

വിദ്യാർഥിയായിരുന്നപ്പോൾ എന്റെ റോൾ മോഡൽ മലയാറ്റൂരായിരുന്നു. പഠിക്കാൻ മിടുക്ക്, കഥ എഴുത്ത്, കാർട്ടൂൺ, വരപ്പ്, പാട്ട്, അഭിനയം, അൽപ്പസ്വൽപ്പം ഇടതുപക്ഷരാഷ്ട്രീയം. പിന്നെ ഏതു കമ്പനിയിലും ചേരാവുന്ന നേരമ്പോക്കുകാരന്റെ സഹൃദയത്വം. ശരിക്കും എനിക്ക് ആരാധനതന്നെ ആയിരുന്നു എന്ന ആ ഗോപ്യസത്യം ഇതാ ഇപ്പോൾ തുറന്നു സമ്മതിക്കുന്നു. ഈ വസ്തുത അദ്ദേഹം അറിയാതിരിക്കുവാൻ ഞാൻ ശ്രദ്ധ വച്ചിട്ടുണ്ട്. പിൽക്കാലത്ത് അദ്ദേഹവുമായി കൂടുതൽ അടുത്തിടപഴകി ജീവിച്ചപ്പോഴും ആദ്യകാലത്തെ ആ ആരാധനയിൽ ലജ്ജ തോന്നിയിട്ടില്ല എന്നതാണ് വാസ്തവം. എന്നല്ല ഒരു നോവലിസ്റ്റെന്ന നിലയിൽ അദ്ദേഹത്തിന്റെ അപാരമായ സിദ്ധി ഒരു ഗുരുനാഥനോടെന്നപോലെയുള്ള ഭക്തിയും ആദരവും ഉണ്ടാക്കുകയും ചെയ്യുന്നു. *യന്ത്ര*വും *ദ്വന്ദ്വയുദ്ധ*വും മലയാളത്തിലെ ഏറ്റവും മികച്ച നോവലുകളിൽപ്പെടുന്നു എന്നുതന്നെയാണ് എന്റെ വിശ്വാസം.

പാടാനും അഭിനയിക്കുവാനുമുള്ള കഴിവുകൾ അദ്ദേഹം വളർത്തിയില്ല. പടംവരപ്പ് ഞായറാഴ്ചകളിലൊതുക്കി. ഒരുപക്ഷേ, തന്റെ സർഗാവിഷ്ക്കാരത്തിന്റെ ശക്തിമേഖല എഴുത്താണെന്ന്, എഴുത്ത്, മാത്രമാണെന്ന് തിരിച്ചറിഞ്ഞതുകൊണ്ടാവാം. ഈ തിരിച്ചറിവുകൊണ്ടാണല്ലോ ഭരണരംഗത്തിന്റെ ഉന്നതങ്ങളിൽ പ്രഗത്ഭനായി ഇരിക്കവേ തന്നെ അതിന്റെ സാമ്പത്തിക സുരക്ഷിതത്വവും അധികാരകാന്തിയും ഉപേക്ഷിച്ച്, എഴുത്തിന്റെ നിസ്സ്വവും നിരാധാരവുമെങ്കിലും സ്വതന്ത്രവും സംതൃപ്തവുമായ ലോകത്തേക്ക് അദ്ദേഹം വിടവാങ്ങിയത്.

പട്ടരിൽ പൊട്ടനില്ല എന്ന പൊതു പ്രസ്താവനക്കിണങ്ങുമെങ്കിലും ഈ പാവം മനുഷ്യന്റെ സ്നേഹ ദൗർബല്യങ്ങളും വികാര വിധേയത്വവും പലപ്പോഴും നമ്മെ തെറ്റിദ്ധരിപ്പിക്കും. കാലേക്കൂട്ടി കണക്കുകൂട്ടി, പരിപാടിയിട്ട് ആസൂത്രണം ചെയ്ത് ഒന്നും നേടുവാൻ കെ വി രാമകൃഷ്ണയ്യർക്ക് കഴിഞ്ഞിട്ടുണ്ടെന്നു തോന്നുന്നില്ല. എല്ലാ വലിയ കലാകാരന്മാരെയുംപോലെ, സ്വന്തം വികാരങ്ങളോട് സത്യസന്ധത കാട്ടിയുള്ള നേർപ്രയാണത്തിൽ, പലതും നഷ്ടപ്പെടുക മാത്രമേ ഈ താന്തോന്നിക്കുമുണ്ടായിട്ടുള്ളൂ എന്നതാണ് യാഥാർഥ്യം.

മലയാളം ഈ മനുഷ്യന്റെ വിലയും മൂല്യവും പൂർണമായി മനസിലാക്കിയിട്ടുണ്ടോ എന്നെനിക്കു സംശയമുണ്ട്. ഒരു പ്രതിഭാശാലിയെ സ്വന്തം കാലഘട്ടത്തിന് പലപ്പോഴും മനസിലാക്കുവാൻ കഴിയാറില്ല എന്ന ദുരന്ത സത്യം എനിക്കോർമയില്ലാതല്ല. എന്നിരുന്നാലും സാഹിത്യത്തെ ഗൗരവത്തോടും ഭക്തിയോടുംകൂടി സ്വീകരിച്ചിട്ടുള്ള ഏതു തീർഥാടകനും മലയാളത്തിലെ മനുഷ്യജീവിതത്തിന്റെ സമസ്യകളും സങ്കീർണതകളും സംഗ്രാമസംഘർഷങ്ങളും ആർദ്രതകളും ആശ്ചര്യങ്ങളും വിഹ്വലതകളും വിധി വൈപരീത്യങ്ങളും എല്ലാം ഹൃദയസ്പർശിയായി അവതരിപ്പിച്ച് വികാരരേഖകളും ചരിത്ര സാക്ഷ്യങ്ങളും

ആക്കിമാറ്റിയ ഈ പരദേശി ബ്രാഹ്മണന്റെ നിസ്തുല പ്രതിഭയുടെ മുന്നിൽ വണങ്ങി പ്രദക്ഷിണംവെച്ചു പോകേണ്ടി വരാതിരിക്കില്ല എന്നെനിക്കുറപ്പുണ്ട്.

മലയാറ്റൂർ രാമകൃഷ്ണനെ അടുത്തറിയുവാൻ ആഗ്രഹിക്കുകയും ആരാധിക്കുകയും അനുധാവനം ചെയ്യുവാൻ പരിശ്രമിച്ച് പരാജയപ്പെടുകയും ചെയ്ത ഒരാളെന്ന നിലയിൽ തുറന്നു പറയട്ടെ.

ഈ മനുഷ്യനെ പരിചയപ്പെടാൻ കഴിഞ്ഞതിൽ ചാരിതാർഥ്യമുണ്ട്. ഈ എഴുത്തുകാരന്റെ സാഹിത്യഭൂമിയിലൂടെ കടന്നുപോകാനും, അദ്ദേഹത്തിന്റെ കാലഘട്ടത്തിൽ ജീവിച്ചിരിക്കുവാനും കഴിഞ്ഞതിൽ ആഹ്ലാദമുണ്ട്. മണി എന്നു വിളിപ്പേരുള്ള തന്റെ പേഴ്സണൽ അസിസ്റ്റന്റിനോട് ഈ പഴയ ബോസ് പുലർത്തിപ്പോന്ന സ്നേഹവാത്സല്യങ്ങളും സമഭാവനയും മനുഷ്യപ്പറ്റെന്ന മഹാഗുണത്തിന്റേതായിരുന്നു. ശാസ്ത്രിനഗറിൽ 'വൈദേഹി' സ്ഥിതിചെയ്യുന്ന കോമ്പൗണ്ട്, സിറ്റിയിൽ മണിക്കൂറുതോറും വിലയേറിക്കൊണ്ടിരിക്കുന്ന പ്രദേശത്താണ്. അതിൽനിന്ന് റോഡരികിലുള്ള നാലുസെന്റ് സ്ഥലം തന്റെ വിശ്വസ്തനായ ഒരു അന്തേവാസിക്ക് സൗജന്യമായി തീറെഴുതിക്കൊടുക്കാൻ അദ്ദേഹത്തിന്റെ പ്രിയപ്പെട്ട രണ്ടുസന്താനങ്ങളോട് ഒരു സെക്കന്റ് ആലോചിക്കേണ്ടി വന്നില്ല. യഥാർഥത്തിൽ അവരുടെ ഭാഗത്തുനിന്ന് അക്കാര്യത്തിൽ ലേശം പരിഭവപ്രകടനമുണ്ടാവുകയും ചെയ്തു എന്നാണദ്ദേഹം പിന്നീട് പറഞ്ഞത്.

'വൈദേഹി'യിലെ ഗൃഹനായികയായ വേണി വർഷങ്ങളായി ശയ്യാവലംബിനിയാണ്. ആ സ്നേഹവതിയുടെ ചികിത്സയ്ക്കായി മലയാറ്റൂർ നടത്തിയ അർപ്പണങ്ങൾ വിവരണാതീതമെന്നു പറഞ്ഞേതീരൂ. ആ വീട്ടിൽ നിന്ന് ഒരിക്കൽ കാൽലക്ഷത്തോളം രൂപയുടെ ആകസ്സാമാനങ്ങൾ മോഷണംപോയി. അതു തിരിച്ചുപിടിക്കാൻ പൊലീസിനെ അഭയം തേടുന്ന ബുദ്ധിശൂന്യതയ്ക്ക് ഗൃഹനാഥൻ ഒട്ടൊരുമ്പെട്ടതുമില്ല. മകൾ ശോഭ ഐ എ എസുകാരനായ ഭർത്താവുമൊത്ത് ബാംഗ്ലൂരിൽ. മകൻ വിശ്വനാഥൻ, കുടുംബത്തോടൊപ്പം ഗൾഫിലെ ബഹറിനിൽ ബാങ്കുദ്യോഗസ്ഥനായി ജോലി നോക്കുന്നു. മധ്യവേനലവധിക്കാലത്ത് ആണ്ടിലൊരിക്കലെത്തുന്ന പേരക്കുട്ടികളുടെ ഗൃഹസാന്നിധ്യമായിരുന്നു ആ ദമ്പതികളുടെ ആകെക്കൂടിയുള്ള ജീവിത വസന്തം.

ഡയബറ്റിക്ക് ന്യൂറോപ്പതിക്കു വിധേയനായി, വീടിന്റെ ഗേറ്റുവരെ നടക്കാൻപോലും നിവൃത്തിയില്ലാതെ മലയാറ്റൂർ വീട്ടിനുള്ളിൽ സഞ്ചരിക്കുന്നതുതന്നെ വാതിൽച്ചട്ടത്തിലും ഭിത്തിയിലും പിടിച്ചുപിടിച്ചായിരുന്നു. അദ്ദേഹമല്ലായിരുന്നു അന്തേവാസിയെങ്കിൽ 'വൈദേഹി'യെ ഒരു ഭർഗഭവനമായി വിശേഷിപ്പിക്കാമായിരുന്നു. നേരത്തേ പറഞ്ഞതുപോലെ ജാടകളില്ലാത്ത ഈ മനുഷ്യൻ വല്ലപ്പോഴുമൊക്കെ മദ്യലഹരിയിലും ദിവസത്തിൽ തവണകൾവെച്ച് സിഗരറ്റിലും അൽപ്പം ആശ്വാസം കണ്ടെത്തുന്നു. കപടനാട്യക്കാരുടെ സദാചാരത്തിനപ്പുറം ജീവിക്കുന്ന ഈ

പൂർണ മനുഷ്യൻ ലഹരിയുടെ സനാതനമൂല്യത്തിൽ വിശ്വസിക്കുന്നുവെന്ന് നിങ്ങൾക്കു വേണമെങ്കിൽ തെല്ലുഹാസ്യച്ചുവയോടെ മുദ്രകുത്താം. അതുകേട്ട് അദ്ദേഹത്തിലെ സഹൃദയത്വം കൊണ്ടുപിടിച്ച് മറ്റൊരു പരിഹാസച്ചിരി നിങ്ങളുടെ കപടനാട്യത്തിന് നേരെ തൊടുക്കുന്നു.

“എഴുപത്തിരണ്ടാണ് ആയുസ്സന്ത്യമായ വയസെന്ന് വെറ്റിലത്തിരുമേനി പ്രവചിച്ചതിൽ ഇപ്പോഴും താങ്കൾ വിശ്വസിക്കുന്നോ?”

മലയാറ്റൂരിന്റെ ചുണ്ടത്തുവിരിയുന്ന നർമഭാവത്തിൽ പ്രതിഫലിക്കുന്ന മറുപടി: “അത് എന്റെ ബ്രിഗേഡിയർ കഥകളിലെ വിജയൻമേനോൻ നിത്യേന തട്ടിവിട്ടുകൊണ്ടിരിക്കുന്നതുപോലെ പണ്ടു ഞാൻ പറഞ്ഞു പരത്തിയ ഒരു വെറും പുളു.”

സ്നേഹത്തിന്റെ ചിഹ്നം കൊത്തിയ മനസ്സ്

പെരുമ്പടവം ശ്രീധരൻ

മലയാറ്റൂർ രാമകൃഷ്ണന്റെ കഥാപ്രപഞ്ചത്തിലേക്ക് നോക്കുമ്പോൾ വിസ്മയകരമായ വൈവിധ്യംകൊണ്ട് അതെന്നെ ആകർഷിക്കുന്നു. ഇതിവൃത്തങ്ങൾക്കും കഥാപാത്രങ്ങൾക്കും അവരുടെ ജീവിതത്തിനും യാതൊരു സാദൃശ്യവുമില്ല. ഒന്നിനൊന്നു വ്യത്യസ്തം. കഥാകൃത്തിന്റെ ആത്മഭാവങ്ങളുടെ അവ്യക്തമായ ഒരു തുടർച്ചപോലും അവിടെ കാണുന്നില്ല. *വേരുകളി*ലെ രഘു നോവലിസ്റ്റായ മലയാറ്റൂർ രാമകൃഷ്ണന്റെ പ്രതിബിംബം തന്നെയാണ്. സ്വാനുഭവങ്ങൾകൊണ്ടാണ് മലയാറ്റൂർ *വേരുകളി*ലെ രഘുവിനെ സൃഷ്ടിച്ചത്. എന്നാൽ മലയാറ്റൂരിന്റെയോ രഘുവിന്റെയോ ഛായ മലയാറ്റൂരിന്റെ പിന്നെയുള്ള കഥാനായകന്മാരിൽ ആരിലുമില്ല. താൻ ജീവിച്ച ഔദ്യോഗിക ജീവിതത്തിന്റെ അകംപുറങ്ങൾ ആവിഷ്കരിക്കുന്ന *യന്ത്രത്തിൽ*പ്പോലും.

അതങ്ങനെ പറഞ്ഞാൽപ്പോരാ. *വേരുകളി*ലെ ഐ എ എസുകാരനായ രഘുവിന്റെ ഒരു തുടർച്ച ന്യായമായും *യന്ത്രത്തി*ലെ ജയിംസിൽ നമുക്കു സങ്കൽപ്പിക്കാം. എന്നാൽ *വേരുകളി*ലെ രഘുവിനും *യന്ത്രത്തി*ലെ ജയിംസിനും ഇടയിൽ വലിയ അകലമുണ്ട്.

ഒരെഴുത്തുകാരന്റെ ഓരോ കൃതിയും ഇതിവൃത്തംകൊണ്ടും ആശയംകൊണ്ടും കാലംകൊണ്ടും വ്യത്യസ്തമായിരിക്കുമ്പോഴും പ്രധാന കഥാപാത്രത്തിന്റെ ആന്തരികഭാവത്തിൽ കഥാകൃത്തിന്റെ ഒരു നിഴൽ വീണു കിടക്കുംപോലെ തോന്നും. ജീവിതത്തെസംബന്ധിച്ച് എഴുത്തുകാരൻ സൂക്ഷിക്കുന്ന ആത്മബോധത്തിന്റെയും ഉൾക്കാഴ്ചയുടെയും സാന്നിധ്യംപോലെ, അത് കലാസൃഷ്ടിയുടെ ആഴങ്ങളിൽ ഒരു മുദ്ര ഇടുന്നു. കലാസൃഷ്ടിയുടെ ഓരോ നിമിഷത്തിന്മേലും അങ്ങനെ മുദ്രയിട്ടു നിൽക്കുമ്പോഴും സാദൃശ്യത്തിന്റെയല്ല മറിച്ച് മൗലികതയുടെ ഒരു ചിഹ്നം എന്ന് അത് സ്വയം ബോധ്യപ്പെടുത്തുകയും ചെയ്യുന്നു.

ഈ ഒരു യാഥാർഥ്യത്തിൽനിന്നുപോലും മലയാറ്റൂരിന്റെ കൃതികൾ വേറിട്ടുതന്നെ നിൽക്കുന്നു. *വേരുകളി*ലെ രഘുവിനും *അഞ്ചുസെന്റി*ലെ മാധവൻപിള്ളയ്ക്കും ഇടയിലുള്ള ദൂരം എത്രയെന്ന് നാം ഇപ്പോൾ ആലോചിക്കുന്നു. അതുപോലെതന്നെ *അഞ്ചുസെന്റി*ലെ മാധവൻപിള്ളയും *ആറാംവിരലി*ലെ *വേദരാമനും* തമ്മിൽ എന്തകലം! *യക്ഷി*യിലെ ശ്രീനിവാസനും *ദ്വന്ദയുദ്ധ*ത്തിലെ രാഘവനും തമ്മിൽ എന്തെങ്കിലും സാദൃശ്യമുണ്ടോ? അവരിൽനിന്നൊക്കെ എത്രയോ അകലെയാണ് *അമൃതംതേടി*യിലെ ഉമാശങ്കർ!

ഇതിവൃത്തത്തിനും ആശയത്തിനും പശ്ചാത്തലത്തിനും ഉള്ള വ്യത്യസ്തത മാത്രമല്ല അവരെ ഭിന്നവ്യക്തിത്വവും മൗലികതയുമുള്ള വരാക്കിതീർക്കുന്നത്. സാദൃശ്യമില്ലാത്ത ആത്മഭാവങ്ങളോടെ തന്റെ കഥാപാത്രങ്ങളെ സൃഷ്ടിക്കുന്നതിൽ മലയാറ്റൂരിനുള്ള സിദ്ധി അദ്ദേഹത്തിന്റെ കഥാപാത്രങ്ങൾക്ക് അത്യന്ത ഭിന്നമായ മുഖഛായകൾ നൽകുന്നു. ഒരെഴുത്തുകാരനെന്നനിലയിൽ മലയാറ്റൂർ രാമകൃഷ്ണൻ മറ്റെഴുത്തുകാരിൽനിന്ന് എങ്ങനെ വ്യത്യസ്തനായിരിക്കുന്നുവെന്ന് ആ വൈവിധ്യത കാണിച്ചു തരികയും ചെയ്യുന്നു.

മലയാറ്റൂർ ആവിഷ്കരിക്കുന്നത് തമിഴ് ബ്രാഹ്മണരുടെ ജീവിതമോ ഐ എ എസുകാരന്റെ കർമ മണ്ഡലമോ ആണെന്നുള്ളത് ഈ വ്യത്യസ്തതയ്ക്കുള്ള ന്യായമായി വിചാരിക്കരുത്. ആ സാഹചര്യങ്ങളിൽ നിന്നുകൊണ്ട് അദ്ദേഹത്തിന്റെ കഥാപാത്രങ്ങൾ എങ്ങനെ ജീവിക്കുന്നുവെന്നുള്ളതാണ് പ്രധാനം. അപ്പോൾ മലയാറ്റൂരിന്റെ ഉള്ളിലെ മനുഷ്യസ്നേഹിയായ എഴുത്തുകാരനെ നാം നേർക്കുനേരെ കാണുന്നു.

ദൈന്യംനിറഞ്ഞ സാഹചര്യത്തിൽ ജീവിതത്തിന്റെ കയ്പ്പുനീർ കുടിച്ചു വളർന്ന ഒരു പയ്യൻ പിന്നെ ഐ എ എസുകാരനായി ജീവിത സൗഭാഗ്യങ്ങളിൽ എത്തുമ്പോൾ എങ്ങനെയായിരിക്കും അയാളുടെ മനസ്സ്? ജീവിതത്തോടും സമൂഹത്തോടും പകയോ? വേണമെങ്കിൽ ആ മനസിന് ആ വഴിക്കും തിരിയാമായിരുന്നു. എന്നിട്ടും, അത് പാരമ്പര്യമൂല്യങ്ങളുടെ നന്മയും സ്നേഹവും തേടി ചെല്ലുന്നു. തന്റെ വേരുകൾ ആ മണ്ണിലാണെന്ന് തിരിച്ചറിയുന്നു.

വേരുകളിൽ അത് സംഭവിക്കുന്നത് രണ്ടു തലങ്ങളിലാണ്. അന്യവൽക്കരണത്തിന്റെ ഒരു തലത്തിൽനിന്ന് ഒരു പരദേശ ബ്രാഹ്മണൻ തന്റെ സാംസ്കാരിക മഹിമകളുമായി മറ്റൊരു സമൂഹത്തോട് ഇടകലരുകയും ആ മണ്ണിൽ പടർന്ന വേരുകൾകൊണ്ട് സ്നേഹവും നന്മയും തിരിച്ചറിയുകയും ചെയ്യുന്നു. അതൊക്കെ തെളിയിക്കാനുള്ള ദൃഷ്ടാന്തങ്ങൾ *വേരുകളിൽ* ധാരാളമുണ്ട്. പിന്നെ, വേണമെങ്കിൽ പരിഷ്കൃതമായ ജീവിതത്തിന്റെ അന്തസ്സിൽ മുഴുകി തലസ്ഥാനനഗരിയിൽ ജീവിക്കാമായിരുന്നിട്ടും അതുപേക്ഷിച്ച് തന്റെ അച്ഛനപ്പൂപ്പന്മാരുടെ ഓർമനിറഞ്ഞ ഗ്രാമവിശുദ്ധിയിലേക്ക് അയാൾ തിരിച്ചുവരുന്നു. അത് വെറും ഒരു മടങ്ങിപ്പോക്കല്ല. പാരമ്പര്യങ്ങളിലേക്കും മൂല്യങ്ങളിലേക്കും സ്നേഹത്തിലേക്കുമുള്ള ഒരു മടക്കയാത്രയാണിത്.

എല്ലാം നിരർഥകവും അസംബന്ധവുമെന്ന് പുച്ഛിക്കുന്ന ഒരു സമൂഹ

ത്തിനും കാലത്തിനും നേർക്ക് ഒരെഴുത്തുകാരൻ തന്റെ മനസ്സ് ഉയർത്തിക്കാണിക്കുന്നു.

വർഷങ്ങൾക്കുശേഷം *വേരുകൾ* വീണ്ടും വായിക്കുമ്പോൾ മൂല്യനിരാസത്തിന്റെ ഒരു കാലത്തെ ആ നോവൽ എങ്ങനെ പ്രതിരോധിച്ചുവെന്ന് നാം ഓർത്തുപോകുന്നു.

ഹൃദയത്തിൽ മനുഷ്യസ്നേഹത്തിന്റെ ഒരു പാരാവാരത്തെ ഒതുക്കിക്കൊണ്ട് നിൽക്കുന്ന ഒരെഴുത്തുകാരനാണ് മലയാറ്റൂർ. അദ്ദേഹത്തിന്റെ ഓരോ വാക്കിലും അതിന്റെ ഗംഭീരമായ മുഴക്കമുണ്ട്. അങ്ങനെയല്ലാത്ത ഒരാൾക്ക് വേരുകളിലേക്കു മടങ്ങാനാവില്ല. സ്നേഹത്തിന്റെ ചിഹ്നം കൊത്തിയ ഈ ഹൃദയത്തിന്റെ മറുവശത്തെന്താണ്?

'സ്വാതന്ത്ര്യം' എന്ന് ഞാൻ പറയും. അടിമയായിരിക്കാൻ കൂട്ടാക്കാത്ത ഒരു മനസിന്റെ സ്വാതന്ത്ര്യബോധം വേരുകൾ തൊട്ടേ ഞാൻ കാണുന്നു.

വേരുകളിലെ രഘു സന്ധ്യകഴിഞ്ഞ് ആഫീസിൽനിന്നു മടങ്ങിയെത്തുമ്പോൾ ഗേറ്റുതുറന്നുകൊടുക്കാൻ ആരുമിറങ്ങി വരുന്നില്ല. ശങ്കരൻ കുഴന്തൈകളെയുംകൊണ്ട് പുറത്തുപോയി. അമ്മ പൂജാമുറിയിലാണ്. അയാൾ പുറത്തിറങ്ങി ഗേറ്റ് തുറന്നു. വയ്പ്പുകാരൻ രാമയ്യർ പരുങ്ങലോടെ ഇറങ്ങിവന്നു. രഘു അകത്തുകയറി ഡ്രോയിങ് റൂമിലെ നടരാജ വിഗ്രഹത്തിന്മേൽ ടൈ അഴിച്ചിട്ട് അമ്മയെ വിളിച്ച് കാപ്പിക്കു പറഞ്ഞു. അമ്മ പൂജാമുറിയിൽനിന്നു പുറത്തുവന്ന് സഹതാപപൂർവം മകനെ നോക്കി.

അമ്മയുടെ സഹതാപം അയാൾക്ക് വായിക്കാം.

മോനേ, നീ ഭാഗ്യം ചെയ്യാത്തവനാണ്. ജോലിചെയ്തു തളർന്നു വരുമ്പോൾ നിന്റെ ഭാര്യ നിന്നെ സ്വീകരിക്കാൻ കാത്തുനിൽക്കുന്നില്ല. അവളുടെ കൈയിൽനിന്നും നിനക്ക് എന്നെങ്കിലും ഒരു കപ്പ് കാപ്പി കുടിക്കാനൊക്കുമോ?

അയാളുടെ ഗീത വിമൻസ് ക്ലബ്ബിലായിരിക്കും. അവിടെ കൊണ്ടുപിടിച്ച് റമ്മികളി നടക്കുകയാവും. എട്ടുമണികഴിഞ്ഞേ അവൾ മടങ്ങിവരൂ.

പണക്കാരനായ ഒരച്ഛന്റെ മകളാണ് ഗീത. അതിന്റെ തണ്ടുണ്ട് അവൾക്ക്. അവൾക്ക് എപ്പോഴും അവളുടെ അച്ഛന്റെ സ്റ്റാറ്റസിനെക്കുറിച്ചുള്ള ചിന്തയേ ഉള്ളൂ. വിവാഹംകഴിഞ്ഞ ദിവസം മുതൽ താൻ നിരന്തരം കീഴടങ്ങിക്കൊണ്ടിരിക്കുകയായിരുന്നുവെന്ന് രഘു വേദനയോടെ മനസിലാക്കുന്നു. ഒരിക്കലെങ്കിലും അവളെ എതിർക്കാൻ കഴിഞ്ഞിട്ടുണ്ടോ?

രഘു പിന്നീട് വയ്ക്കുന്ന ഓരോ ചുവടും സ്വന്തം സ്വാതന്ത്ര്യത്തിലേക്കാണ്. നഗരവും നഗരത്തിലെ സ്റ്റാറ്റസ് നിറഞ്ഞ ജീവിതവും ഉപേക്ഷിക്കാൻ ഇഷ്ടമില്ലാത്ത ഭാര്യയുടെ ഇച്ഛയ്ക്കു വിപരീതമായി സ്വന്തം ഗ്രാമത്തിലേക്കും ഗ്രാമത്തിലെ വീട്ടിലേക്കും മടങ്ങാൻ തീരുമാനിക്കുമ്പോൾ രഘു സ്വന്തം മനസിന്റെ സ്വാതന്ത്ര്യം വീണ്ടെടുക്കുകയാണ്.

നഗരത്തിൽ വീടുവയ്ക്കാൻ പണം തികയുകയില്ലെങ്കിൽ "കവലൈപ്പടവേണ്ടാ, നാൻ മദ്രാസുക്ക് എഴുതറേൻ" എന്നു ഗീത പറയുമ്പോൾ,

രഘുവിന്റെ മുറിവേറ്റ മനസ്സ് ഈ സ്വാതന്ത്ര്യബോധമാണ് പ്രകടിപ്പിക്കുന്നത്. "വേണ്ട, ഒരു ചരക്കിന് ഒന്നിലേറെ തവണ വിലകൊടുക്കേണ്ട ആവശ്യമില്ല."

ഒടുവിൽ ഗീത പട്ടിക്കാടെന്നു വിളിക്കുന്ന ആ ഗ്രാമത്തിലേക്ക് മടങ്ങാൻ രഘു തീരുമാനിക്കുമ്പോൾ അയാൾ അയാളുടെ വേരുകളിലേക്കു മടങ്ങുകയും ഒപ്പം താൻ പണയപ്പെടുത്തിയിരുന്ന മനസിന്റെ സ്വാതന്ത്ര്യം വീണ്ടെടുക്കുകയുമാണ് ചെയ്യുന്നത്.

അധികാരത്തിന്റെ അകത്തളങ്ങളിൽ കഴിയുമ്പോഴും മാനസികമായ പിരിമുറുക്കം അനുഭവിക്കുന്ന *യന്ത്ര*ത്തിലെ കഥാനായകനിലും ഈ സ്വാതന്ത്ര്യബോധത്തിന്റെ മുറിവേറ്റ അഹന്തയുണ്ട്. മറ്റൊരുതരത്തിൽ തിന്മയോടും പ്രച്ഛന്നവേഷം ധരിച്ച സേച്ഛാധിപത്യത്തോടും കലഹിച്ചുകൊണ്ടാണ് അയാൾ ഓരോ നിമിഷവും ജീവിക്കുന്നത്. മറ്റുള്ളവർക്ക് അങ്ങനെ തോന്നിപ്പിക്കുമെങ്കിലും അയാൾ വഴക്കാളിയോ അഹങ്കാരിയോ അല്ല. മനുഷ്യസ്നേഹത്തിന്റെയും ധാർമിക ബോധത്തിന്റെയും പച്ചകെടാത്ത ഒരു മനസാണ് അയാളെ കുഴയ്ക്കുന്നത്. അത് ധർമസങ്കടമായിത്തീരുന്നു. ഭരണയന്ത്രത്തോടുള്ള നിശിതമായ പരിഹാസമെന്നാണ് നമുക്ക് തോന്നുക. യന്ത്രത്തിലെ ജെയിംസ് പറയുന്നു: "ആരു ഭരിച്ചാലും ഒരു ദരിദ്രരാജ്യത്തിൽ ഒരൊറ്റ രാഷ്ട്രീയമേയുള്ളൂ. ദാരിദ്ര്യം മാറണം. ഇന്നത്തെ സിവിൽ സർവീസ് നിഷ്പക്ഷമായിരിക്കണമെന്ന് ആരെങ്കിലും പറഞ്ഞാൽ എനിക്കു യോജിക്കാനാവില്ല. ദാരിദ്ര്യത്തിന്റെ മുമ്പിൽ എങ്ങനെ നിഷ്പക്ഷമാകും.

ഈ തത്വവും സ്വാതന്ത്ര്യബോധവും മുറുകെ പിടിക്കാനായിരുന്നെങ്കിൽ ജയിംസ് തന്റെ മേലാളന്മാരുമായുള്ള സംഘട്ടനം ഒഴിവാക്കുമായിരുന്നു. പക്ഷേ, അങ്ങനെ തോറ്റു കൊടുക്കാൻ ജയിംസിന്റെ മനസ്സ് കൂട്ടാക്കുന്നില്ല.

*അഞ്ചുസെന്റി*ലെ മാധവൻപിള്ളയും *അമൃതം തേടി*യിലെ ഉമാശങ്കറും സ്നേഹത്തിന്റെയും സ്വാതന്ത്ര്യത്തിന്റെയും മുദ്രകൾ ആത്മാവിൽ വഹിക്കുന്നവരാണ്. അതുകൊണ്ട് നഷ്ടങ്ങളും തോൽവികളും അവരെ വ്യാകുലപ്പെടുത്തുന്നില്ല.

വേരുകളും അഞ്ചുസെന്റും യന്ത്രവും നെട്ടൂർ മഠവും ആറാംവിരലും വായിച്ച് കഴിഞ്ഞ് വീണ്ടും ആലോചിക്കുമ്പോൾ *വേരുകൾ* പിന്നെയും എനിക്കു പ്രിയപ്പെട്ടതായി തോന്നുന്നതെന്തുകൊണ്ട്? മനുഷ്യനെ അവന്റെ അമൂല്യമായ പാരമ്പര്യങ്ങളിലേക്കും നന്മയിലേക്കും സ്നേഹത്തിലേക്കും മടങ്ങിച്ചെല്ലാൻ പ്രേരിപ്പിക്കുന്ന എന്തോ അതിലുണ്ട്. ഞാൻ നോക്കുമ്പോൾ മലയാറ്റൂർ രാമകൃഷ്ണൻ എന്ന നോവലിസ്റ്റിന്റെ കല അതിന്റെ ആത്മതേജസ്സ് പ്രസരിപ്പിക്കുന്നത് *വേരുകളി*ലാണ്. മോഹിപ്പിക്കുന്ന ഒരു ശിൽപ്പസൗകുമാര്യവുമുണ്ടതിന്. കഥാപാത്രത്തിന്റെ മനസ്സ് ഒരു വർത്തമാനകാല നിമിഷത്തിൽനിന്ന് ഓർമകളിൽ സഞ്ചരിച്ച് ഒരു ഭൂതകാലവിദൂരതതാണ്ടി ആ വർത്തമാന കാലനിമിഷത്തിൽ തിരിച്ചെത്തുന്നത് ആ നിമിഷംവരെ നാം അറിയുന്നില്ല.

വൈദേഹിയിൽ ഓർമകളുമായി സല്ലപിച്ച്

പി എം ബിനുകുമാർ

എനിക്കെന്നെപ്പറ്റി അഹങ്കാരമില്ല. മലയാറ്റൂർ കുഴൽ വിളിച്ചിട്ടില്ല, പലരും വിളിച്ചപ്പോഴും. എഴുതിയും പറഞ്ഞും ഞാനിവിടെ ഒതുങ്ങിക്കഴിയുന്നു, കൊല്ലങ്ങൾക്കുശേഷം ആരെങ്കിലും ഓർത്താൽ മതി "ഇങ്ങനെയും ഒരു തെമ്മാടി ഇതുവഴി കടന്നുപോയി." പിന്നെ തകഴിച്ചേട്ടൻ പറയുന്നതുപോലെ "എല്ലാം കാലം നിർണയിക്കും" മലയാറ്റൂർ ഒരു കൂടിക്കാഴ്ചയിൽ പറഞ്ഞു.

പത്തുവയസിനകത്ത്, ആ ബാലൻ കൊട്ടാരത്തിൽ ശങ്കുണ്ണിയുടെ *ഐതിഹ്യമാല*യും അലക്സാണ്ടർ ഡ്യൂമായുടെ *കൗണ്ട് ഓഫ് മോണ്ടിക്രിസ്റ്റോ*യുടെ പരിഭാഷയും വായിച്ചുകഴിഞ്ഞിരുന്നു. പുസ്തകഭ്രാന്ത്, അവനെ കൊല്ലം പബ്ലിക് ലൈബ്രറിയിലെ സ്ഥിരം സന്ദർശകനാക്കി. അപ്പോഴാണയാൾക്ക് *മലയാളരാജ്യ*ത്തിൽ പ്രസിദ്ധീകരിച്ചിരുന്ന *പിശാചിന്റെ പിടിയിൽ* എന്ന കുറ്റാന്വേഷണ നോവലിൽ താൽപ്പര്യം ജനിച്ചത്.

പിശാചാണ് നോവലിലെ പ്രധാന കഥാപാത്രം. പിഞ്ചുമനസ്സ് പിശാച് യഥാർഥമാണെന്നു കരുതി. അധ്യായങ്ങൾ ഒന്നൊന്നായി തീർന്നു. പിശാച് കൂത്താട്ടുകുളത്തെത്തുന്നു. ആ സ്ഥലമോ, ബാലന്റെ വീടിരിക്കുന്ന മൂവാറ്റുപുഴയ്ക്ക് ഏറെ അടുത്തും. അവന് ഒരു ഭയം, പിശാച് അവന്റെ ഗ്രാമത്തിൽ എത്തിച്ചേരുമോ?

ഒരു ശ്ലോകമെഴുത്തുകാരനാവുക — ആ ബാലന്റെ ആഗ്രഹം അതായിരുന്നു. സെക്കൻഡ് ഫാറത്തിൽ പഠിക്കുന്ന കാലത്ത് അച്ഛന് കൊല്ലത്തായിരുന്നു ജോലി, സ്കൂൾ ഇൻസ്പെക്ടറോഫീസിൽ ഗുമസ്തനായി. ഓഫീസിലെ സംസ്കൃത വിദ്വാൻ ശങ്കരശാസ്ത്രികൾ ഉറ്റസുഹൃത്ത്. അങ്ങനെ താനെഴുതിയ ശ്ലോകങ്ങളെല്ലാം ബാലനെ അയാൾ വായിച്ചു കേൾപ്പിച്ചിരുന്നു. ഒരു ശങ്കരശാസ്ത്രികളാവുക, ആ ബാലൻ മനസിൽ കോറിയിട്ടു.

എന്നാൽ ശ്ലോകമെഴുതുക, എന്ന ഉദ്ദേശ്യം കവിതയിലെത്തിച്ചേരുകയാണുണ്ടായത്. കൊല്ലത്താണ് അവൻ പഠിക്കുന്നത്. അന്നു തിരുവിതാംകൂർ ദിവാനായിരുന്ന സർ സി പി സ്കൂൾസമയം തിരുത്തി. പത്തുമുതൽ നാലുവരെ എന്നതിനുപകരം ഏഴര മുതൽ ഒന്നുവരെയാക്കി. അങ്ങനെ ആദ്യ കവിത ജനിക്കുന്നു.

"സ്കൂൾ സമയം മാറ്റിയതും,
നമ്മുടെ ചിത്തിര രാജൻ"

കവിത അവസാനിക്കുന്നത് ഇങ്ങനെയാണ്. തുടർന്ന് രണ്ടോ, മൂന്നോ ശ്ലോകങ്ങളെഴുതി. അച്ഛനപ്പോൾ സ്ഥലംമാറ്റവുമായി. തിരുവല്ലയിലെ സെമിനാരി സ്കൂളിലായി തുടർന്നുള്ള വിദ്യാഭ്യാസം.

ഇങ്ങനെ കവിതയിൽ തുടങ്ങി, നോവലുകളിലൂടെ നമ്മൾ മനസിൽ കുറിച്ചിട്ട ഒരു പേരുണ്ട്. മലയാറ്റൂർ രാമകൃഷ്ണൻ. ആ സംഭവബഹുലമായ ജീവിതത്തിന്റെ ചില ഏടുകളിലൂടെ ഒരു യാത്ര.

വീട്ടിലെ പഴയ പുസ്തകക്കൂട്ടത്തിൽ കുത്തഴിഞ്ഞ ഒരു പുസ്തകം രാമകൃഷ്ണയ്യർ കണ്ടെടുത്തു; വി ഡി സവർക്കറെപ്പറ്റിയുള്ള പഠനവും, കൂട്ടത്തിൽ ഇന്ത്യയിലെ ദേശീയ പ്രസ്ഥാനത്തിന്റെ ചരിത്രവും. ചെമ്പകരാമൻപിള്ള തുടങ്ങിയവരെ പ്രകീർത്തിച്ചുകൊണ്ടെഴുതിയ ആ പുസ്തകം, ഇളംപ്രായത്തിൽ രാമകൃഷ്ണനെ ഏറെ ആകർഷിച്ചു. അടങ്ങാത്ത ദേശീയബോധം കവിതയായി മാറി.

"വെട്ടുന്ന പോത്തോടു വേദങ്ങളോതുകിൽ
ഒട്ടും ഫലിക്കാതെ പോകുമല്ലോ" എന്നായിരുന്നു; ബ്രിട്ടീഷുകാരോട് നല്ല വാക്കോതിയിട്ട് ഫലമില്ല എന്നതിന് അന്ന് ആ ചെറുപ്പക്കാരൻ എഴുതിയത്. ഈ കവിത രാമകൃഷ്ണന്റെ വീട്ടിൽ ഏറെ പ്രശ്നങ്ങളുണ്ടാക്കി. ജീവിക്കാനുള്ള കാശ് തരുന്ന ബ്രിട്ടീഷുകാരെ നിന്ദിച്ചത് അച്ഛന് ഒട്ടും ഇഷ്ടമായില്ല. അങ്ങനെ വീട്ടിലെ ഭീകരനായി 'പയ്യൻ' മാറി.

അച്ഛനെക്കുറിച്ചോർക്കുമ്പോൾ മലയാറ്റൂർ വികാരാധീനനാകുന്നു. കൽപ്പാത്തിയുടെ തീരത്ത് 1927ൽ വിശ്വനാഥസ്വാമികളുടെയും അമ്മു അമ്മാളുടെയും പുത്രനായി ജനിച്ച രാമകൃഷ്ണന്റെ ബാല്യത്തിന് വേനലായിരുന്നു. അതുകാരണം ബാല്യകാലത്തിനുമുന്നിൽ തുറന്നുവെക്കാൻ മലയാറ്റൂരിന് അധികമില്ല.

മലയാറ്റൂരിന്റെ അച്ഛൻ, അമ്മയെ വിവാഹം കഴിക്കുമ്പോൾ, വയസ്സ് പതിനാറ്. അമ്മയ്ക്ക് എട്ടും. പുരാതന ബ്രാഹ്മണകുടുംബത്തിലെ ആചാരൃത്തനിമ അനുസരിച്ച് അഞ്ചുദിവസത്തെ വിവാഹമായിരുന്നു അത്. തങ്കമ്മാൾ, ബൃഹദാംബാൾ, രാമനാഥൻ എന്നിവർക്കുശേഷം രാമകൃഷ്ണൻ ജനിച്ചു. അദ്ദേഹത്തിനുശേഷം രണ്ടു പെൺകുട്ടികൾകൂടി ഉണ്ടായി. മീനയും ലളിതയും.

ഒരു സംസ്കൃത പണ്ഡിതനായിരുന്നു വിശ്വനാഥസ്വാമി. കൂടാതെ സർക്കാർ ഗുമസ്തനും. അദ്ദേഹത്തിന്റെ സ്ഥലമാറ്റങ്ങൾക്ക് അനുസരിച്ചായിരുന്നു മക്കളുടെ വിദ്യാഭ്യാസം.

"അച്ഛനെന്നെ കളിക്കാൻ സമ്മതിച്ചിട്ടേയില്ല. എപ്പോഴും പഠിച്ചു കൊണ്ടിരിക്കണം, ഞായറാഴ്ചകൾപോലും. അച്ഛനും സ്കൂളും ഇല്ലാത്ത ദിവസങ്ങളിൽ, കൂട്ടുകാർ വരും. അഞ്ചുമണിയെന്ന് ക്ലോക്കിൽ കാണുമ്പോൾ അവർ സ്ഥലം കാലിയാക്കും. ഞാൻ പുസ്തകവും തുറന്നിരിക്കും. എന്നാൽ ചേട്ടനായിരുന്നു അടിയൊക്കെ കിട്ടിയിരുന്നത്. പഠിക്കാൻ മിടുക്കനായിരുന്നു ഞാൻ."

പാലക്കാട്ടെ, ചുരുക്കം ഓർമകൾക്കുശേഷം മലയാറ്റൂരിന്റെ സ്മരണയുടെ പട്ടുനൂലിൽ ബാക്കിയുള്ളത് തിരുവനന്തപുരമാണ്. സ്കൂൾ വിദ്യാഭ്യാസത്തിന്റെ തുടക്കം കരമന സ്കൂളിൽ. ഒറ്റത്തെരുവും കൂട്ടുകാരും. ആ അഞ്ചുവയസുകാരൻ സുന്ദരനായിരുന്നു. എലിയെപ്പോലെയുള്ള മുഖവും ഉന്തിയ വയറും. മലയാറ്റൂർ തന്റെ കുട്ടിക്കാലത്തെ ചിത്രം വരച്ചു കാണിച്ചു — "എന്റെ അഞ്ചുവയസിലെ ചിത്രം."

തലസ്ഥാനത്തിന്റെ സുഖവും അധികനാൾ നീണ്ടില്ല. വീണ്ടും അച്ഛന് സ്ഥലംമാറ്റമായി, മൂവാറ്റുപുഴയിലേക്ക്, പുഴക്കരക്കാവിന് അടുത്തുള്ള ഒരു കുന്നുംപുറത്തെ സ്കൂളിലായിരുന്നു പഠനം. പൂണൂലിനപ്പുറത്ത് ഒരു ലോകമുണ്ടെന്ന് കൊച്ചു രാമകൃഷ്ണയ്യർ അറിയുന്നതും ഇവിടെവെച്ചാണ്. അവിടെനിന്നും കൊല്ലത്തു സെക്കൻഡ് ഫാറം പഠിച്ചശേഷം തിരുവല്ല എസ് സി എസ് സ്കൂളിലേക്ക്, എത്രതവണ പറഞ്ഞാലും മലയാറ്റൂരിന്, മതിവരാത്ത ഇടിക്കുള സാർ–

"ഈ ലോകത്തിലെ മഹാഭീരുക്കളിൽ ഒരാളായിരുന്നു എന്റെ അച്ഛൻ. ജ്യേഷ്ഠൻ ഗണപതി അയ്യരുമായി ഉണ്ടായ ആയിരത്തിൽപ്പരം രൂപയുടെ കടത്തിന്, അദ്ദേഹം എന്റെ അച്ഛനിൽനിന്ന് ടൗൺഭാഗത്തെ കുറെ വസ്തുക്കൾ എഴുതിവാങ്ങി. ഇന്ന് ഞാനൊരാഴ്ചകൊണ്ടു പൊട്ടിക്കുന്ന 1100 രൂപ....

അച്ഛൻ മരിക്കുന്നത് നാട്ടിൻപുറത്തെ തറവാട്ടിൽവെച്ചാണ്. മീനയും എന്റെ ജ്യേഷ്ഠനുംമാത്രമേ ആ സമയത്ത് അടുത്തുണ്ടായിരുന്നുള്ളൂ. ഞാൻ ബി എസ് സിക്കു പഠിക്കുകയായിരുന്നു ഈ സമയത്ത്. ഞാനാദ്യമായി സിഗരറ്റ് വലിക്കുന്നത് ഇന്റർ വിദ്യാഭ്യാസക്കാലത്താണ്. ചായ്പ്പിൽവെച്ചാണ് വലിച്ചത്. അച്ഛനെന്നെ വിളിപ്പിച്ചു. കണ്ണിലേക്കൊന്ന് ഊതാൻ പറഞ്ഞു. ഞാനൂതി, കിട്ടി, ചെകിട്ടത്ത് ഒറ്റയടി.

ഞാനെത്ര പഠിച്ചാലും കണക്കിന് അധികമാർക്ക് കിട്ടില്ലായിരുന്നു. പ്രോഗ്രസ് കാർഡ് ഒപ്പുവെക്കുമ്പോൾ അച്ഛന്റെ ചോദ്യവും അതായിരുന്നു — കണക്കിനെന്തേ മാർക്കു കുറഞ്ഞു?

സ്കൂൾ ഫൈനലിനുശേഷം കോളേജിൽ ചേരണമെന്ന ആഗ്രഹം ഉണ്ടായി. കുടുംബത്തിൽ സാമ്പത്തികശേഷി തുലോം കുറവ്. അച്ഛൻ, എന്റെ മൂത്ത ജ്യേഷ്ഠത്തിയെ വിളിച്ചു, "നീ ഏറ്റോ" എന്നു ചോദിച്ചു. അവരാണ് *വേരുകളി*ലെ അമ്മുലു. അന്നവർ കടം വാങ്ങി എനിക്കു പഠിക്കാൻതന്ന അഞ്ഞൂറുരൂപയാണ്, ഇന്ന് നിങ്ങളറിയുന്ന മലയാറ്റൂർ രാമകൃഷ്ണൻ. പഠിക്കുന്ന സമയത്ത്, ആകെയുള്ളത്, ഒന്നുരണ്ടു മുണ്ടും

ഷർട്ടുകളും. എല്ലാം മാറ്റിമാറ്റിയിട്ട് ഞാൻ ജീവിച്ചു.'' ആ ദിനങ്ങളെ മലയാറ്റൂർ ഓർമിക്കുന്നു.

നാലാം ഫോറത്തിൽ പഠിക്കുമ്പോൾ, തോമസ് ഹാർഡിയുടെ *അണ്ടർ ദ ഗ്രീൻവുഡ് ട്രീ* പരിഭാഷ ചെയ്ത മിടുക്കനാണ് രാമകൃഷ്ണൻ. ജ്യേഷ്ഠന് പാഠപുസ്തകമായിരുന്നു ഹാർഡിയുടെ നോവൽ. ഏതാണ്ടിതേകാലത്ത്, രാമകൃഷ്ണൻ ഒരു ഡിക്റ്ററ്റീവ് നോവലും പൂർത്തിയാക്കി.

കവിതയിൽനിന്ന് പരിഭാഷയിലേക്ക്, അവിടെനിന്നും കുറ്റാന്വേഷണ നോവലുകളിലേക്ക്. പക്ഷേ, ആ നോവൽ, അദ്ദേഹം എഴുതി പൂർത്തിയാക്കിയില്ല. ഓർമ രസകരമാണ്. ഓരോ വളവു തിരിയുമ്പോഴും നിറം മങ്ങുന്ന കാറുള്ള ഒരു കഥാപാത്രം.

ഒരു കോളേജുകുമാരി, തന്നെ റിക്ഷയിൽ കോളേജിലേക്കു കൊണ്ടുപോകുന്നയാളുമായി പ്രണയത്തിലാവുന്നു. ഇതാണ് 'റിക്ഷാക്കാരൻ' എന്ന മലയാറ്റൂരിന്റെ ആദ്യ ചെറുകഥയുടെ കഥാതന്തു. ഇക്കാലത്ത് കഥയിലേക്ക് ശ്രദ്ധതിരിയാൻ തക്ക കാരണങ്ങളൊന്നുമില്ലത്രെ. പക്ഷേ, തകഴിയുടെ ചെറുകഥകൾ മലയാറ്റൂരിനെ ആകർഷിച്ചു തുടങ്ങിയിരുന്നു.

ബി എസ് സിക്കു തിരുവനന്തപുരം യൂണിവേഴ്സിറ്റി കോളേജിൽ പഠിക്കുമ്പോൾ, സി എൻ ശ്രീകണ്ഠൻനായർ മലയാറ്റൂരിന്റെ ഹോസ്റ്റലിലാണ് താമസിച്ചത്. അദ്ദേഹം അന്നേ എഴുത്തുകാരനാണ്. രസകരമായ ഒരു കഥ, സി എന്നുമായി ബന്ധപ്പെട്ട മലയാറ്റൂരിന് ഓർക്കാനുണ്ട്. "ഹനുമാൻ എന്നു ഞങ്ങൾ വിളിച്ചിരുന്ന ഒരാൾ ഹോസ്റ്റലിലുണ്ടായിരുന്നു. ഞാനും സി എന്നും അന്ന് ഹോസ്റ്റൽ മേറ്റ്സ്. ഒരുദിവസം ഹോസ്റ്റൽ വരാന്തയിലെ ബൾബ് കാണാനില്ല. മോഷണക്കേസ് ഹനുമാന്റെ പേരിലാക്കി. ഞങ്ങളതിനെ ഒരു പാട്ടാക്കി. സി എൻ ഹനുമാനെ അനുകൂലിച്ചു. വേഡ്സ് വർത്തിനെപ്പോലെ പ്രകൃതിയുമായി ബന്ധപ്പെട്ട കവിതകൾ എഴുതിയിരുന്ന സി എന്നും ഹനുമാന്റെ കൂട്ടും ആരോപിച്ച്, ഞങ്ങൾ 'കേരളപ്രാകൃതൻ' എന്ന് പേരു നൽകി."

പേരടിച്ചു കാണാനുള്ള ത്വര, മലയാറ്റൂരിനെക്കൊണ്ടൊരു ലേഖനം എഴുതിച്ചു. അക്കാലത്ത് തിരുവനന്തപുരം മൃഗശാലയിൽ എത്തപ്പെട്ട ഹിപ്പപ്പൊട്ടാമസിനെക്കുറിച്ചായിരുന്നു ആദ്യലേഖനം. *സഹോദരി*യിൽ ഇത് പ്രസിദ്ധീകരിച്ചു.

'വഴിപാട്' എന്നൊരു കഥ. കോളേജ് വിദ്യാഭ്യാസകാലത്ത് *മലയാളി പത്ര*ത്തിന്റെ വാരാന്തപ്പതിപ്പിലേക്ക് മലയാറ്റൂരയച്ചു. ഇതുമായി ബന്ധപ്പെട്ടും, സുഖമുള്ള ഒരോർമ മലയാറ്റൂർ രാമകൃഷ്ണനുണ്ട്. മലയാറ്റൂർ കെ വി രാമകൃഷ്ണൻ എന്ന പേരിലായിരുന്നു എഴുതിയത്. പത്രാധിപരായ എസ് ഗുപ്തൻ നായർ മലയാറ്റൂർ എന്ന വാക്ക് വെട്ടിക്കളഞ്ഞു. അദ്ദേഹം രാമകൃഷ്ണനെഴുതി: "നിങ്ങളുടെ സഹായമില്ലാതെതന്നെ മലയാറ്റൂർ പ്രസിദ്ധമാണ്."

You are blazing a new trail in Malayalam Literature എന്ന്

മലയാളരാജ്യം പത്രാധിപർ അന്ന് മലയാറ്റൂരിനയച്ച കത്തിലെ വാചകം, ഇന്നെത്ര അന്വർഥമാണെന്ന് നോക്കൂ.

രാത്രി എന്ന കുറ്റാന്വേഷണ നോവലാണ് മലയാറ്റൂരിന്റെ ആദ്യപുസ്തകം. അതെഴുതാനുള്ള കാരണം മലയാറ്റൂർ ടച്ചോടെ കേൾക്കൂ:

"സിഗരറ്റ് കടയിലും മറ്റുമായി എഴുപത്തിയഞ്ചോളം രൂപ കടം. പുസ്തകം വല്ലതും അച്ചടിക്കാമോ എന്ന് എസ് ടി റെഡ്ഢ്യാരോട് ചോദിച്ചു. വേണ്ടത് കുറ്റാന്വേഷണ നോവൽ. 150 രൂപ ഞാൻ ചോദിച്ചു. എഴുപത്തിയഞ്ച് തരാമെന്ന് അദ്ദേഹം. അവസാനം നൂറ് രൂപയ്ക്ക് ഉറച്ചു. പതിനാറ് ദിവസംകൊണ്ടെഴുതി. രാമകൃഷ്ണൻ എന്ന പേരായിരുന്നു അന്ന് നൽകിയത്."

പാട്ടുകാരനാവാനും, കാർട്ടൂണിസ്റ്റാവാനും ആഗ്രഹിച്ച്, സാഹിത്യകാരനായി തീർന്ന മലയാറ്റൂരിന്റെ പ്രസിദ്ധീകൃതമായ അടുത്ത നോവൽ 1955 ൽ *വിഷബീജ*മായിരുന്നു.

റോഡ് ഒരു കവലയിലെത്തി.

ഇടത്തോട്ടു തിരിഞ്ഞാൽ, നേരെ തിരുവനന്തപുരത്തു പോകാം. വലത്തോട്ടു തിരിഞ്ഞാൽ തനിക്കു പരിചയമുള്ള ഒരു കോൺട്രാക്ടറുടെ സ്ഥലത്തും.

മനോഹരമായ കെട്ടിടങ്ങൾ പണിയുന്ന കോൺട്രാക്ടർ.

രഘു 'ഡാഷ്' തുറന്ന് ബ്ലൂപ്രിന്റിൽ ഒരിക്കൽക്കൂടി നോക്കി. പിന്നെ സംശയിച്ചില്ല.

അയാൾ കാർ വലത്തേക്കു തിരിച്ചു (*വേരുകൾ*).

മലയാള വായനക്കാർക്കിടയിൽ മലയാറ്റൂർ രാമകൃഷ്ണന് മേൽവിലാസമുണ്ടാക്കിയ നോവലാണ് *വേരുകൾ*. ഗീതയുടെ നിർബന്ധത്തിന് വഴങ്ങി എല്ലാം ഉപേക്ഷിച്ച രഘു..... ജീവിതത്തിന്റെ ഓരോ കവലയിലും വേദനയോടെ തിരിഞ്ഞുനിന്ന രഘു...... ഈ രഘു ഒരളവുവരെ മലയാറ്റൂർ തന്നെയാണ്.

"യഥാർഥത്തിൽ വേരുകളുടെ ജനനം 1959 ൽ സിംലയിൽ വെച്ചാണ്. കേരളത്തിലെ ബ്രാഹ്മണരെപ്പറ്റി ഒരു നോവലെഴുതാൻ സി ജെ തോമസ് എന്നോട് പറഞ്ഞു. സിംലയിൽ ഐ എ എസ് ട്രെയിനിങ് കാലത്ത് നാലഞ്ച് അധ്യായങ്ങൾ എഴുതി. *വേരുകളി*ലെ അൻപത് ശതമാനം സംഭവങ്ങളും യഥാർഥമാണ്. മനസിൽനിന്നു ഓർമകൾ ചികഞ്ഞെടുക്കുക. ഇത്രയേ ഉണ്ടായിരുന്നുള്ളൂ എന്റെ ജോലി."

മലയാറ്റൂരിന് ഏറെ ആരാധകരെ നേടിക്കൊടുത്ത നോവലാണ് *വേരുകൾ*. *വേരുകൾ*ക്കുശേഷം അദ്ദേഹം ഏറ്റവും ഇഷ്ടപ്പെടുന്ന മാധ്യമം, നോവൽ ആയതിന്റെ കാരണം ഇതായിരിക്കുമല്ലോ.

അങ്ങനെ *യന്ത്രം, അഞ്ചുസെന്റ്, ബ്രിഗേഡിയർ കഥകൾ നെട്ടൂർ മഠം, യുദ്ധം, അമൃതംതേടി, ആറാം വിരൽ* എത്ര എത്ര.....

ഇനി ആ വർത്തമാന ജീവിതത്തിലേക്ക്.

മകരമാസത്തിന് മുമ്പെത്തിച്ചേർന്ന കുളിര് പുറത്തു കനം വെച്ചുകയ

റുന്നു. രാത്രിയുടെ നിശ്ശബ്ദതയല്ല, ഈ വീട്ടിൽ. അകത്ത് സാന്ദ്രമായ ഏതോ സംഗീതധ്വനി.

ഓണവും വിഷുവും പുതുവത്സരവും ഇല്ലാത്ത ജീവിതമാണ് മലയാറ്റൂരിന്റേത്. മക്കളാരും സമീപത്തില്ല. സഹധർമിണി ശ്രീമതി വേണിക്കും അസുഖം. ന്യൂറൈറ്റിസ് രോഗത്തിന് അൽപ്പം ശമനമുണ്ടെങ്കിലും ഇപ്പോൾ പഴയതുപോലെ അദ്ദേഹത്തിന് നടക്കാൻ കഴിയുന്നില്ല.

“പുറത്തെങ്ങും പോവാറില്ലല്ലോ.” ആദ്യം ചോദിക്കാൻ തോന്നിയത് ഇതാണ്. ചോദിച്ചു.

“ഞാൻ വയസനായി ഒതുങ്ങിക്കഴിയുന്നു. പുറത്തെങ്ങും, പോവാറില്ല. അല്ലെങ്കിലും ഒരു ഭേദപ്പെട്ട മദ്യപാനി എന്ന പേര് എനിക്ക് ലഭിച്ചു കഴിഞ്ഞു. ഒരുദിവസം ഒരു വിവാഹത്തിന് സുബ്രഹ്മണ്യംഹാളിൽ രാവിലെ ചെല്ലുമ്പോൾ, രണ്ടുപേർ നിന്നു പറയുകയാണ്. രാവിലെതന്നെ മലയാറ്റൂർ നല്ല ലവലാണല്ലോ എന്ന്. അസുഖം കാരണം ശരിക്കും നടക്കാൻ കഴിയുമായിരുന്നില്ല.”

ഏകാകിയാണ് താനെന്ന ചിന്ത, ഈയിടെ വളരെയധികമാണ് മലയാറ്റൂരിൽ. മകൻ ബാങ്കുദ്യോഗസ്ഥൻ കണ്ണൻ, മദ്രാസിൽ. മകൾ ശോഭ ഭർത്താവിനോടൊപ്പം ബോംബെയിൽ. സമീപത്തുള്ള ചെറുപ്പക്കാരായ മോഹനനും ഹരിയും ഇടയ്ക്കിടെ വരാറുണ്ട്. സാഹിത്യേതരവും സാഹിതീയവുമായ കാര്യങ്ങൾ അവർ ചർച്ചചെയ്യുന്നു.

പകൽ മലയാറ്റൂരും വേണിയും ഈ വീട്ടിൽ ഒറ്റയ്ക്കാണ്. അപ്പോഴാണ് ഈ വീട് ഏറെ നിശ്ശബ്ദം.

എല്ലാ സന്ധ്യകളെയും മലയാറ്റൂർസന്ധ്യകൾ എന്ന് വിശേഷിപ്പിക്കാം. അദ്ദേഹത്തിന്റെതന്നെ ഭാഷയിൽ സുഗന്ധവും ദുർഗന്ധവും അറിയാത്ത സന്ധ്യകൾ. ഏറെ, സംസാരിക്കാനും പരിഭവം പറയാനും ഈ സന്ധ്യകൾ, അദ്ദേഹം പ്രയോജനപ്പെടുത്തുന്നു. അങ്ങനെ വൈദേഹി ശബ്ദായമാനമാവുന്നു.

ഒരുകൊല്ലംകൂടി മറവിയിലേക്ക്. എങ്ങനെയാവും ഈ എഴുത്തുകാരൻ പുതുവത്സരത്തെ സ്വാഗതം ചെയ്തത്. “പതിവായി ചൂടുവെള്ളത്തിൽ കുളിക്കുന്ന ഞാൻ ഡിസംബർ 31 ന്, ന്യൂ ഇയർ ഈവിന്, പച്ചവെള്ളത്തിൽ സമൃദ്ധമായി കുളിച്ചു. തണുപ്പ് തലയിൽ തട്ടിയപ്പോൾ നല്ല സുഖംതോന്നി. കുപ്പായം മാറി. പുറത്തേക്കൊന്ന് പോയാലോ എന്ന് ചിന്തിച്ചു. പക്ഷേ പോയില്ല. കേരളത്തിന് വെളിയിലുള്ള മക്കൾ വിളിക്കും. ഞാൻ ഫോണിനടുത്ത് തന്നെയിരുന്നു.”

ഇത് മലയാറ്റൂരിന്റെ ഓഫീസ് മുറി. വരാന്ത കടന്ന് നാം എത്തുക ഈ കുടുസുമുറിയിലേക്കാണ്. ഷെൽഫുനിറയെ പുസ്തകങ്ങൾ.

“ഞാനന്ന് ക്ലബ്ബിലും പോയില്ല. ഇവിടെയൽപ്പം ഉല്ലാസവാനായി ഇരുന്നു.”

മലയാറ്റൂരിന്റെ വീടിനടുത്ത് രണ്ടു യൂറോപ്യൻ വനിതകളാണ് താമസിക്കുന്നത്. യോഗ പഠിക്കാൻ, ഇന്ത്യയെന്ന മഹാത്ഭുതത്തെ കാണാൻ കടൽതാണ്ടി എത്തിയിരിക്കയാണവർ.

"ഡിസംബർ 31 ന് കൈനീട്ടിയാൽ പരസ്പരം ഗ്രഹിക്കാവുന്ന ഈ കുറഞ്ഞ അകലത്തിൽ നിന്നുമവർ 'ഹായ്' വിളിച്ചപ്പോഴും ഞാൻ പോയില്ല. കാരണം മസ്ജിദ് പൊളിച്ച ഡിസംബറിന്റെ കറുത്ത നാമവും, എനിക്ക് വേണ്ടപ്പെട്ടവനായ തോപ്പിൽഭാസിയുടെ മരണവും എന്നെ ഈ കസേരയിൽ തന്നെ പിടിച്ചിരുത്തി."

"പച്ചവെള്ളത്തിലെ കുളി, പനി വരുത്തി. ഹരിയുടെ വീട്ടിൽനിന്നു വിക്സ് വേപ്പോറപ്പും, അതുൾക്കൊള്ളാനുള്ള പ്ലാസ്റ്റിക് പാത്രവും വരുത്തി. ഇതെല്ലാം ഒതുക്കി, അതുൾക്കൊള്ളാൻ തലയിൽ തുണിയിട്ട് ഞാനിരുന്നപ്പോൾ, ദേശീയ ദുഃഖവും ലജ്ജയുംകൊണ്ട് നമ്മളോരോരുത്തരും ഇങ്ങനെ തന്നെയിരിക്കണമെന്ന് തോന്നി" വളരെ വേഗം, ദൈനംദിന ജീവിതത്തിന്റെ സുഖദുഃഖങ്ങളെപ്പറ്റി പറഞ്ഞ് ദേശീയ ദുരന്തത്തിലേക്ക് ഈ എഴുത്തുകാരൻ മടങ്ങുകയായിരുന്നു.

"വിൽഡ്യൂറന്റെ *സ്റ്റോറി ഓഫ് സിവിലൈസേഷൻ* വായിച്ചിട്ടില്ലല്ലോ, നിങ്ങളും ഞാനും നമ്മുടെ കാഴ്ചപ്പാടുകൾക്ക് രൂപംകൊടുക്കുന്നത്. അന്ധകാരവും അജ്ഞതയും ലോകജനതയെ എക്കാലത്തും വേട്ടയാടി പോന്നിട്ടുണ്ട്. മഹായുദ്ധങ്ങളുടെ ഇടവേളകളിൽ മാത്രം തിളങ്ങിവരുന്നതാണ് നാം സ്നേഹിക്കുന്ന സംസ്കാരവും സംസ്കൃതിയും.

മനുഷ്യസംസ്കാരത്തിന് എണ്ണായിരം കൊല്ലത്തെ പഴക്കമേ ഞാൻ കാണുന്നുള്ളൂ. കാർബൺഡേറ്റിങ് മുതലായ ആധുനിക, സാങ്കേതിക വിദ്യകൾവഴി, പ്രശസ്ത നരവംശശാസ്ത്രജ്ഞർ അവരിൽ പ്രമുഖൻ, ഡോ. ലീക്കി കണ്ടുപിടിച്ചിട്ടുള്ളത് നരവംശത്തിന് 35 ലക്ഷം കൊല്ലത്തെ പഴക്കം മാത്രമേ ഉള്ളൂവെന്നാണ്. ഇതോർത്താൽ നാം പള്ളിപൊളിക്കുകയില്ല. എന്തിന് പ്രാർഥിക്കാൻകൂടി കൂട്ടാക്കുകയില്ല.

അയ്യായിരം കൊല്ലത്തെ മേന്മ ചമയുന്ന ഹിന്ദുമതം, രണ്ടായിരത്തിന്റെ പഴക്കം പറയുന്ന ബുദ്ധമതം, ജൈനമതം, ഇങ്ങനെ എത്രയെത്ര. ആത്മാവിന്റെ നന്മയ്ക്കു വേണ്ടിയാണല്ലോ നാം മതഭക്തന്മാരായത്. ദേവാലയങ്ങളിൽ പോകുന്നത്. ബലികളർപ്പിക്കുന്നത്. വെട്ടിയും കുത്തിയും നശിക്കുന്നത്.

ഇവിടെ ആത്മാക്കൾക്ക് എന്തു സംഭവിച്ചു? ആത്മാവുണ്ടോ?

കമ്പ്യൂട്ടർ എനിക്ക് ദൈവമാണ്. അതിനുകാരണം, എനിക്കത് അറിയില്ല. അറിവില്ലാത്തതത്രയും ദൈവങ്ങളാണ് നമുക്ക്. അതിനെ നാം ഭയപ്പെടുന്നു.

ഭരണകൂട പ്രത്യയശാസ്ത്ര ഉപകരണങ്ങൾ നിർദേശിക്കുന്ന ചുറ്റളവിൽ നിന്ന് പുറത്തുപോകാൻ നമുക്കു കഴിയില്ല. അഥവാ കഴിയുമെങ്കിൽ തന്നെ, അത് നടത്താനും നാം തയാറാവില്ല.

മലയാറ്റൂരിന്റെ വാക്കുകൾ: "ഒന്നു നോക്കിയാൽ, അവസാനിക്കുന്ന ഈ നൂറ്റാണ്ടിലും വരാൻ പോവുന്ന നൂറ്റാണ്ടിലും വലിയ അടുക്കും ചിട്ടയും കാണില്ല. നമ്മളിപ്പോൾ തിരിഞ്ഞു നോക്കുകയാണ്. നമുക്കു വള്ളത്തോളിന്റെ വായുവിമാനത്തിൽ കയറി ഒത്തിരി പിറകോട്ട് പോവാം.

അരവിന്ദനോ നമ്പൂതിരിക്കോ എനിക്കോ വരയ്ക്കാൻ കഴിയുന്ന ഒരു ചിത്രമപ്പോൾ തെളിയുന്നു. ആദിമനുഷ്യൻ, അധ്വാനിച്ച്, പടുത്തുയർത്തിയ ഒരു ചെറ്റക്കൂര, വന്യമൃഗങ്ങളെ ഭയന്ന്, അതിന് പുറത്ത് അഗ്നി.

അപ്പോൾ എവിടെനിന്നോ, ഒരു വാലാട്ടിപ്പട്ടിവരും. ഗൃഹയിലെ ആദി കുടുംബം, അതിന് എല്ലെറിഞ്ഞ് കൊടുക്കും. നമ്മുടെ ഭരണകർത്താക്കൾ നമുക്ക് എറിഞ്ഞുതരുന്ന അതേ എല്ല്. പട്ടിക്കൊന്നേ അറിയൂ.

പട്ടി ഹാപ്പി, യജമാനസ്നേഹം. അതിന് അറിയുന്നത്, വാലാട്ടാൻ മാത്രം."

തമ്മിലടി ഇവിടെ പുത്തരിയല്ലെന്നാണ്, ഈ എഴുത്തുകാരന്റെ വാദം. "കാനഡയിൽ ഇംഗ്ലീഷ് സംസാരിക്കുന്നവരും ഫ്രഞ്ച് സംസാരിക്കുന്നവരും തമ്മിൽ, അയർലന്റിൽ കത്തോലിക്കക്കാരും പ്രൊട്ടസ്റ്റന്റുകളും തമ്മിൽ. ഇങ്ങനെ തമ്മിലടിയുടെ എഞ്ചുവടി പട്ടികയ്ക്ക് കനം കൂടുകയാണ്. ഹിറ്റ്ലർ എത്രയോ ആളുകളെ കൊന്നു. എന്റെ തലമുറ സിന്ദാബാദ് വിളിച്ചു നടന്ന സ്റ്റാലിൻ കൊന്നവരുടെ എണ്ണമെത്ര?

സമൂഹത്തിൽ ഭൂരിപക്ഷത്തിനെ നിയന്ത്രിക്കുന്നത് ചിന്തയല്ല, വികാരമാണ്. നീതിക്ക് തുല്യമായ അവസ്ഥ കണ്ടെത്താൻ നമുക്കു കഴിഞ്ഞിട്ടില്ലല്ലോ."

പൂണൂൽ ധരിക്കാത്ത ബ്രാഹ്മണനാണ് മലയാറ്റൂർ. ജാതി–മത നിഷേധത്തിന്റെ ഭാഗമാണോ, ഇത്?

"എക്കാലത്തും മനുഷ്യരെ വിഡ്ഢികളാക്കുകയായിരുന്നു ഗോത്രത്തലവൻമാർ. ഞാൻ ദുർബലനാണ്. എന്റെ അച്ഛൻ അമ്പലങ്ങളിൽ പോയിരുന്നില്ല. എഴുപത്തിയഞ്ചുരൂപ ശമ്പളവും അതിനുശേഷം മുപ്പത്തിയഞ്ചുരൂപ പെൻഷനും മേടിച്ച് ജീവിച്ചവരാണ് ഞങ്ങൾ. ഇന്ന് വൈകുന്നേരം എന്റെ സഹോദരി മീന വന്നപ്പോൾ പറഞ്ഞു. നാട്ടിൽ ഞങ്ങളുടെ, ബ്രാഹ്മണരുടെ പ്രൈവറ്റ് അമ്പലമായ ധന്വന്തരി ക്ഷേത്രത്തിൽ ഒരുത്തൻ ഉറഞ്ഞ് തുള്ളിയത്രേ."

മലയാറ്റൂരിന്റെ പതിനാറാം വയസിൽ ഈ അമ്പലത്തിലാണ് അദ്ദേഹം; താഴ്ന്ന ജാതിയിൽപ്പെട്ടവരെ, ക്ഷേത്രപ്രവേശനം നടത്തി, വിപ്ലവം സൃഷ്ടിച്ചത്.

"അവിടെയൊരുത്തൻ തുള്ളി ഇപ്പോൾ വിപ്ലവം ഉണ്ടാക്കിയിരിക്കുന്നു. താൻ ധന്വന്തരി മൂർത്തിയാണ്, ചികിത്സിക്കാൻ പിറന്നവനാണ് എന്നൊക്കെ തട്ടിവിട്ടത്രേ. ദൈവം പറഞ്ഞതല്ലേ, നാട്ടുകാർ കുറെ കണക്കിന് രൂപ കൊണ്ടിടണം. മനുഷ്യദൈവത്തിന് മുന്നിൽ വണങ്ങിനിന്നു. ഞാൻ മീനയോട് പറഞ്ഞു. കാൽക്കാശ് കൊടുക്കില്ല. പകരം ഞാൻ വേണമെങ്കിൽ ദൈവമാകാം. ഇപ്പോൾ ജീവിക്കാൻ വലിയ ബുദ്ധിമുട്ടാണ്. ആളുകൾ, കാശൊക്കെ എനിക്കു കൊണ്ടുവരട്ടെ, ദൈവത്തിനോട് എനിക്കൊരു പ്രതിപത്തിയുമില്ല. പിന്നെ അമ്മയെ തല്ലുന്നവൻവരെ മരിക്കുമ്പോൾ, എന്റെ അമ്മേ എന്നാണല്ലോ, വിളിക്കാറ്. 450 കൊല്ലത്തിലേറെയായി ഞങ്ങൾ കേരളത്തിൽ വന്നിട്ട്, മാതൃഭാഷയും മലയാളം

തന്നെ. പക്ഷേ, സർക്കാർ സെൻസസ് റിപ്പോർട്ടിൽ ഞാനിന്നും പരദേശി ബ്രാഹ്മണൻ...." അദ്ദേഹത്തിന് വാക്കുകൾ കിട്ടാതായി.

മലയാറ്റൂരിന്റെ സഹധർമിണി, ഈശ്വരഭക്തയാണ്. അതിലദ്ദേഹം ഇടപെടാറുമില്ല. പക്ഷേ, ഈശ്വരഭക്തനല്ലാതിരുന്നിട്ടും എന്തിനാണ് ഗുരുവായൂര് അദ്ദേഹം പോയത്. 'പഴയ ഗുരുവായൂർ സംഭവത്തിലേക്ക്' പറയാം, "ഭാര്യയുടെ നിർബന്ധം സഹിക്കവയ്യാതെയാണ് ഞാൻ ഗുരുവായൂർ, ബിംബത്തെ തേടിപ്പോയത്. ഞാനവിടെയും ദുർബലനായി. എന്നെ അങ്ങോട്ട് പറഞ്ഞയച്ച മാന്യൻമാരോട് ഏതായാലും ഇന്നെനിക്ക് വിരോധമില്ല."

വെളിച്ചം, മലയാറ്റൂർ രാമകൃഷ്ണന് പ്രിയപ്പെട്ടതാണ്. 1927 ൽ പാലക്കാട്ടെ, കൽപ്പാത്തിയിൽ രാമകൃഷ്ണൻ ജനിക്കുന്നതും, ഇടവത്തിലെ കാർത്തികയിലായിരുന്നു. "കാർത്തികയും ക്രിസ്തുമസും എനിക്കിഷ്ടമാണ്. പക്ഷേ, തീവ്രദേശബോധവും മതബോധവും കൂടിക്കലർന്നാൽ ഇവിടെ ഒരായിരം കുതിരവട്ടങ്ങൾ ഉണ്ടാക്കേണ്ടിവരും" അദ്ദേഹം പറഞ്ഞു.

മതേതരത്വത്തിനെപ്പറ്റി പറയുമ്പോൾ, മലയാറ്റൂർ തിരുവല്ലയിൽ താമസിക്കുമ്പോൾ എന്നും കണ്ടുകൊണ്ടിരുന്ന ഒരു ധർമ്മക്കാരന്റെ പാട്ടാണ്, തനിക്ക് പഥ്യമെന്ന് അദ്ദേഹം പറഞ്ഞു. ആ പാട്ട് ഇങ്ങനെയത്രെ.

"ദൈബം റണ്ടില്ലാ
റഹ്മാൻ റഹ്മാനെന്ന്
മുസ്ലീം ബിളിക്കും
ഭഗവാൻ ഭാഗവാനെന്ന്
ഹിന്ദു ബിളിക്കും
ദൈബം റണ്ടില്ല"

അക്ഷരശുദ്ധിയില്ലാതെ അന്നയാൾ പാടിയ പഴയ പാട്ട് തന്റെ ജീവിതത്തിലുടനീളം സഞ്ചരിച്ചിട്ടുണ്ടെന്ന് മലയാറ്റൂർ സ്മരിക്കുന്നു.

*യന്ത്ര*ത്തിലൂടെ ആവിഷ്ക്കരിക്കുന്ന ബ്യൂറോക്രസി, ഇന്ന് നിലവിലുള്ള ഉദ്യോഗമേധാവിത്തത്തിന്റെ സങ്കീർണതകളെ ധ്വനിപ്പിക്കാൻ പര്യാപ്തമാണോ? *യന്ത്രം* ഭരണകൂടത്തെ ഏകപക്ഷീയമായ ബ്യൂറോക്രസിയിലൂടെ അനാവരണം ചെയ്യുന്ന രചനയായതുകൊണ്ടല്ലേ, ക്ലാസിക്കുകളുടെ കൂട്ടത്തിലേക്ക് അതുയരാതിരുന്നത്? മലയാറ്റൂരിന്റെ ശ്രദ്ധ സാഹിത്യത്തിലേക്ക് തിരിക്കാം.

"രാഷ്ട്രീയക്കാരും ഐ എ എസുകാരും സാമാന്യമര്യാദകൾ പുലർത്തിയിരുന്ന കാലത്താണ്, ഞാൻ സർവീസിലുണ്ടായിരുന്നത്. എന്റെ പ്രിയങ്കരനായ ശ്രീ. സി അച്യുതമേനോൻ സാർ, കോട്ടയത്ത്, എനിക്ക് വയലാർ അവാർഡ് സമ്മാനിക്കുന്ന വേളയിൽ പറഞ്ഞതാണ് ഓർമ വരുന്നത്, 'മലയാറ്റൂർ ഐസ്ബർഗിന്റെ തുമ്പേ കണ്ടിട്ടുള്ളൂ. ഡൽഹിയിൽ ജോലി ചെയ്തിട്ടില്ലല്ലോ. *യന്ത്ര*ത്തിൽ ചിത്രമുണ്ട്. പക്ഷേ, കൊഴുപ്പ് കൂട്ടാമായിരുന്നു.' ഇത് സത്യമാണെന്ന് ഇപ്പോൾ തോന്നുന്നു.

ഒരു കമ്പനിയുടെ ഷെയർ വിൽപ്പനയ്ക്ക് കൂട്ടു നിൽക്കാത്തതുകൊണ്ട്, ഒരു ഐ എ എസ് ഓഫീസറുടെ മുഖത്ത് ആസിഡൊഴിച്ച കുടിപ്പക

രാഷ്ട്രീയം. ഇന്നലെ വായിച്ച ഇംഗ്ലീഷ് പത്രത്തിൽ രാജസ്ഥാൻ ഗവർണർ, ഒരു ഐ എ എസുകാരനെ ചീത്തവിളിച്ച് കരയിച്ച രംഗം. ഇതെല്ലാം ഉൾക്കൊള്ളുമ്പോൾ, കേരളത്തിൽ പണ്ട് (താരതമ്യേന ഇന്നും) ഐ എ എസിന് കുറെയെങ്കിലും മാന്യതയുണ്ട്. ഇന്നത്തെ അവസ്ഥയിൽ സ്ഥിരം സിവിൽ സർവീസ്, അതിൽ കടന്നുകൂടാൻ ആഗ്രഹിക്കുന്നവർക്കും, അവരെ തുപ്പിയാട്ടുന്ന രാഷ്ട്രീയ കുരങ്ങൻമാർക്കും അപമാനമാണ്, മൊത്തത്തിൽ.''

ജീവിച്ചിരിക്കുന്ന പലരും കഥാപാത്രങ്ങളാവുന്ന *അഞ്ചുസെന്റോ?*

''ശ്രീ പൊന്നറ ശ്രീധറിന്റെ നിഴലാട്ടം അതിലുണ്ട്, കൗമുദി ബാലന്റെയും. ബാലകൃഷ്ണൻ എന്റെ തലമുറയിലെ തീപ്പന്തമായിരുന്നു. ഇന്ന് തെക്കൻ കേരളത്തിൽ മേനിചമഞ്ഞു കിടക്കുന്ന പലരെയും, വെളിച്ചത്തിന്റെ പാതയിലേക്ക് നയിച്ചത്, പേട്ടയിൽ കുത്തിയിരുന്ന് നശിച്ച ബാലകൃഷ്ണനാണ് എന്നത് അവർ മറന്നിരിക്കുന്നു.''

വേരുകൾ, നെട്ടൂർമഠം?

''ഞാൻ നേരത്തെ പറഞ്ഞതുപോലെ, ഞാൻ നേരിട്ട ജീവിതം പരദേശി ബ്രാഹ്മണന്റേതാണ്, നിരൂപകർ പറയുന്നതുപോലെ *വേരുകളി*ൽ ആത്മകഥാംശം ഉണ്ട്. *നെട്ടൂർമഠ*ത്തിൽ ലേശവുമില്ല.''

കടന്നുവന്ന വഴികളെപ്പറ്റി എന്തു തോന്നുന്നു?

''എനിക്കെന്നെപ്പറ്റി അഹങ്കാരമില്ല. മലയാറ്റൂർ കുഴൽ വിളിച്ചിട്ടില്ല, പലരും വിളിച്ചപ്പോഴും. എഴുതിയും പറഞ്ഞും ഞാനിവിടെ ഒതുങ്ങിക്കഴിയുന്നു. കൊല്ലങ്ങൾക്കുശേഷം ആരെങ്കിലും ഓർത്താൽ മതി– 'ഇങ്ങനെയും ഒരു തെമ്മാടി ഇതുവഴി കടന്നുപോയി' പിന്നെ തകഴിച്ചേട്ടൻ പറയുന്നപോലെ എല്ലാം കാലം നിർണയിക്കും.''

അന്ധവിശ്വാസങ്ങളുണ്ട്. മലയാറ്റൂരിന് ''ശകുനത്തിൽ ഒറ്റ പട്ടർ മോശമാണ്. രണ്ടുപേർ ഉഗ്രൻ. അതുപോലെ എനിക്ക് പതിനെട്ടിനോട് വല്ലാത്ത താൽപ്പര്യമാണ്. എന്റെ മകൻ ജനിച്ചതുതൊട്ട്, ഞാൻ ജോലിക്ക് ചേർന്നതുവരെ പതിനെട്ടിനാണ്.''

അധികാരത്തിനെതിരെ ശബ്ദിച്ചിട്ട് ഭരണകൂടങ്ങൾ മാറ്റിമറിച്ചവർ, ഭരണനേതൃത്വത്തിൽ എത്തിയപ്പോഴും അവരൊക്കെ സ്വേച്ഛാധിപതികളായി മാറുന്ന കാഴ്ചയാണ് നാം കണ്ടത്, കമ്യൂണിസ്റ്റ് രാജ്യങ്ങളിൽ. ഒരു കമ്യൂണിസ്റ്റുകാരനായ താങ്കൾ എങ്ങനെ ഇതിനെ സമീപിക്കുന്നു?

''ഒരർഥത്തിൽ ഈ പ്രപഞ്ചം ഒന്നുമല്ല, ഗാന്ധി മരിച്ചാലും സ്റ്റാലിൻ മരിച്ചാലും ചാമ്പൽ. ഒട്ടേറെ പ്രതീക്ഷയോടെ, അർഥശുദ്ധിയോടെ, ഇവിടെ എല്ലാം നന്നാക്കാം എന്നു കരുതി നെഹ്റു, ജയപ്രകാശ്, ലോഹ്യ എന്നിവരുടെ പിറകെ നടന്ന കുരുന്നുപിള്ളേരായ ഞങ്ങൾ ഒരു ഘട്ടത്തിൽ കമ്യൂണിസ്റ്റുപക്ഷത്തിൽ നിലയുറപ്പിക്കാൻ തയാറായി. *ദാസ് ക്യാപ്പിറ്റൽ* വായിച്ചിട്ടല്ല ഇടതുപക്ഷ പ്രേമം ജനിച്ചത്. ഇന്ന് എല്ലാം തകർന്നിരിക്കുന്നു. തള്ളയും തന്തയും ചത്തുപോയ തലമുറയാണ് ഞങ്ങളുടേത്. ഈ അന്ധകാരത്തിൽപ്പോലും കമ്യൂണിസമാവാം അവസാനത്തെ ഉത്തരം എന്ന വിശ്വാസവും എനിക്കുണ്ട്. വൈരുധ്യമായിത്തോന്നാം.''

പഴയതുപോലെ മലയാറ്റൂർ കാർട്ടൂണുകൾ വരയ്ക്കുന്നില്ല, ഉടനെ

മലയാറ്റൂരും ദത്തനും ചേർന്നൊരു പെയിന്റിങ് പ്രദർശനം നടത്തുന്നുണ്ട്. പഴയതുപോലെ, ഇന്ത്യൻ റവന്യൂബുക്സിൽ തുടർച്ചയായി അദ്ദേഹം കാർട്ടൂണുകൾ വരയ്ക്കുന്നുണ്ട്.

"*ആറാംവിരൽ* നല്ല നോവലാണോ, ഇല്ലയോ എന്നറിയില്ല" എന്നായിരുന്നു നോവലിസ്റ്റിന്റെ മറുപടി.

(*കലാകൗമുദി*)

മലയാറ്റൂർ പ്രവചിക്കുന്നു; അന്ത്യം 99 ഓഗസ്റ്റ് 2 ന്

"രണ്ടായിരമാണ്ട് കാണാൻ നിങ്ങളോടൊപ്പം ഞാൻ ഉണ്ടാവില്ല. 1999 ഓഗസ്റ്റ് രണ്ടാംതീയതി ഞാനീ ലോകം ഉപേക്ഷിക്കും. മാത്രമല്ല, 1996 ൽ സന്യാസം സ്വീകരിക്കുകയോ മതപരിവർത്തനം നടത്തുകയോ ചെയ്യും." മലയാറ്റൂർ രാമകൃഷ്ണൻ സ്വന്തം ഭാവി പ്രവചിക്കുന്നു.

*മംഗള*ത്തിന് നൽകിയ അഭിമുഖത്തിനിടയിലാണ് തന്റെ മരണദിവസം മലയാറ്റൂർ വെളിപ്പെടുത്തിയത്. ഭാവിപ്രവചിച്ചിരുന്ന *അയ്യർ ദ ഗ്രേറ്റി*ന്റെ സൃഷ്ടികർത്താവ് തുടർന്നു:

"എന്തിന് വെറുതെ കഷ്ടപ്പെടണം? ആവർത്തനവിരസമായ ജീവിതം 1999 വരെ നീളുന്നതിലല്ലേ ഖേദിക്കേണ്ടത്; എന്റെ മരണവർഷം പ്രവചിച്ചത് പ്രസിദ്ധനായ ഒരു ജ്യോത്സ്യനാണ്. പി ടി സുന്ദരം. ഇന്ദിരാഗാന്ധിയുടെ കൈനോട്ടക്കാരൻ.

കുറെ വർഷങ്ങൾക്കുമുമ്പ് ഒരു സായാഹനത്തിൽ എന്റെ അയൽക്കാരനായ ജെ പി, ദൂതൻവഴി എന്നെ വിളിപ്പിച്ചു. ഞാൻ ചെന്നു. ചെറിയ തോതിലൊരു ജലസേചനമായിരുന്നു പരിപാടി. മൂന്നുപേരിരുന്ന് മദ്യപിച്ചുകൂടെന്ന് അവിടെ സന്നിഹിതനായിരുന്ന സുന്ദരം പറഞ്ഞത്രേ. കോറം തികയ്ക്കാനാണ്, ഞാൻ വിളിക്കപ്പെട്ടത്. ചെന്നയുടൻ സുന്ദരം എന്റെ കൈ കൈക്കലാക്കി.

അക്കൊല്ലം ജനുവരി പന്ത്രണ്ടിന് ഞാൻ വാഹനവുമായി ബന്ധപ്പെട്ട വകുപ്പിന്റെ ചുമതലക്കാരനാവും. ഒരാണ്ടിനുശേഷം മന്ത്രിയുമായി പിണങ്ങി സ്ഥാനം വിടും. സുന്ദരം പ്രവചിച്ചു. ജനുവരി എട്ടാംതീയതി ഞാൻ കെ എസ് ആർ ടി സി യുടെ ജനറൽ മാനേജരായി ചുമതലയേറ്റു. കൃത്യം ഒരാണ്ടിനുശേഷം മന്ത്രിയുമായി ഉരസി സ്ഥാനം വിടുകയും ചെയ്തു.

രണ്ടാമത്തെ പ്രവചനം 1980 ഓഗസ്റ്റ് 18 ന് ഞാൻ ഐ എ എസ്സ് വിടുമെന്നായിരുന്നു. അന്ന് അത്തരത്തിലൊരു ചിന്തയേ എനിക്കില്ലായിരുന്നു. എന്നാൽ സുന്ദരത്തിന്റെ നിഗമനത്തിന് മാസങ്ങൾ വ്യത്യാസം. 81 ഫെബ്രുവരിയിൽ ഞാൻ ഐ എ എസ് ഉപേക്ഷിച്ചു. മൂന്നാമത്തെ പ്രവചനമായാണ് 72-ാം വയസിൽ മരണമെന്നും 69-ാം വയസിൽ സന്യാസമെന്നും അദ്ദേഹം പറഞ്ഞത്."

മലയാറ്റൂർ പറയുന്നു.

"ഇതിനിടയിൽ ആഭ്യന്തരവകുപ്പു സെക്രട്ടറി സി പി നായർ എന്റെ മരണം പ്രവചിച്ചു. അദ്ദേഹവും നല്ല ജ്യോതിഷനാണ്. 84-ാം വയസിലേ ഞാൻ മരിക്കുകയുള്ളൂവെന്ന് സി പി പറഞ്ഞു. എന്നാൽ ഞാനത് വിശ്വ

സിക്കുന്നില്ല. കാരണം ഇന്ദിരാഗാന്ധി മരിക്കുന്ന ദിവസം പ്രവചിച്ച ആളാണ്, സുന്ദരം. കന്യാകുമാരിയിൽവെച്ച് അവസാനമായി ഞാനദ്ദേഹത്തെ കണ്ടുമുട്ടിയപ്പോൾ പറഞ്ഞു. 1984 ഒക്ടോബർ അവസാനത്തിൽ ഇന്ദിരാഗാന്ധി അന്തരിക്കും. സുന്ദരം ഉപയോഗിച്ച വാക്കുകൾ ഇതാണ്. She will have a violent death. അതുപോലെതന്നെ സംഭവിച്ചു. എന്റെ കാര്യത്തിലും സുന്ദരത്തിന് തെറ്റില്ലെന്നുതന്നെ ഞാൻ വിശ്വസിക്കുന്നു.

72 വയസ് രണ്ടുമാസം രണ്ടുദിവസം അതായത് 1999 ഓഗസ്റ്റ് രണ്ടിന് അപ്പുറം ഒരുദിവസംപോലും ഞാൻ ജീവിച്ചിരിക്കില്ല." മലയാറ്റൂർ ചിരിച്ചുകൊണ്ട് പറഞ്ഞു.

"എന്നാൽ മാസവും ദിവസവും കൃത്യമായെങ്ങനെ കണക്കുകൂട്ടി?" ആ കഥ മലയാറ്റൂർ വെളിപ്പെടുത്തിയില്ല. അത് ട്രെയ്ഡ് സീക്രട്ടാണ്.

"ജ്യോത്സ്യത്തിൽ ഉറച്ച വിശ്വാസമാണോ?"

"ആണ്."

"എന്തുകൊണ്ടാണ്?"

"സാഹചര്യം അങ്ങനെയൊക്കെ ആക്കി."

"ഈശ്വര വിശ്വാസിയാണോ?"

"വിശ്വസിയാകാൻ ശ്രമിക്കുന്നുണ്ട്. ചിലപ്പോൾ തോന്നും വിശ്വസിക്കണമെന്ന്. മറ്റുചിലപ്പോൾ വേണ്ടെന്ന്."

"എങ്ങനെ മരിക്കാനാണ് ആഗ്രഹം?"

"സുഖമരണം."

"ആഗ്രഹം നടന്നില്ലെങ്കിലോ?"

"നടക്കും."

"ആരെങ്കിലും കൊന്നാലോ?"

"കൊല്ലുന്നവരെ തട്ടും."

"ആത്മഹത്യയെപ്പറ്റി എന്താണഭിപ്രായം?"

"ഭീരുത്വം."

"പുനർജന്മത്തിൽ വിശ്വസിക്കുന്നുണ്ടോ?"

"ഉണ്ട്."

"അടുത്ത ജന്മത്തിൽ ആരാകണം?"

"ഐ എ എസുകാരൻ ആകേണ്ട."

"കാരണം?"

"മന്ത്രിമാരുടെ എടാ, പോടാ വിളി കേൾക്കാൻ താൽപ്പര്യമില്ല. ഐ എ എസായിരുന്നപ്പോൾ ഞാൻ ശിപ്പായി. ഇപ്പോൾ ഞാൻ ഐ എ എസ്."

"അവസാനത്തെ ആഗ്രഹം?"

"സിനിമാനടനാകാൻ."

"കാരണം?"

"ആരാധികമാരെ നേടും. ഇപ്പോഴും ഉണ്ട്. എങ്കിലും കുറവാ."

തലസ്ഥാനത്തെ കരമനയാറിൻ കരയിലെ വൈദേഹിയിൽ മലയാറ്റൂർ അഞ്ചുവർഷം കഴിഞ്ഞെത്തുന്ന അതിഥിയെ കാത്തിരിക്കുകയാണ്.

വൈദേഹിയിൽ

പി എം ബിനുകുമാർ

തിരുവനന്തപുരത്ത് കരമനയാറിന്റെ തീരത്തുള്ള വൈദേഹി മുഖം മിനുക്കുകയാണ്. 1970 നവംബർ 18 നുശേഷം ഒരൊറ്റത്തവണപോലും മുഖം മിനുക്കാത്ത വൈദേഹിയുടെ മുറ്റത്തു നിറയെ പണിക്കാർ. കൊട്ടുവടികളും ഉളികളും കൈക്കോട്ടുമൊക്കെ കലപിലയുണ്ടാക്കി വൈദേഹിയുടെ മുറ്റത്ത് ചുറ്റിത്തിരിയുന്നു. മറന്നോ, ഇതു മലയാറ്റൂർ രാമകൃഷ്ണൻ എന്ന സ്വാമിയുടെ വീടാണ്.

ഗേറ്റ് തുറന്ന് അകത്തേക്കു കയറി. പഴയ അര ഗേറ്റിന്റെ സ്ഥാനത്ത് കൂറ്റനൊരു കവാടം. വൈദേഹിയുടെ പ്രൗഢി തെളിയിച്ചിരുന്ന ചെറിയ മതിലിന്റെ സ്ഥാനത്ത് പഴയ രാജകൊട്ടാരങ്ങളുടേത് മാതിരി കുന്തമുന നിർത്തിയ ഉഗ്രൻ മതിൽക്കെട്ട്.

ആദ്യം നോക്കിയത് കാർഷെഡിന് പിറകിലുണ്ടായിരുന്ന ആമ്പൽക്കുളത്തിലേക്കാണ്. അവിടെ ഒരു ശ്രീകൃഷ്ണപ്രതിമയുണ്ടായിരുന്നു. ഉരുളൻ കല്ലുകൾ പാകിയ ആമ്പൽക്കുളം. സിമന്റിട്ട് മൂടാനുള്ള ഒരുക്കത്തിലാണ് പണിക്കാർ. പണ്ട് അകത്തളത്തിലിരുന്ന് പടം വരയ്ക്കുമ്പോൾ ഈ ആമ്പൽക്കുളത്തിലേക്കാണ് സ്വാമി നോക്കിയിരിക്കാറുണ്ടായിരുന്നത്.

വൈദേഹിയുടെ വലതുവശത്ത്, പണ്ട് മതിലുണ്ടായിരുന്നില്ല. ഉദ്യോഗസ്ഥദമ്പതികളായ സരളാ ഗോപാലന്റെയും ഗോപാലന്റെയും വീടാണ് അവിടെയുള്ളത്. ആത്മസുഹൃത്തുക്കൾക്കും തനിക്കുമിടയിൽ ഒരു മതിൽക്കെട്ട് വേണ്ടെന്ന് സ്വാമിക്ക് തോന്നിക്കാണണം. പക്ഷേ, ഇവിടെ ഒരു വൻമതിലുയർന്നു കഴിഞ്ഞു.

വൈദേഹിയുടെ മുറ്റത്ത് റോസാച്ചെടികളും ജമന്തിപ്പൂക്കളും നിറഞ്ഞിരുന്ന ഒരു പൂന്തോട്ടമുണ്ടായിരുന്നു. നടുക്ക് ഇരുമ്പിൽ നിർമിച്ച ഒരൂഞ്ഞാൽ. ഈ ഊഞ്ഞാലിൽ സ്വാമിയും അമ്മയും വൈകുന്നേരങ്ങൾ ചെലവഴിച്ച ഒരു കാലമുണ്ടായിരുന്നു. ഇന്ന് സ്വാമിയുടെ പൂന്തോട്ടംനിറയെ

ചപ്പും ചവറും കുറ്റിച്ചെടിയും. മഞ്ഞിൻകണങ്ങളുടെ ദാക്ഷിണ്യം പോലുമില്ലാതെ എല്ലാം വാടിക്കരിഞ്ഞിരിക്കുന്നു. ഇവിടെ ഒരൂഞ്ഞാൽ ഉണ്ടായിരുന്നതായിപ്പോലും തോന്നില്ല.

സ്വാമിയുടെ എഴുത്തുമുറി സുപ്രസിദ്ധമാണ്. ജനാലയ്ക്കരികിലിരുന്നാണ് എഴുതിയിരുന്നത്. പലപ്പോഴും വയലാറിന്റെ പാട്ടുകൾ കൂട്ടിനുണ്ടാവുമായിരുന്നു. ശാസ്ത്രിനഗർ ഉറങ്ങുമ്പോൾ വയലാറിന്റെ ഗാനങ്ങൾ ഉറക്കെ പാടുമായിരുന്ന സ്വാമിയെ ഇവിടത്തുകാർ മറന്നിട്ടില്ല.

എഴുത്തുമുറിയുടെ ജനാലയും നവീകരിക്കപ്പെട്ടിരിക്കുന്നു. മുറികളെല്ലാം പുതിയ ചായംതേച്ച് സുന്ദരിമാരായി. പക്ഷേ, മടുപ്പിക്കുന്ന ഏകാന്തതയും ഒച്ചയില്ലാത്ത കരച്ചിലും മുറികളെ പിൻതുടരുന്നതുപോലെ തോന്നി.

മുറ്റത്തുണ്ടായിരുന്ന മാവ് ഇന്നില്ല. ഒരിക്കൽ സ്വാമിയുടെ മോഹൻ (നിർമിതി കേന്ദ്രത്തിൽ ഉദ്യോഗസ്ഥനായ മോഹന് വൈദേഹിയുടെ മുറ്റത്ത് അഞ്ചുസെന്റ് നൽകി. അവിടെ പണിത വീടിന് വേണീരാമം എന്നു സ്വാമി പേരിട്ടു) പറഞ്ഞതോർമ വന്നു. ഓഫീസ് മുറിയിലെ ഷെൽഫിലുണ്ടായിരുന്ന പുസ്തകങ്ങൾ ഉറുമ്പരിക്കുന്നതു കണ്ടപ്പോൾ മോഹൻ സ്വാമിയോടു ചോദിച്ചു: “മുറ്റത്തെ മാവു മുറിച്ചാൽ ഇവിടത്തെ ഈർപ്പം മാറും മുറിക്കട്ടോ?” വേണ്ടെന്നായിരുന്നു മറുപടി. ഒറ്റയ്ക്കിരിക്കുമ്പോൾ മാവിൻകൊമ്പിൽ വിരുന്നിനെത്താറുള്ള കിളികളോട് സ്വാമി സംസാരിക്കാറുണ്ടായിരുന്നു. “ചക്രവർത്തിനീ, നിനക്ക് ഞാനെന്റെ.....” എത്രയോ തവണ അങ്ങനെ കിളികൾക്ക് മൂളിക്കൊടുത്തിരിക്കുന്നു.

ഇത് മലയാറ്റൂരിന്റെ വൈദേഹി. സ്വാമി ഇവിടുന്ന് പോയിട്ട് ഡിസംബർ 27 ന് 10 വർഷം തികയുന്നു.

വൈദേഹി സ്വാമിയെ മറന്നോ? ദിവസങ്ങൾക്കുള്ളിൽ ഈ വീടിന് പുതിയ പേരുവരും. മാറ്റങ്ങളുടെ വഴിയിലാണ് മലയാറ്റൂരിന്റെ വീട്. ക്ഷമിക്കണം. ഇത് മലയാറ്റൂരിന്റെ വീടല്ല. മറ്റാരുടെയോ ആണ്. മലയാറ്റൂരിന്റെ മക്കൾ ഇതിനെ ഒരു ഗൾഫുകാരന് വിറ്റു. കഴിഞ്ഞ കുറേ മാസങ്ങളായി ആ ഗൾഫുകാരൻ വൈദേഹിയെ തന്റേതാക്കിമാറ്റാനുള്ള കഠിനപ്രയത്നത്തിലാണ്. പക്ഷേ, മാറ്റിയിട്ടും വൈദേഹിക്ക് മാറാനാവുന്നില്ല.

വൈദേഹിയുടെ മുറ്റത്തു നിന്നപ്പോൾ ഓർമ കുറെ പിന്നിലേക്ക് മാറി. സ്വാമി പറഞ്ഞ ഒരു സംഭവത്തിലാണ് മനസ്സ് കൊളുത്തിനിന്നത്.

വയലാർ രാമവർമ്മയോട് മലയാറ്റൂരിനുണ്ടായിരുന്ന സൗഹൃദം പ്രസിദ്ധമാണ്. ഒരുദിവസം പെട്ടെന്ന് ആരോടും പറയാതെ വയലാർ രാമവർമ്മ നമ്മെയെല്ലാം വിട്ടുപിരിഞ്ഞപ്പോൾ അദ്ദേഹത്തിന്റെ സ്മരണ നിലനിർത്തുന്നതിനും ആ കുടുംബത്തിന് കൈത്താങ്ങ് നൽകുന്നതിനും മലയാറ്റൂർ മുൻകൈയെടുത്ത് ഒരു ഫണ്ടുണ്ടാക്കാൻ തീരുമാനിച്ചു. ഐ എ എസ് ഉദ്യോഗസ്ഥനായ മലയാറ്റൂരിന്റെ സ്വാധീനത്തിൽ ഉദാരമതികൾ കൈയയച്ച് സംഭാവന നൽകി. മൂന്നുമാസംകൊണ്ട് അഞ്ചുലക്ഷത്തി ഇരുപത്തിയൊൻപതിനായിരം രൂപയാണ് പിരിച്ചെടുത്തത്. തുക

യിൽ ഒരു ഭാഗം കുടുംബത്തിനും ഒരു ഭാഗം വയലാർ രാമവർമ്മ സാഹിത്യ അവാർഡിനുമായി നീക്കിവെച്ചു. പിരിവിനുശേഷം ഉഴിച്ചിലിനായി മലയാറ്റൂർ കോട്ടയ്ക്കൽ ആര്യവൈദ്യശാലയിൽ പ്രവേശിച്ചു.

പുതിയ വീട്ടുകാർ

കോട്ടയ്ക്കലിലെ ചികിത്സ തുടരുന്നതിനിടയിൽ മദ്രാസിൽനിന്നും എ കെ ഗോപാലൻ മലയാറ്റൂരിനെ ഫോണിൽ വിളിച്ച് സർക്കാർ ഉദ്യോഗസ്ഥൻ അനുമതിയില്ലാതെ പണം പിരിച്ചതിനെതിരെ മലയാറ്റൂരിന്റേപേരിൽ സർക്കാർ അന്വേഷണം പ്രഖ്യാപിച്ചതായി അറിയിച്ചു. ചികിത്സയ്ക്കുശേഷം തിരുവനന്തപുരത്തെത്തിയ മലയാറ്റൂർ മന്ത്രി ബേബിജോണിനെ കണ്ടപ്പോൾ അദ്ദേഹവും ഇക്കാര്യം സ്ഥിരീകരിച്ചു.

എ പി ഉദയഭാനുവാണ് മലയാറ്റൂരിനെതിരെ അന്ന് മുഖ്യമന്ത്രിയുടെ ചുമതല വഹിച്ചിരുന്ന കെ കരുണാകരന് പരാതി കൊടുത്തത്. വയലാറിനെ ഒരു മൈനർകവിയായാണ് എ പി ഉദയഭാനു വിശേഷിപ്പിച്ചത്. കൂടാതെ മദ്യപാനത്തിന്റെ രക്തസാക്ഷിയെന്നും. തനിക്കെതിരെ ഉദയഭാനു പരാതിയയച്ചതിൽ മലയാറ്റൂരിന് വിഷമമുണ്ടായിരുന്നില്ല. എന്നാൽ വയലാറിനെ മൈനർ കവിയെന്ന് വിളിച്ചത് സ്വാമിയെ വേദനിപ്പിച്ചു. പക്ഷേ, ഈ ഫയലിനെക്കുറിച്ച് പിന്നീടൊന്നും കേട്ടില്ല.

1976 ലാണ് വയലാർ ട്രസ്റ്റ് സ്ഥാപിതമായത്. മലയാറ്റൂർ ജീവിച്ചിരുന്നപ്പോഴും അദ്ദേഹം മരിച്ചശേഷവും അത് നന്നായി നടക്കുന്നു. എല്ലാ ഒക്ടോബർ 27 നും വയലാർ അവാർഡ് നൽകുന്നു. എന്നാൽ മലയാറ്റൂരിനെ അനുസ്മരിക്കാൻ ഇന്ന് എന്താണുള്ളത്? വയലാർ അവാർഡിന്റെ പുരസ്കാരവേളയിൽപ്പോലും ട്രസ്റ്റിന്റെ സ്ഥാപകനായ മലയാറ്റൂരിനെ ആരും ഓർക്കുന്നില്ല. കൊല്ലം ജില്ലയിലെ അഞ്ചലിലുള്ള കുറെ വായനക്കാർ മാത്രം എല്ലാ ഡിസംബർ 27 നും മലയാറ്റൂരിനെ ഓർക്കുന്നു. പ്രാദേശികമായി മാത്രം ഓർക്കപ്പെടേണ്ടയാളാണോ മലയാറ്റൂർ?

1969 ജൂണിലാണ് സെന്റിന് 500 രൂപ നിരക്കിൽ മലയാറ്റൂർ ശാസ്ത്രിനഗറിൽ വസ്തു വാങ്ങിയത്. ശാസ്ത്രിനഗറിന് തന്റെ ജന്മദേശമായ തോട്ടുവായുടെ മുഖസാദൃശ്യമുള്ളതുകൊണ്ടാണ് വിവിധ ബാങ്കുകളിൽ നിന്ന് കടമെടുത്ത് മലയാറ്റൂർ വൈദേഹി പൂർത്തിയാക്കിയത്. വൈദേഹിയുടെ ഭംഗിക്ക് മലയാറ്റൂർ ആർട്ടിസ്റ്റ് ജയചന്ദ്രനോട് ഏറെ നന്ദി പറഞ്ഞു.

ശാസ്ത്രിനഗറിൽ താമസമാക്കി അഞ്ചുവർഷത്തിനുള്ളിൽ കരമനയാറിന്റെ കോപം മലയാറ്റൂരറിഞ്ഞു. അഞ്ചുദിവസം വെള്ളത്തിനടിയിൽ ശാസ്ത്രിനഗർ വിശ്രമിച്ചു. കോളനിയിലെ കാരണവരായ ജെ പി സുബ്രഹ്മണ്യയ്യരുടെ വീട്ടിലാണ് അന്ന് മലയാറ്റൂർ കഴിഞ്ഞത്. ഇന്ന് കരമനയാറിൽ വെള്ളപ്പൊക്കമില്ല. മലയാറ്റൂരും മറ്റും മുൻകൈയെടുത്ത് വെള്ളപ്പൊക്കത്തിന് സാക്ഷയിട്ടു.

വൈദേഹി മാത്രമല്ല ശാസ്ത്രിനഗറും വല്ലാതെ മാറിയിട്ടുണ്ട്. വിശാലമായ ചതുപ്പുകളിൽ കൂറ്റൻ എടുപ്പുകളുടെ ബഹളം. മാറാത്തത് ഒന്നേ

യുള്ളൂ. അത് ശാസ്ത്രിനഗറിന്റെ നിശ്ശബ്ദതയാണ്. *യക്ഷി*യിലെ അന്തരീക്ഷത്തിന് സമാനമായ മൗനം.

കലാനിലയത്തിന്റെ *കടമറ്റത്തു കത്തനാരിൽ*നിന്നാണ് *യക്ഷി*യുടെ പ്ലോട്ട് മലയാറ്റൂരിന് കിട്ടിയത്. സ്വന്തം ഭാര്യ യക്ഷിയാണെന്ന് ഭർത്താവ് ശങ്കിച്ചാൽ എങ്ങനെയിരിക്കും എന്ന ഒറ്റവരിയിൽ നിന്നാണ് നോവലിന് മലയാറ്റൂർ പേരിട്ടത്. വയലാറാണ് അതിനെ *യക്ഷി* എന്നാക്കി മാറ്റിയത്. *യക്ഷി*യിലെ അന്തരീക്ഷത്തിന് ശാസ്ത്രിനഗറിന്റെ മുഖമുണ്ടെന്ന് പണ്ട് സ്വാമി പറഞ്ഞിട്ടുണ്ട്.

(*കലാകൗമുദി*)

മോഷണത്തിന്റെ വിവാദം

“ഞാൻ ഇതെഴുതുന്നത് ഒരു ഭ്രാന്താശുപത്രിയിൽവെച്ചാണ്. ഞാൻ ഇവിടെ വന്നിട്ട് ഒരാഴ്ചയായി. എനിക്ക് വല്ലാത്ത ‘മെന്റൽ ഷോക്ക്’ ഏറ്റിട്ടുണ്ടെന്നും ഇവിടെ കുറെ ദിവസം താമസിക്കുന്നത് നല്ലതാണെന്നും ആശുപത്രി സൂപ്രണ്ട് പറയുന്നു”-- *യക്ഷി* തുടങ്ങുകയാണ്.

പെൺകുട്ടികളുടെ ആരാധനാ പാത്രമായിരുന്നു സുന്ദരനായ കെമിസ്ട്രി ലക്ചറർ ശ്രീനി. ലബോറട്ടറിയിൽവെച്ചുണ്ടായ അപകടത്തിൽപ്പെട്ട് അദ്ദേഹത്തിന്റെ ഒരു കവിൾ നിശ്ശേഷം കരിഞ്ഞുപോയി. ബീഭത്സമായ ഒരു മുഖം. ആശുപത്രിയിൽ നിന്നിറങ്ങുമ്പോൾ കാമുകിയും ആരാധികമാരും അകന്നുപോയി. ജീവിതത്തിലെ മോഹങ്ങൾ നശിച്ച ശ്രീനി പുതിയ ഒരു ഹോബി കണ്ടെത്തി....യക്ഷി കിന്നരാദികളെയും മന്ത്രവാദത്തെയും പറ്റിയുള്ള അന്വേഷണം. താളിയോലഗ്രന്ഥങ്ങൾ തേടിയും മന്ത്രവാദികളെ കണ്ട് ചോദ്യം ചെയ്തും യക്ഷിയമ്പലങ്ങൾ സന്ദർശിച്ചും അലഞ്ഞുനടക്കുന്നതിനിടയിലാണ് ശ്രീനി, രാഗിണിയെ കണ്ടുമുട്ടിയത്. ടൗൺഹാളിനടുത്തുള്ള ബസ് സ്റ്റോപ്പിൽവെച്ച് രാത്രി എട്ടുമണിക്ക്. ആ അപ്സരസുന്ദരി നിരാശാപൂർണമായ ശ്രീനിയുടെ ജീവിതത്തിലേക്ക് പങ്കാളിയായി കടന്നുവന്നു. ആ ഗന്ധർവ സുന്ദരിയുടെ വീടേത്! നാടേത്? ബന്ധുക്കളാര്? ഒരിക്കലും പൂവിടാതെ, ശ്രീനിയുടെ വീടിന്റെ മുറ്റത്തു നിന്ന പാലമരം രാഗിണിയുടെ വരവോടെ പൂത്തു. അവൾ വാരിയെടുത്തതുകാരണം അടുത്ത വീട്ടിലെ പൊമറേനിയൻ നായ അവളുടെ കൈയിലിരുന്ന് പിടഞ്ഞുമരിച്ചു. മനുഷ്യസുന്ദരിയോ, യക്ഷിസുന്ദരിയോ രാഗിണി?

ഇതാണ് *യക്ഷി*യുടെ കഥ. മുത്തശ്ശിക്കഥകളെപ്പോലും തോൽപ്പിക്കുന്ന സുന്ദരമായ രചനാശൈലിയിലൂടെയാണ് മലയാറ്റൂർ തന്റെ യക്ഷിയെ ശരീരം നൽകി ആസ്വാദകലോകത്തിന് നൽകിയത്. ഇത്തരമൊരു നോവൽ മലയാറ്റൂർ എഴുതാനുണ്ടായ കാരണം, അതിലും രസകരമാണ്.

പണ്ട് കൃഷിവകുപ്പു സെക്രട്ടറി നമ്പ്യാരും സർവീസ് കമ്മീഷൻ സെക്രട്ടറി പൊതുവാളും മലയാറ്റൂരും ചേർന്ന് കലാനിലയത്തിന്റെ കടമറ്റത്തു കത്തനാർ കാണാൻ പോയി. ഒന്നാം രംഗം കാടാണ്. സുന്ദരിയായ

യക്ഷി കടന്നുവരുന്നു. അപ്പോൾ പൊതുവാൾ പറഞ്ഞു: യക്ഷി കൊള്ളാമല്ലോ.

എന്താ, കല്യാണം കഴിക്കുന്നോ? എന്നായി നമ്പ്യാർ. അങ്ങനെ സംഭാഷണം വളർന്നു. പെട്ടെന്ന് മലയാറ്റൂരിനു തോന്നി, സ്വന്തം ഭാര്യ യക്ഷിയാണെന്ന് ഭർത്താവ് ശങ്കിച്ചു, തുടങ്ങിയാൽ എന്തൊക്കെ സംഭവിക്കാം? ഈ കുരുന്നാശയം മലയാറ്റൂരിന്റെ മനസിൽ കിടന്നു വളർന്നു. കഥ മനഃശാസ്ത്രപരമാവണമെന്നും ടെക്നിക്ക് ഒരു ഹൊറർ സ്റ്റോറിയുടെതാകണമെന്നും മലയാറ്റൂർ തീരുമാനിച്ചു. അതിനുവേണ്ടി നാലഞ്ചു കൂറ്റൻ പുസ്തകങ്ങളും അദ്ദേഹം വായിച്ചു. ഒരുമാസംകൊണ്ട് നോവൽ പൂർത്തിയായി. *മുഖം* എന്നു പേരിട്ടു. വയലാർ രാമവർമ്മ മുഖത്തെ വെട്ടി *യക്ഷി* എന്നാക്കി മാറ്റി. ഇതുവരെ പഴയകഥ. ഇനി....

ഹേമമാലിനി ചെയ്തത് കൊടുംചതി

എഴുത്തുകാരെ ഏഭ്യന്മാരാക്കുന്ന പ്രവൃത്തിയാണ് ഹേമമാലിനി ചെയ്തിരിക്കുന്നതെന്ന് മലയാറ്റൂർ രാമകൃഷ്ണൻ പറഞ്ഞു. കഥയ്ക്ക് നൽകിയ ഒരഭിമുഖത്തിലാണ് അദ്ദേഹം ഇപ്രകാരം പറഞ്ഞത്:

"എനിക്ക് ഹേമമാലിനിയിലെ നടിയോട് ബഹുമാനമുണ്ട്. അതുകൊണ്ടാണ് ഇത്തരം സിനിമാക്കമ്പങ്ങൾ ഇല്ലാതിരുന്ന ഞാൻ യക്ഷിയുടെ ചലച്ചിത്രാവകാശം അവർക്ക് കൊടുത്തത്. സൂര്യാകൃഷ്ണമൂർത്തി മുഖേന ഹേമമാലിനി എന്നെ ബന്ധപ്പെടുമ്പോൾ ഞാൻ ചോദിച്ച കാശിന് അവർ സമ്മതിക്കില്ലായിരുന്നു. ഒടുവിൽ കൃഷ്ണമൂർത്തിയുടെ അഭിപ്രായംകൂടി കണക്കിലെടുത്താണ് അവർ പറഞ്ഞ തുകയ്ക്ക് ഞാൻ സമ്മതം മൂളിയത്. ഏതായാലും ഇതൊരു വലിയ ചതിയായിപ്പോയി.

ഇത്തരം കുത്സിതപ്രവർത്തികൾ ഇതിനു പിന്നിലുണ്ടാകുമെന്ന് ഞാൻ പ്രതീക്ഷിച്ചില്ല. ടെലിഫിലിമാക്കാനുള്ള ധൈര്യം ഹേമമാലിനിക്ക് കിട്ടിയത് എവിടെനിന്നാണെന്ന് എനിക്കു മനസിലാവുന്നില്ല. മലയാളത്തിലെ എഴുത്തുകാർ നിർഗുണ പരബ്രഹ്മമാണെന്ന് അവർ വിചാരിച്ചുവോ എന്തോ?

എനിക്ക് സംഭവിച്ച അബദ്ധം ഇനിയാർക്കും സംഭവിക്കരുത്. ഇത് ചതിയാണ്. നൂറുശതമാനം ചതി. എല്ലാവരെയും വിഡ്ഢികളാക്കാൻ പറ്റില്ല. വെറുമൊരു വിഡ്ഢിയല്ല ഞാൻ. പെൻഗ്വിൻ ബുക്സും ഞാനും എന്റെ അഭിഭാഷകരും പലതവണ കത്തുകൾ അയച്ചെങ്കിലും ഒരു മറുപടി അയയ്ക്കാനുള്ള സന്മനസ്സ് ഹേമമാലിനിക്കില്ലാതെ പോയി. ഹേമമാലിനിയുടെ പേരിൽ അയയ്ക്കുന്ന കത്തുകൾക്കുപോലും എച്ച് എം ക്രിയേഷൻസിന്റെ മാനേജരാണ് മറുപടി അയയ്ക്കുന്നത്. ഒരു പേഴ്സണൽ കത്തിന് മറുപടി അയയ്ക്കാൻപോലും അവർക്ക് സമയമില്ലേ?" മലയാറ്റൂർ ചോദിക്കുന്നു.

"ഇരുപത്തി അയ്യായിരം രൂപ വേണമെങ്കിൽ തരാം എന്നു പറയാൻ ഞാനെന്താ ഭിക്ഷക്കാരനാണോ? എന്റെ കൃതി മോഷ്ടിച്ചതും പോരാ.

എന്നെ അപമാനിക്കാനാണ് അവരുടെ നീക്കം. അവർ എന്നെ മാത്രമല്ല വഞ്ചിച്ചിരിക്കുന്നത്. ഇന്ത്യയിലെ ഏറ്റവും പ്രശസ്ത പുസ്തകപ്രസാധകരായ പെൻഗ്വിൻ ബുക്സിനെ കൂടിയാണ്. ഈ മോഷണവാർത്ത മാധ്യമങ്ങളെ അറിയിക്കണമെന്ന് എന്നോടു പറഞ്ഞതും പെൻഗ്വിനാണ്. ഇത്തരം പ്രവൃത്തികൾ നാളെ ആർക്കും സംഭവിക്കാം. ചതിയാണ് ചതി. എല്ലാവരും സൂക്ഷിച്ചിരിക്കുക." മലയാറ്റൂർ ക്ഷോഭത്തോടെ പറഞ്ഞു.

മാറുന്ന മുഖങ്ങൾ

ആര്, എന്ത്, എപ്പോൾ, എവിടെ, എന്ന്, എങ്ങനെ; എന്നുള്ളതല്ല പ്രശ്നം. സംഗതി... മോഷണമാണ്. അതെ.... നല്ല ഒന്നാന്തരം മോഷണം. മാന്യരാണ് പ്രതികളെന്നുള്ളതിനാൽ മാന്യമായ ഒരു വാക്കുപയോഗിക്കാം. അടിച്ചുമാറ്റൽ. പക്ഷേ, വെറും മോഷ്ടാക്കളായ ഇവരെ ആരും കള്ളനെന്ന് വിളിക്കരുത്!

പുതിയ കഥകേൾക്കേണ്ടേ? ആർക്കും അത്ര പെട്ടെന്ന് പറ്റിക്കാനാവാത്ത മലയാറ്റൂർ രാമകൃഷ്ണനെ വിശ്വസുന്ദരി ഹേമമാലിനി പറ്റിച്ച കഥ. *യക്ഷി* എന്ന നോവലിനേക്കാൾ രസകരമായ ആ കഥ.

എഴുതിത്തീർന്നയുടൻ നോവലിന്റെ പ്രസിദ്ധീകരണാവകാശം നാഷണൽ ബുക്ക് സ്റ്റാളിന് മലയാറ്റൂർ നൽകി. ആയിരത്തിത്തൊള്ളായിരത്തി അറുപത്തിയേഴിൽ ആദ്യ പതിപ്പിറങ്ങി. 70,74,81,85,89 എന്നീ വർഷങ്ങളിൽ അഞ്ചു പതിപ്പുകൾകൂടി പുറത്തിറങ്ങി. ആസ്വാദകർ *യക്ഷി*യെ ഇരുകൈയും നീട്ടി സ്വീകരിച്ചു. സാമാന്യം ഭേദപ്പെട്ട റോയൽറ്റി, പ്രസാധകർ മലയാറ്റൂരിന് സമ്മാനിക്കുകയും ചെയ്തു.

ഇതിനിടയിൽ ഡൽഹിയിലെ പെൻഗ്വിൻ ബുക്സ്, *യക്ഷി* തർജമ ചെയ്ത് ഇംഗ്ലീഷിൽ പ്രസിദ്ധീകരിച്ചു. ഇംഗ്ലീഷിലും, മലയാളത്തിൽ കിട്ടിയ അതേ സ്വീകരണംതന്നെയാണ് ലഭിച്ചത്. അപ്പോൾ ബ്രിട്ടീഷ് ബ്രോഡ്കാസ്റ്റിങ് കോർപ്പറേഷൻ (ബി ബി സി) തങ്ങൾ 'ഓഫ് ദ ഷെൽഫ് പ്രോഗ്രാമിൽ *യക്ഷി*യെ ഉൾപ്പെടുത്തി. പുസ്തകപാരായണമാണ് പരിപാടി. നാടകീയത അൽപ്പവും ചോർന്നുപോകാതെ *യക്ഷി*, ബി ബി സിയിലൂടെ പുനർജനിച്ചു.

ബി ബി സി റേഡിയോകേട്ട ഹേമമാലിനിക്ക് *യക്ഷി* ടെലിഫിലിമാക്കിയാൽ കൊള്ളാമെന്നു തോന്നി. അതിൻപ്രകാരം സൂര്യാകൃഷ്ണമൂർത്തി മുഖേന ഹേമമാലിനി, മലയാറ്റൂരിനെ സമീപിച്ചു. സി ടി വി ക്കു വേണ്ടി *യക്ഷി, മോഹിനി* എന്ന പേരിൽ ഹിന്ദിയിൽ നിർമിക്കുകയാണ് ലക്ഷ്യമെന്ന് ഹേമമാലിനി, മലയാറ്റൂരിനെ അറിയിച്ചു. രണ്ടുലക്ഷം രൂപയാണ് മലയാറ്റൂർ പ്രതിഫലം ചോദിച്ചത്. അത് താങ്ങാവുന്നതിലും അപ്പുറമാണെന്നും എഴുപത്തയ്യായിരം രൂപ നൽകാമെന്നും ഹേമമാലിനി പറഞ്ഞു. മലയാറ്റൂർ സമ്മതം മൂളി.

പെൻഗ്വിൻ ബുക്സിന് ഇംഗ്ലീഷിലുള്ള പകർപ്പവകാശം നൽകിയതുകൊണ്ട് ടെലിഫിലിമാക്കുമ്പോൾ അവരുടെ സമ്മതംകൂടി ആവശ്യമാണ്.

ഹേമമാലിനിയോട് പെൻഗ്വിനെ സമീപിക്കുവാൻ മലയാറ്റൂർ ആവശ്യപ്പെട്ടു. ഹേമയുടെ അഭ്യർഥനയനുസരിച്ച് പെൻഗ്വിനാണ് മലയാറ്റൂരിനു വേണ്ടി കരാറിന്റെ രേഖ തയാറാക്കി അയച്ചത്.

കാലം കുറെ കഴിഞ്ഞു. പ്രതീക്ഷിച്ച എഴുപത്തി അയ്യായിരം കാണാനില്ല. മലയാറ്റൂർ വിഷമിച്ചു. ഇങ്ങനെയിരിക്കെ ബോംബെയിലുള്ള മലയാറ്റൂരിന്റെ മകൾ ശോഭ, അച്ഛനെ ടെലിഫോണിൽ വിളിച്ച് ഞെട്ടിക്കുന്ന വർത്തമാനം അറിയിച്ചു. *ഫിലിം ഫെയർ* എന്ന ഇംഗ്ലീഷ് ചലച്ചിത്രവാരികയിൽ *മോഹിനി* എന്ന പേരിൽ പുറത്തിറങ്ങുവാൻ പോകുന്ന ഒരു ഫീച്ചർ ഫിലിമിന്റെ വിശദവിവരങ്ങളാണ് ശോഭ അച്ഛനോടു പറഞ്ഞത്. *ഫിലിം ഫെയർ* വാങ്ങി വായിച്ചപ്പോൾ മലയാറ്റൂർ ശരിക്കും ഞെട്ടി. തന്റെ കൈയിൽനിന്നും ടെലിഫിലിമിനെന്നും പറഞ്ഞ് *യക്ഷി*യുടെ ചലച്ചിത്രാവകാശം വാങ്ങിയ ഹേമമാലിനി അത് സിനിമയാക്കുന്നു. നോക്കണേ സംഗതി!

ടെലിഫിലിമാക്കാൻ അവസരം ചോദിച്ചശേഷം പ്രതിഫലംപോലും നൽകാതെ അത് ഫീച്ചർ ഫിലിമാക്കിയ ഹേമമാലിനിയുടെ നടപടി മലയാറ്റൂരിന് അംഗീകരിക്കാനായില്ല. ഹേമയുടെ ബന്ധുനടി മധുബാല, ഫിലിം ഫെയറിന് നൽകിയ അഭിമുഖത്തിലൂടെയാണ് ഹേമമാലിനി തന്നെ പറ്റിച്ച വിവരം മലയാറ്റൂർ അറിയുന്നത്.

*യക്ഷി*യുടെ ഇംഗ്ലീഷ് പ്രസാധകരായ പെൻഗ്വിൻ ബുക്സ് മുഖേന മലയാറ്റൂർ വക്കീൽ നോട്ടീസ് അയച്ചെങ്കിലും ഹേമമാലിനിയിൽനിന്നും തൃപ്തികരമായ മറുപടി ലഭിച്ചില്ല. ഈ പശ്ചാത്തലത്തിലാണ് അഭിഭാഷകരായ ആർ ഗോപാലകൃഷ്ണൻനായർ, സി വി ത്രിവിക്രമൻ എന്നിവർ മുഖേന ഹേമമാലിനിയുടെ ചലച്ചിത്രനിർമാണ കമ്പനിയായ എച്ച് എം ക്രിയേഷൻസിന് മലയാറ്റൂർ നോട്ടീസയച്ചത്. പക്ഷേ, കമ്പനിയുടെ പ്രൊഡക്ഷൻ മാനേജരായ മോഹൻ രാഘവൻ മലയാറ്റൂരിന് നൽകിയ മറുപടി തികച്ചും പ്രകോപനകരമായിരുന്നു. എഴുത്തുകാരുടെ മൂക്കിനു കീഴിൽനിന്നും ചെയ്യാൻ കഴിയില്ലെന്നും 25,000 രൂപ വേണമെങ്കിൽ നൽകാമെന്നുമായിരുന്നു മറുപടി. ഇതേത്തുടർന്ന് പെൻഗ്വിൻ ബുക്സ്, അഞ്ചുലക്ഷംരൂപ നൽകാതെ സിനിമ റിലീസ് ചെയ്യാൻ അനുവദിക്കുകയില്ലെന്ന് ഹേമമാലിനിയെ അറിയിച്ചു.

മലയാറ്റൂരിന്റെ *യക്ഷി*, മലയാളത്തിൽ സിനിമയായിട്ടുണ്ട്. കെ എസ് സേതുമാധവനായിരുന്നു സംവിധായകൻ. സത്യനും ശാരദയുമാണ് നായകകഥാപാത്രങ്ങളെ അവതരിപ്പിച്ചിരുന്നത്.

ഹേമമാലിനിക്കെതിരെ മലയാളം സിനി ടെക്നിഷ്യൻസ് അസോസിയേഷൻ (മാക്ട) രംഗത്തിറങ്ങിയതോടെ വിവാദം പുതിയൊരു വഴിത്തിരിവിലെത്തി. 'മാക്ട' അംഗമായ മലയാറ്റൂരിനോട് ഹേമമാലിനി അപമര്യാദ കാട്ടിയതിൽ ചെയർമാൻ കെ ജി ജോർജ് പ്രതിഷേധം രേഖപ്പെടുത്തി. എത്രയുംവേഗം പ്രശ്നത്തിന്മേൽ രമ്യമായ പരിഹാരം ഉണ്ടാക്കണമെന്ന് കെ ജി ജോർജ് ആവശ്യപ്പെട്ടു.

എന്നാൽ ഹേമമാലിനി പറയുന്നത് പെൻഗ്വിൻ ബുക്സിനും മലയാറ്റൂർ രാമകൃഷ്ണനും നഷ്ടപരിഹാരം നൽകണമെന്ന തരത്തിലുള്ള യാതൊരുവിധ വക്കീൽനോട്ടീസും താനിന്നേവരെ കൈപ്പറ്റിയിട്ടില്ലെന്നാണ്. മാത്രമല്ല, വക്കീൽ നോട്ടീസയയ്ക്കാൻ മലയാറ്റൂർ രാമകൃഷ്ണന് ഒരവകാശവും ഇല്ലെന്നും ഹേമമാലിനി പ്രസ്താവിക്കുന്നു. കാരണം മലയാറ്റൂർ പെൻഗ്വിൻ ബുക്സിന് ഈ നോവലിന്റെ അവകാശങ്ങൾ കൈമാറിയിരുന്നു.

"ഞാൻ ഈ ചിത്രത്തിന്റെ ഷൂട്ടിങ് ആരംഭിക്കുന്നതിനു മുൻപുതന്നെ പെൻഗ്വിൻ ബുക്സുമായി റോയൽറ്റിയെക്കുറിച്ച് സംസാരിച്ച് ഒത്തുതീർപ്പിലെത്തിയിരുന്നു. അതിന്റെ അടിസ്ഥാനത്തിലായിരുന്നു ഞാൻ ഷൂട്ടിങ് നടത്തിയത്. ആ കരാർ പൂർണമായും ഞാൻ പാലിച്ചിട്ടുണ്ട്. കരാർപ്രകാരം മലയാറ്റൂർ രാമകൃഷ്ണൻ എന്ന എഴുത്തുകാരന് എത്ര റോയൽറ്റി വേണേലും നൽകാം. യഥാർഥത്തിൽ ആ മനുഷ്യൻ എന്നെ അപകീർത്തിപ്പെടുത്തുകയാണ്. കാര്യമില്ലാതെ എന്നുള്ളതാണ് സത്യം."

സി ടി വിക്കാർ പെൻഗ്വിൻ ബുക്സ് അധികൃതരെയും ഹേമമാലിനിയെയും നേരിൽ വിളിച്ചുവരുത്തി ചർച്ചനടത്തി. ഈ ചർച്ചയിലൂടെ പരസ്പരമുണ്ടായിരുന്ന സംശയങ്ങൾ നിവർത്തിക്കുകയും സീരിയൽ സംപ്രേക്ഷണം ചെയ്യാനും തീരുമാനിച്ചു.

ആറാം വിരലിന്റെ നഖപടം

കുറെനേരമായി ഞാൻ നോക്കി ഇരിക്കുന്നത് ഒരു മനുഷ്യൻ മരിച്ചു കിടക്കുന്ന ചിത്രത്തിലാണ്. ചിത്രമെന്ന് പറയുമ്പോൾ സ്കെച്ച്. സംഭവം നടന്നു കഴിഞ്ഞതല്ല. നടക്കാനിരിക്കുന്നതാണ്. വരച്ചതോ ചിത്രത്തിലെ കഥാപാത്രവും.

അതായത് എന്റെ മരണം എന്റെ ഭാവനയിൽ എന്ന് അടിക്കുറിപ്പെഴുതാവുന്ന ഒരു സ്കെച്ച്. 'ബോഡി' കൈകൾ രണ്ടും മുകളിലേക്കുയർത്തിയിരിക്കുന്നു. ഇതെന്ത്, മരിച്ചുവീഴുന്ന നിമിഷത്തിന്റെ ചിത്രമോ?

വേറൊരു വിശേഷമുണ്ട്. മരിക്കുന്ന വർഷവും മാസവുംകൂടി സ്കെച്ചിനിടയിൽ എഴുതിയിട്ടുണ്ട്.

ശ്ശെടാ ഇയാളാര് പ്രവാചകനോ? നിങ്ങൾ ചോദിക്കുന്നു. പ്രവാചകനല്ല. എഴുത്തുകാരനാണ്. ചിത്രകാരനാണ്. അതായത് കലാകാരൻ.

കലാകാരൻ പ്രവാചകനല്ലെങ്കിൽ, പിന്നാരാണ് പ്രവാചകൻ?

ഇതാ കലാകാരനും പ്രവാചകനുമായ മലയാറ്റൂർ രാമകൃഷ്ണൻ അയ്യർ ദി ഗ്രേറ്റ് തിരുവനന്തപുരത്തെ കരമനയാറ്റിന്റെ കരയിലെ 'വൈദേഹി'യിൽ ഇരിക്കുന്നു, ഏകാന്തതയിലേക്ക് നോക്കി.

മലയാറ്റൂർ ഏകാന്തതയിലാണ്. ഇവിടെ കൂകിവിളികളില്ല. സൽക്കാരങ്ങളില്ല, സാഹിത്യ പ്രസ്താവനകളില്ല.

കരിങ്കല്ലുകൾ പതിച്ച വൈദേഹിയുടെ പൂമുഖത്തിൽനിന്നും നേരെ കയറുന്നത് മലയാറ്റൂർജിയുടെ സിംഹാസനത്തിലേക്കാണ്. വലിയ അല

മാര നിറയെ പേപ്പറുകൾ കെട്ടുപിണഞ്ഞു കിടക്കുന്നു. മേശയുടെ ഓരം ചേർന്ന് ടേപ്പ് റിക്കാർഡർ. കുറെ കാസറ്റുകൾ, പിന്നെ മഷി. മലയാളത്തെ പൊന്നാക്കിയ കുറെ പേനകൾ, അങ്ങനെ..... അങ്ങനെ.....

ചെറിയൊരു അലമാരയുണ്ട് മുറിയിൽ. അതിനകത്തിപ്പോൾ 'ഔഷധം' ഇല്ല. മദ്യത്തിനിപ്പോൾ മലയാറ്റൂരിനെ കമ്പനിയിൽ കിട്ടുന്നില്ല. സഹധർമിണി ശ്രീമതി വേണിയെയും അദ്ദേഹം ഓർക്കുന്നു. ന്യൂറൈറ്റിസിന്റെ പിടിയിലകപ്പെട്ട് വർത്തമാനം പറയാനും നടക്കാനും കഴിയാതിരിക്കുന്ന അവരെ വീണ്ടും മദ്യപിച്ച് ആരോഗ്യത്തെ പൂർണമായും കീഴ്പ്പെടുത്തി വിഷമിപ്പിക്കാൻ ഈ സ്നേഹപൂർണനായ ഭർത്താവ് തയാറല്ല.

പകൽ മുഴുവനും മലയാറ്റൂർ എഴുതിയും ഉറങ്ങിയും തീർക്കും. സന്ധ്യയായാൽ ഇവിടെ സജീവമാണ്. അയൽവാസിയായ ഹരി വരും. പിന്നെ മോഹനനും. ഇവർ സാഹിത്യം സംസാരിക്കാറേയില്ല. നിർമിതിയിൽ ജോലി ചെയ്യുന്ന മോഹനൻ മലയാറ്റൂരിന് താങ്ങാണ്. എഴുന്നേറ്റ് അനായാസം നടക്കാൻ നിവൃത്തിയില്ലാത്ത അദ്ദേഹത്തെ അയാൾ കൈപിടിച്ച് നടത്തിക്കുന്നു. മോഹനനെ കാണുമ്പോഴെല്ലാം എന്റെ മനസിൽ സൂപ്പർ താരപദവിയിലേക്കുയർന്നുകൊണ്ടിരിക്കുന്ന ഒരു ചെറുപ്പക്കാരൻ കടന്നുവരും. മലയാറ്റൂരിന്റെ ബന്ധു, മലയാള സിനിമയിലേക്ക് ആ ചെറുപ്പക്കാരനെ എടുത്തുകയറ്റിയത് മലയാറ്റൂരാണ്. തണുത്ത വെളുപ്പാൻ കാലത്തിന് തിരരൂപം നൽകിയ സംവിധായകന് അയാളെ പരിചയപ്പെടുത്തിക്കൊടുക്കുന്നതും മലയാറ്റൂർ തന്നെ. ആദ്യ പ്രതിഫലം വാങ്ങി, വേണിയുടെ പാദങ്ങളിൽ വെച്ച് നമസ്ക്കരിച്ച നടൻ ഇനി എന്ന് ഇതിലേ വരും? അറിയില്ല.

'വൈദേഹി'യുടെ വലിയ കാർഷെഡ് വിജനമായിരിക്കുന്നു. മലയാറ്റൂരിനിപ്പോൾ കാറില്ല. കാർ കൊടുത്തതിന് കാരണം കാശിന്റെ ബുദ്ധിമുട്ടാണെന്നാണ് അദ്ദേഹം പറയുന്നത്. വെറുതെ പറയുന്നതായിരിക്കും. സത്യമാണെങ്കിലും ആരും വിശ്വസിക്കില്ല. അതുകൊണ്ട് മലയാറ്റൂർജി, ഇനി അത് പറയണ്ട.

മനസിന്റെ ക്യാൻവാസിൽ മലയാറ്റൂർ നിറഞ്ഞു നിൽക്കുകയായിരുന്നു. അത്ഭുതത്തോടെ കുറെനേരം ഈ മനുഷ്യനെ നോക്കിയിരിക്കാം. നിറുത്താതെ സംസാരിക്കുന്ന സൗമ്യശീലനായ മനുഷ്യൻ. പെട്ടെന്നാണ് ഓർത്തത്, ഞാനൊന്നും കുറിക്കുന്നില്ലല്ലോ. വേണ്ട ഒന്നും കുറിക്കണ്ട, എല്ലാമദ്ദേഹം പറയട്ടെ.....

"ഒരുകൂട്ടം നിർദേശങ്ങൾ എന്റെ മുന്നിലിട്ടു ക്യാമറ മനസിലേക്കാണ് കൊണ്ടുചെല്ലേണ്ടത്, സാഹിത്യത്തിലേക്കല്ല. ഞാൻ എഴുത്തുകാരൻ, നിങ്ങൾ പത്രക്കാർ, അപ്പോൾ പത്രക്കാർ എഴുതേണ്ടത് എഴുത്തുകാരൻ പടച്ച സാഹിത്യത്തെപ്പറ്റിയല്ല, അയാളുടെ ജീവിതത്തെക്കുറിച്ചാണ്."

"ഉവ്വ്, നിർദേശങ്ങൾ കഴിഞ്ഞോ സ്വാമി?"

"എന്താ?"

"അച്ഛനെ ഓർമയുണ്ടോ?"

"1927 ൽ കൽപ്പാത്തിപ്പുഴയുടെ വേനലിന്റെ സമയത്ത് ജനിച്ച എനിക്ക് അച്ഛനെ നല്ല ഓർമയുണ്ട്. അച്ഛൻ അമ്മയെ വിവാഹം കഴിക്കുമ്പോൾ വയസ്സ് പതിനാറ്. അമ്മയ്ക്ക് എട്ടും. അഞ്ചുദിവസത്തെ കല്യാണം. നാലാമനായി കെ വി രാമകൃഷ്ണയ്യർ എന്ന ഞാൻ ജനിക്കുന്നു. കൈകൾ കൊണ്ടൊരു കുസൃതി കാണിച്ച് ഒറ്റക്കണ്ണ് ഇറുക്കി മലയാറ്റൂർ ഇരിക്കുന്നു. ആ ഇരുപ്പിന്റെ അർഥം എങ്ങനെയുണ്ടടേ?"

"കൊള്ളാം" - ഞാൻ പ്രതിവചിച്ചു.

"അച്ഛൻ സർക്കാർ ഗുമസ്തൻ. കളിക്കാൻ സമ്മതിച്ചിട്ടേയില്ല. ഞായറാഴ്ചകളിലും പഠിത്തം. ഏത് സമയത്തും പഠിത്തം. പഠിക്കാൻ ഞാൻ മിടുക്കനായിരുന്നു. ജ്യേഷ്ഠൻ മോശവും. അതുകൊണ്ട് അടിയൊക്കെ ആ വഴി പോകും. അച്ഛന് നിരന്തരം സ്ഥലംമാറ്റം. തിരുവനന്തപുരം, മൂവാറ്റുപുഴ, തിരുവല്ല.... അങ്ങനെ...... ഓ ഇതൊക്കെ എത്ര തവണ എഴുതിയതാ."

ശരിയാണ് മിടുക്കനായ രാമകൃഷ്ണയ്യർ എന്ന വിദ്യാർഥിയുടെ കഥ നാം പലതവണ കേട്ടു. അസൂയപ്പെട്ടു. അതിനിടയിൽ സന്തോഷകരമായ ഒരു കാര്യം കേട്ടോളൂ. കണക്കിൽ അന്നുമിന്നും മലയാറ്റൂർ മോശമാണ്. ബാക്കിയെല്ലാ വിഷയങ്ങൾക്കും നല്ല മാർക്ക് വാങ്ങിയാൽത്തന്നെ ഗണിതശാസ്ത്രത്തിന് കുറയും. അച്ഛന്റെ മുഖവും കറുക്കും. ഇങ്ങനെയൊക്കെയാണ് അച്ഛന്റെ സ്വഭാവമെങ്കിലും അദ്ദേഹത്തോട് ലേശവും പരിഭവവുമില്ല. ജീവിതത്തിന്റെ സർവ മാധുര്യവും അടങ്ങിയ ബാല്യകാലാനുഭവത്തിൽ അച്ഛന്റെ കാര്യം വരുമ്പോൾ മലയാറ്റൂർ വികാരാധീനനാവാറുണ്ട്. ഈ വലിയ വീടിന്റെ വരാന്തകളിൽ നിരവധി തവണ അദ്ദേഹമിരുന്ന് തൊണ്ട ഇടറിയിട്ടുണ്ട്.

ഞങ്ങൾ വർത്തമാനത്തിന്റെ മൂഡിലായിരുന്നു. ഒരു സിഗററ്റിന് തീകൊടുത്ത് മലയാറ്റൂർ റെഡിയായിരിക്കുന്നു.

"ഇത് മലയാറ്റൂരെന്ന എഴുത്തുകാരന്റെ വാനപ്രസ്ഥമല്ലേ?" എന്റെ ചോദ്യം.

ചോദ്യംകേട്ടയുടൻ കക്ഷി പൊട്ടിച്ചിരിച്ചു. "ഏയ് നോവൽ വരികയല്ലേ, *ആറാം വിരൽ.... കലാകൗമുദി*യിലെ നോവലാണ് വിഷയം."

"അതെ, ഞാനുദ്ദേശിച്ചത് *ആറാംവിരലി*നു മുമ്പുള്ള അവസ്ഥയെയാണ്."

"ഉവ്വ്. ഞാനാകെ ഒറ്റപ്പെട്ടു. ഇതൊന്നും വേണ്ടിയിരുന്നില്ല എന്നൊരു തോന്നൽ ചിലപ്പോൾ."

പകൽ വൈദേഹി നിശ്ശബ്ദമാണ്. പത്തു മണിയെങ്കിലുമാവും മലയാറ്റൂർ ഉറക്കമുണരാൻ. കുളിച്ച് എന്തെങ്കിലും ചെറുതായി എഴുതിക്കഴിഞ്ഞാൽ ഉച്ചയായി. വീണ്ടും ഉറക്കം.

ഐ എ എസുകാരനായിരുന്ന കെ വി രാമകൃഷ്ണയ്യരെ, കണ്ട് സുപ്രഭാതം പറയാൻ ഒരു പറ്റം, പത്തു കൊല്ലങ്ങൾക്ക് മുമ്പുവരെ കരമന ശാസ്ത്രിനഗറിലെ വൈദേഹിക്ക് പരിസരത്ത് ചുറ്റിത്തിരിഞ്ഞിരുന്നു.

വാർധക്യത്തിലെത്തി, ഹതാശയനായിക്കഴിഞ്ഞ കെ ബാലകൃഷ്ണന്റെ മുന്നിലൂടെ അദ്ദേഹം വളർത്തിയെടുത്ത എഴുത്തുകാരുടേതായ ഗുരുത്വമില്ലാത്ത ഒരു തലമുറ ബാലകൃഷ്ണനെ കണ്ടതായി ഭാവിക്കാതെ കടന്നുപോയതുപോലെ പഴയ ഐ എ എസുകാരന്റെ സ്തുതിപാഠകരും രാമകൃഷ്ണയ്യരെ മറന്നോ.

അവർക്ക് മാപ്പ് നൽകുക.

പലരും ചോദിക്കാറുള്ള, പറയാറുള്ള ഒരു സംഗതിയുണ്ട്. മദ്യപാനം നിറുത്തിയാൽ മലയാറ്റൂരിന്റെ രോഗം ശമിക്കുമെന്ന്.

"എടേയ്, നീ എഴുതണം, ഞാൻ ജലസേചനം കംപ്ലീറ്റ് നിറുത്തിയെന്ന്."

സംഗതി ശരിയുമാണ്. ഓ ഇതൊരു നീണ്ട ഇന്റർവെൽ മാത്രമല്ല എന്ന് മലയാറ്റൂരിന്റെ ശത്രുക്കൾ ചോദിക്കുമോ? ഇല്ല, കാരണം കക്ഷിക്ക് അങ്ങനെ ശത്രുക്കളേ ഇല്ല.

ഐ എ എസിൽ കടന്നുകൂടിയ കഥയാണ് മലയാറ്റൂരിനി പറയുന്നത്.... "ഐ എ എസ് ചപ്പട്ട വർഗമാണ്. ഇന്നും ഞാൻ അതിനെ ഓർക്കുന്നു. മാസംതോറും പെൻഷൻ വാങ്ങുമ്പോൾ.

ഉഗ്ര പ്രതാപശാലിയായ ഐ ജി ചന്ദ്രശേഖരൻനായരായിരുന്നു പ്രോത്സാഹിപ്പിച്ചത്. എനിക്ക് സ്വഭാവ സർട്ടിഫിക്കറ്റ് തന്നത് അദ്ദേഹമാണ്."

"ഇന്നും ഞാൻ ഐ ജി യെ ഗുരുനാഥനെപ്പോലെ ബഹുമാനിക്കുന്നു. ഇന്ന് ഐ എ എസുകാരുമായി ബന്ധപ്പെടുന്നുണ്ടോ?" ഈ ചോദ്യം സ്വാഭാവികം.... ചോദിച്ചു.

"പുലർത്തുന്നുണ്ട്. ടി ബാലകൃഷ്ണൻ, ഭരത് ഭൂഷൺ, ആനന്ദബോസ്, കെ ജയകുമാർ എന്നീ ഐ എ എസ് ചെറുപ്പക്കാരുമായി ഇന്നും എനിക്ക് നല്ല ബന്ധമുണ്ട്. ജയൻ കവിയാണ്. ആനന്ദൻ നോവലിസ്റ്റും. തോന്നിയതുപോലെ ചെയ്യുന്ന ഐ എ എസുകാർ ഇന്ന് ചുരുക്കമാണ്. കേരളത്തിൽ ഐ എ എസ് കേഡറിൽ നൂറ്റിപ്പത്ത് ഉദ്യോഗസ്ഥൻമാർ ഉണ്ടെന്ന് കേൾക്കുന്നു. ഇവരിൽ എത്രപേർ മന്ത്രിയുടെ ഇംഗിതത്തിന് വിപരീതമായി നിൽക്കും." മലയാറ്റൂരിന്റെ മുഖത്ത് സമ്മിശ്രവികാരം.

"ഐ പി എസുകാരെക്കുറിച്ചോ?"

വല്ലാത്ത മൂഡിൽ മലയാറ്റൂർ തുടർന്നു... "കൊച്ചനേ, കാര്യത്തിലേക്ക് കടക്കാം. ഡി ജി പി യായിരുന്ന ജോസഫ് എനിക്ക് പ്രിയങ്കരനാണ്. ജോസഫ്, ഐ പി എസിൽ പോവരുതായിരുന്നു. ഐ എ എസുകാരനായിരുന്നുവെങ്കിൽ നമുക്ക് നല്ലൊരു ചീഫ് സെക്രട്ടറിയെ കിട്ടിയേനെ. പിന്നെ അനന്തശങ്കയ്യരുമായി ബന്ധമുണ്ട്. അവസാനം ഞാൻ ചെന്നെത്തുന്നത് ഇന്ന് ഡി ജി പി സ്ഥാനത്തിരിക്കുന്ന എൻ കൃഷ്ണൻ നായരിലാണ്. സഹൃദയനാണ് ആ മനുഷ്യൻ. ആൾ രസികൻ, സുന്ദരൻ. കവിതകളോട് ആത്മബന്ധമുള്ളവൻ. പിന്നെ ഡി ജി പി യായ കൃഷ്ണമൂർത്തിയുമായും ബന്ധമുണ്ട്.

ഒരു നല്ല വായനക്കാരനാണോ മലയാറ്റൂർ..... അല്ലെന്നാണ് അദ്ദേഹത്തിന്റെ അഭിപ്രായം. "ഞാൻ നല്ല വായനക്കാരനേയല്ല. ഷേക്സ്പിയറിന്റെയും ടോൾസ്റ്റോയിയുടെയും വക്കേ ഞാൻ കടിച്ചിട്ടുള്ളൂ. പത്തുകൊല്ലംമുമ്പ്, ചുമട് താങ്ങുന്ന ഗൃഹസ്ഥനും ഉദ്യോഗസ്ഥനുമായിരുന്നു ഞാൻ. ഒരു സായാഹ്നത്തിൽ എം ടി യും എൻ പി യും ഞാനുമൊക്കെ കൂടിയപ്പോൾ എന്റെ വായനയുടെ കുറവ് ശരിക്കും അനുഭവപ്പെട്ടു. വളരെ വിഷമവും ഉണ്ടായി."

സമകാലീനരെ, മലയാറ്റൂർ എങ്ങനെയാണ് നോക്കിക്കാണുക. എം ടി വാസുദേവൻ നായരെപ്പറ്റി ഹി ഈസ് എ ജീനിയസ് എന്നാണ് പറഞ്ഞത്. സി രാധാകൃഷ്ണൻ നല്ല എഴുത്തുകാരനാണ്. പക്ഷേ, ധാരാളം എഴുതുന്നു എന്നതായിരുന്നു മലയാറ്റൂരിന്റെ കമന്റ്. പുതിയ തലമുറയെപ്പറ്റിയൊന്നും പരന്ന ധാരണ മലയാറ്റൂർ രാമകൃഷ്ണനില്ല.... വായനയുടെ കുറവാണ് ഇതിന് കാരണമെന്നദ്ദേഹം സമാധാനം കണ്ടെത്തുന്നു.

മലയാറ്റൂരിന്റെ സ്കെച്ച്, സുഹൃത്തും, യുവ ചിത്രകാരനുമായ റാസി വരച്ചിരുന്നു. അതെങ്ങനെയോ അദ്ദേഹം കണ്ടു. (*കലാകൗമുദി* പ്രസിദ്ധീകരിച്ചിരുന്നു ആ സ്കെച്ച്) ഒരു സായാഹ്നത്തിൽ വൈദേഹിയിലെത്തുമ്പോൾ, മലയാറ്റൂർ റാസിയെക്കുറിച്ചു പറഞ്ഞു. ഇപ്പോഴത്തെ ചെറുപ്പക്കാരെല്ലാം ഒന്നു നോക്കിയാൽ തെമ്മാടികളാണ്. അതും ഗ്രേഡ് കുറഞ്ഞ തെമ്മാടികൾ. അവരുടെ പ്രായത്തിൽ ഞാനും ലേശം തെമ്മാടിയായിരുന്നു. പക്ഷേ, ഇപ്പോഴത്തെ തെമ്മാടികൾക്ക് ലക്ഷ്യമുണ്ട്. സങ്കൽപ്പങ്ങളുണ്ട്. ഇതു പറയാൻ കാരണം എനിക്ക് ദൂതൻവഴി കിട്ടിയ റാസിയുടെ ചിത്രമായിരുന്നു. എനിക്കുതോന്നി അതിലെ കണ്ണുകൾ എന്റേതല്ല എന്ന്. പക്ഷേ, ഭാര്യയും നാട്ടുകാരും എന്റേതുതന്നെയെന്ന് സമ്മതിച്ചു. കണ്ണുകൾ ഒന്നുകിൽ ബാലയണ്ണന്റെ (കൗമുദി ബാലകൃഷ്ണൻ) നല്ല കാലത്തെ കണ്ണുകളാവണം. അല്ലെങ്കിൽ *ഹരിദ്വാറിൽ മണിമുഴങ്ങുമ്പോൾ* എം മുകുന്ദനുണ്ടായിരുന്ന കണ്ണുകൾ. ഞാൻ ചിത്രകാരനെ തപ്പി നടന്നു. ഒടുവിൽ കണ്ടെത്തി. ഞാനും ഒരു ചെറിയ ചിത്രകാരനാണല്ലോ, നിങ്ങളാരും അംഗീകരിച്ചില്ലെങ്കിലും. അതുകൊണ്ടാണ് സ്ഫുരണമായി എനിക്ക് തോന്നിയ റാസിയെക്കുറിച്ച് ഞാൻ പറഞ്ഞത്. വാക്കുകൾകൊണ്ട് റാസിയുടെ ചിത്രം വരച്ചശേഷം മലയാറ്റൂർ ചാർക്കോളെടുത്തു. നിമിഷങ്ങൾക്കകം റാസിയുടെ കാരിക്കേച്ചർ റെഡി. ചിത്രകാരന്മാരുടെ ഈ സംഗമം മനസിലേറെ കുളിർമ നൽകി. വൈദേഹിയുടെ അകത്തളത്തിൽ അടുക്കിവെച്ചിരിക്കുന്ന പെയിന്റിങ്ങുകൾ ശബ്ദിക്കുന്നതായി തോന്നി.

ഇപ്പോഴും പെൺകുട്ടികൾ ടെലഫോൺ ചെയ്യാറുണ്ടെന്നും കക്ഷി രഹസ്യമായി സഹധർമിണി വേണി കേൾക്കാതെ കണ്ണുകളും കൈകളുംകൊണ്ട് ഗോഷ്ഠി കാണിച്ചുകൊണ്ട് അറിയിച്ചു. അസാരം, പ്രേമത്തിനൊക്കെ തനിക്കിനിയും സമയവും സൗന്ദര്യവുമുണ്ടെന്നാണ് പോസ്.

ഫോട്ടോഗ്രാഫറുടെ ക്യാമറാ കണ്ണുകൾ ചലിക്കുവാൻ തുടങ്ങുമ്പോൾ മലയാറ്റൂർ പറയുന്നു, സ്റ്റോപ്പ്. തുടർന്ന് മലയാറ്റൂർ കസേരയിൽ ഞെളിഞ്ഞിരുന്ന് ഷർട്ട് ബട്ടണുകൾ രണ്ടെണ്ണം ഊരിക്കളഞ്ഞ് മുഖം തുടച്ച് ഗൗരവത്തിലിരിക്കും. എന്നിട്ട് പറയും... ഓകെ.

നേരത്തെ പറഞ്ഞ മടി, ചിത്രം വരക്കുന്നതിലും മലയാറ്റൂരിനെ ബോധിച്ചു കഴിഞ്ഞു. കുറെ മുമ്പ് മലയാറ്റൂർ, ദത്തൻ, നേമം പുഷ്പരാജ് എന്നിവർ ചേർന്ന് നടത്തിയ പ്രദർശനം മനസിലെത്തി. അടുത്ത പ്രദർശനം എന്നാണ്? മലയാറ്റൂരിനോട് ചോദിച്ചു. ഉടനെയുണ്ട്. മറുപടിയും കിട്ടി.

എന്നു മരിക്കുമെന്ന് ആരെങ്കിലും പറഞ്ഞിട്ടുണ്ടോ? എങ്കിൽ പറയാം. ശരിക്കൊരു ഞെട്ടലുണ്ടായി. മലയാറ്റൂർ ലറ്റർ പാഡ് എടുത്തു. വരച്ചു. മരിച്ചു കിടക്കുന്ന മലയാറ്റൂരിന്റെ ചിത്രം. അതിനവസാനം എഴുതി. ആണ്ടുമാസങ്ങളോടെ. എഴുപത്തിരണ്ട് വയസ്സ്. രണ്ടുമാസം, രണ്ടുദിവസം.... കിറുകൃത്യമായി അയ്യർ ദി ഗ്രേറ്റ് പ്രവചിക്കുകയാണ്!

പിണക്കം ഇണക്കം

കൂട്ടുകെട്ടുകളുടെ ആശാനാണ് മലയാറ്റൂർ. മലയാറ്റൂർ സംസാരിക്കുമ്പോൾ, എഴുതുമ്പോൾ ഒക്കെ ദിവസങ്ങളെ സ്നേഹോഷ്മളതകൊണ്ട് മത്തുപിടിപ്പിക്കുന്ന കൂട്ടുകാരുടെ, കൂട്ടുകെട്ടിന്റെ ചിത്രങ്ങൾ തുരുതുരാവരും.

മലയാറ്റൂർ: ചങ്ങാത്തത്തിന്റെ ആശാൻ.

വയലാർ: സൗഹൃദങ്ങളുടെ വേറൊരു പാദുഷാ.

ഇവർ രണ്ടുപേർ തമ്മിലുള്ള ചങ്ങാത്തത്തിന്റെ കഥതന്നെ വലിയൊരു പുസ്തകത്തിനുണ്ട്. ഒരു സംഭവം പറഞ്ഞുകൊണ്ട് മലയാറ്റൂർ സംസാരിക്കട്ടെ.

"ഞാനും രാമവർമ്മയും എവിടെയെല്ലാംവെച്ച് കണ്ടുമുട്ടി! എത്ര ദിനരാത്രങ്ങൾ ഒന്നിച്ചു ചെലവാക്കി. ഓർമയിൽ രണ്ടുസംഭവങ്ങളുണ്ട്. ഒന്ന് വയലാറിന് എന്റെ ഭാര്യയോടും എന്നോടുംതോന്നിയ പിണക്കം."

ഈ പിണക്കത്തിന്റെ പിന്നിലുള്ള കഥ രസകരമാണ്.

"ഞാൻ ടി സി സി മാനേജിങ് ഡയറക്ടറായിരുന്നപ്പോൾ എന്റെ ഭവനത്തിൽ ഒരു ഗണപതിഹോമവും ഭഗവതിസേവയും നടന്നു. ഹോമം രാവിലെ കഴിഞ്ഞു. സന്ധ്യക്ക് ഭഗവതിസേവ ആരംഭിച്ചപ്പോൾ അപ്രതീക്ഷിതമായി വയലാറും അദ്ദേഹത്തിന്റെ അമ്മയും വീട്ടിൽ വന്നു. വന്നുകയറിയ ഉടനെ വയലാർ എന്നോട് അടക്കം പറഞ്ഞു: 'വിസ്കി വേണം.' ഞാൻ വിഷമത്തിലായി. പൂജ തീരുംമുമ്പ് വിസ്കി വിളമ്പാൻ പാടില്ല. സംഗതി വിഷമം. വാധ്യാർ സ്വാമി മന്ത്രങ്ങൾ ചൊല്ലുന്ന സമയം. എന്റെ അമ്മയും ഭാര്യയും ഭാര്യയുടെ ബന്ധുക്കളും പൂജയിൽ സംബന്ധിച്ച് തൊഴുത് നിൽക്കുന്നു.

'പൂജ തീരട്ടെ കുട്ടാ' ഞാൻ പറഞ്ഞു.

'പൂജ നടന്നോട്ടെ, തീർന്നോട്ടെ..... അതിനിടയ്ക്ക് എന്റെ വിസ്കി പൂജയും നടക്കട്ടെ,' വയലാർ.

ഞാൻ വീണ്ടും അപേക്ഷിച്ചെങ്കിലും വയലാർ തന്റെ ശാഠ്യത്തിലുറച്ചുനിന്നു. ഒടുവിൽ ഞാൻ കീഴടങ്ങി. ഞാൻ കുട്ടനെ മറ്റൊരു മുറിയിൽ കൊണ്ടാക്കി. അധികം കഴിക്കരുതെന്നൊരു ഉപദേശവും കൊടുത്തു. എനിക്കുവേണ്ടത് ഞാൻ കഴിക്കും. ആശാൻ കഴിക്കണ്ട. പൂജ നടക്കുകയല്ലേ — ഇതാണ് കിട്ടിയ മറുപടി.

സംതൃപ്തനായ വയലാറുമൊന്നിച്ച് ഞാൻ പൂജ നടക്കുന്ന സ്ഥലത്തേക്ക് മടങ്ങി. എല്ലാവരെയും കളിയാക്കാനെന്ന മട്ടിൽ വയലാർ കൈകൂപ്പിനിന്നു. വാധ്യാർസ്വാമി മന്ത്രോച്ചാരണം തുടരുന്നു. പൂജ ക്ലൈമാക്സിലേക്ക്. പെട്ടെന്ന് സ്വാമിയെ നോക്കിക്കൊണ്ട് വയലാർ ഉച്ചത്തിൽ പറഞ്ഞു: 'നിർത്തെടാ, പട്ടരേ! തനിക്ക് ഉച്ചാരണശുദ്ധിയില്ല.'

എല്ലാവരും ഞെട്ടിപ്പോയി. എന്റെ ഭാര്യ പറഞ്ഞു: 'നിങ്ങളുടെ കുട്ടൻ കാളിദാസനായിരിക്കാം. പക്ഷേ, പൂജ നടത്തുന്ന വാധ്യാരോടിങ്ങനെ പറഞ്ഞത് ഒട്ടും ശരിയായില്ല. നിങ്ങളും കുട്ടനും ഇവിടെ നിൽക്കണ്ട. ഈ പൂജ എങ്ങനെയെങ്കിലും തീർന്നോട്ടെ.'

ഞാൻ കുട്ടനെ വരാന്തയിലേക്ക് കൊണ്ടുപോകാൻ വിഫലശ്രമം നടത്തി. എന്റെ ഭാര്യയുടെ വാക്കുകൾ കേട്ടില്ലെങ്കിലും സിറ്റുവേഷൻ മനസിലാക്കിക്കഴിഞ്ഞ കുട്ടൻ എന്നോട് പറഞ്ഞു: 'ആശാന്റെ ഭാര്യ എന്നെ ഗറ്റൗട്ടാക്കാൻ പറഞ്ഞു അല്ലേ? പക്ഷേ, ഞാൻ പോകുന്നില്ല.' പരമഭക്തനായ ഒരു നല്ലകുട്ടിയെപ്പോലെ വയലാർ നിശ്ശബ്ദനായി കൈകൂപ്പിനിന്നു. പൂജ മംഗളമായി കലാശിച്ചു. ദീപാരാധനയ്ക്കുശേഷം എന്താണ് നടന്നതെന്ന് ശുദ്ധനായ വയലാറിനെ അടുത്തറിയാവുന്നവർക്ക് ഊഹിക്കാവുന്നതേയുള്ളൂ. വാധ്യാർ സ്വാമിയോട് പലവട്ടം മാപ്പുപറഞ്ഞു.

*സൗന്ദര്യലഹരി*യിലെ ചില ഭാഗങ്ങൾ സ്വാമിയെക്കൊണ്ട് ചൊല്ലിച്ചു. ഉച്ചാരണശുദ്ധി കേമം. സ്വാമി സംപ്രീതനായി. ടി സി സി യിൽ ഞാൻ ചെലവാക്കിയ ശേഷമാസങ്ങളിൽ വയലാർ എന്നെ കാണാൻ വന്നതേയില്ല. എഫ് എ സി ടി യിലെ ശ്രീ. ജി എസ് പിള്ളയെ കാണാൻ ഇതേകാലത്ത് പലതവണ വന്നുവെങ്കിലും പലപ്പോഴും ഫോണിൽ ബന്ധപ്പെടാൻ തയാറായെങ്കിലും എന്റെ വീട്ടിലേക്ക് കുട്ടൻ വന്നില്ല. താമസിക്കുന്ന ഹോട്ടലിന്റെ പേര് പറയും. വേണമെങ്കിൽ ചെന്ന് കണ്ടുകൊള്ളണം. ഫോൺ ചെയ്യുമ്പോൾ എന്റെ ഭാര്യയാണ് എടുക്കുന്നതെങ്കിൽ ഹാ, ഹാ, ഹി, ഹി, എന്നിങ്ങനെ ചില പരിഹാസശബ്ദങ്ങൾ പുറപ്പെടുവിക്കുമായിരുന്നു. 1974 ൽ വയലാറിന്റെ ഒരു കത്ത് മലയാറ്റൂരിന് കിട്ടുന്നു.... 'പിണക്കം അവസാനിപ്പിക്കുവാൻ തയാർ. ഒറ്റ കണ്ടീഷൻ. എനിക്ക് വിസ്കി തരണം. അതും ആശാന്റെ ഭാര്യ ഒഴിച്ചുതരണം.' മലയാറ്റൂർ അറിയിച്ചു. 'വിസ്കി തരാം. ഞാൻ ഒഴിച്ചുതരും. നമ്മളോടൊപ്പം നാരങ്ങാനീര് കഴിച്ചുകൊണ്ടിരിക്കാൻ ഞാൻ വേണിയോട് അപേക്ഷിക്കാം' അതു നടന്നു. കുട്ടന്റെ പിണക്കവും പമ്പകടന്നു.

വർഷം 1942. ആലുവ യു സി കോളേജ്. അന്ന് അവിടെ ഇന്റർ മീഡിയറ്റിനു പഠിക്കുമ്പോൾ രണ്ട് സഹപാഠികളുണ്ടായിരുന്നു. പിന്നീട് കേരള രാഷ്ട്രീയത്തിൽ പ്രസിദ്ധരായ പി കെ വാസുദേവൻനായരും പി ഗോവിന്ദപ്പിള്ളയും. ക്വിറ്റ് ഇന്ത്യാസമരം കൊടുമ്പിരിക്കൊണ്ടിരിക്കുന്ന കാലം. ഒരു ആഗസ്റ്റ് മാസം. ഇംഗ്ലീഷുകാരന്റെ ദുർഭരണത്തിനെതിരെ അന്ന് ഞങ്ങൾ വിദ്യാർഥികൾ മുദ്രാവാക്യം മുഴക്കി ഒരു ജാഥ നടത്തി. പൊലീസുകാർ തല്ലിച്ചതയ്ക്കുമെന്ന് അറിയാവുന്നതുകൊണ്ടാവണം ജാഥക്ക് കുട്ടികൾ നന്നേ കുറവ്. ജാഥ നയിച്ച ഞാനുൾപ്പെടെയുള്ളവർ അറസ്റ്റിലായി. പിന്നീട് ലോക്കപ്പിലും. നാലുദിവസം പുറംലോകം കാണാനാവാതെ വീർപ്പുമുട്ടി ഞങ്ങൾ കഴിഞ്ഞു. പക്ഷേ, അന്ന് ലോക്കപ്പിൽ കൊണ്ടിടുന്നതിനു പലതിനും രേഖയുണ്ടാവില്ല. തോന്നുമ്പോൾ തുറന്നു വിടും. അന്ന് ലോക്കപ്പിൽ കിടന്നത് എവിടെയെങ്കിലും റെക്കോർഡ് ചെയ്തിരുന്നെങ്കിൽ ഇന്നെനിക്ക് സ്വാതന്ത്ര്യസമരപെൻഷൻ കിട്ടിയേനെ.

1944ൽ ആണ് ഞാൻ ഇന്റർമീഡിയറ്റ് പാസാവുന്നത്. വെറുതെയല്ല. ഒന്നാം ക്ലാസ്സിൽ. അന്ന് എന്റെ അച്ഛൻ (കെ ആർ വിശ്വനാഥസ്വാമി) ഡിവിഷണൽ ഇൻസ്പെക്ടർ ഓഫ് സ്കൂൾസ് (ഇന്നത്തെ ഡി ഇ ഒ യ്ക്ക് തുല്യം) എന്ന ഉദ്യോഗപദവിയിൽനിന്ന് വിരമിച്ച് വാതരോഗിയായി കിടപ്പിലായിരുന്നു. അച്ഛന് കഷ്ടിച്ച് മുപ്പത്തഞ്ചു രൂപയോ മറ്റോ പെൻഷൻ കിട്ടും. അതുകൊണ്ട് അച്ഛൻ നയിച്ചിരുന്ന കുടുംബസദസിൽ തീരുമാനമുണ്ടായി—രാമകൃഷ്ണൻ തുടർന്നു പഠിക്കണ്ട. അവന് എങ്ങനെയെങ്കിലും ഒരു ഗുമസ്തപ്പണി ഒപ്പിക്കാം. അച്ഛന്റെ മുന്നിൽ നേരെ ചെന്ന് നിൽക്കാൻപോലും ധൈര്യപ്പെടാത്ത കാലമായിരുന്നു അത്. അച്ഛനൊന്ന് തുറിച്ചു നോക്കിയാൽ മതി മൂത്രമൊഴിക്കും. അങ്ങനെ ഭയഭക്തിബഹുമാനത്തോടെ മാത്രം കണ്ടിരുന്ന അച്ഛനാണ് തീരുമാനമെടുത്തിരിക്കുന്നത്. ഞാനിനി തുടർന്ന് പഠിക്കണ്ട. എനിക്കാണെങ്കിൽ ആരെയും ആശ്രയിക്കാതെ ജീവിക്കാൻ വല്ലാത്ത മോഹം. ജീവിതത്തിൽ തന്നെ ഒരു മാറ്റം ഞാനാഗ്രഹിച്ചു. സകല ധൈര്യവും സംഭരിച്ച് ഒരുദിവസം എന്റെ മൂത്ത സഹോദരിയുടെ മുമ്പിൽ (തങ്കമ്മാൾ എന്ന ഈ സഹോദരിയാണ് *വേരുകൾ* എന്ന നോവലിലെ അമ്മലു എന്ന കഥാപാത്രം) ഞാനുറക്കെ വിളിച്ചുകൂവി. എനിക്ക് പഠിക്കണം, പഠിക്കണം, പഠിക്കണം! അച്ഛനതു കേട്ടു. പിറ്റേദിവസമാണെന്ന് തോന്നുന്നു എന്നെ വിളിച്ച് തമിഴിൽ പറഞ്ഞു: 'നീ ഏറ്റയാ' (do you undertake) എന്നിട്ട് ചേച്ചിയോട്: 'അവൻ പഠിക്കട്ടും.' ഇന്ന് ഞാൻ ഞാനായതിന് പിന്നിൽ അച്ഛന്റെ ഈ വാക്കുകളാണ്. അച്ഛനെക്കുറിച്ച് പറയുമ്പോൾ മറ്റൊരു സംഭവംകൂടി ഓർമ വരുന്നു. അച്ഛൻ എന്നെ ജീവിതത്തിലാദ്യമായും അവസാനമായും തല്ലിയ കഥ. യു സി കോളേജിൽ ചേർന്നിട്ട് ദിവസങ്ങൾ കഴിഞ്ഞിട്ടേയുള്ളൂ. കോളേജിന്റെ മുമ്പിലുള്ള മമ്മതിന്റെ കടയിൽ അന്ന് പാസിങ് ഷോ സിഗററ്റ് കിട്ടും. ഒരു പാക്കറ്റു വാങ്ങും. പിന്നെ പുകയോട് പുക. സിഗരറ്റ് വലിച്ച് പുകവിടുന്നത് എന്റെ സ്വകാര്യ വിപ്ലവമായി എനിക്ക്

തോന്നി. കോളേജ് ജീവിതകാലത്ത് ഞാൻ താമസിച്ചിരുന്ന സ്കിന്നർ ഹോസ്റ്റലിലും (ഞാനതിനെ അന്ന് വിളിച്ചിരുന്നത് തോമൻ ഹോസ്റ്റൽ എന്നാണ്) വരാന്ത്യത്തിലെത്തുമ്പോൾ വീടിന്റെ ചായ്പിലിരുന്നാണ് സ്വകാര്യവിപ്ലവം ഞാൻ നടപ്പിലാക്കിയിരുന്നത്. ഒരുദിവസം പ്രതീക്ഷിക്കാതെ അത് സംഭവിച്ചു. 'എടാ രാമകൃഷ്ണാ കണ്ണിലൊരു കരട്. ഊത്.' ഊതി. ഊതിയപ്പോൾ അച്ഛന് സിഗററ്റിന്റെ വാസന കിട്ടി (ചായ്പിലുരുന്ന് ഞാൻ സിഗററ്റ് വലിച്ചതിന്റെ മണം കിട്ടിയിട്ടാവാം അച്ഛൻ കണ്ണിലെ ഇല്ലാത്ത കരട് എന്നോട് ഊതാൻ പറഞ്ഞത്). ഒറ്റയടി. ചെകിട്ടത്തുതന്നെ. എന്റെ കണ്ണിൽനിന്ന് പൊന്നീച്ച പറന്നു.

പഠനത്തിന്റെ കാര്യമാണല്ലോ പറഞ്ഞുവരുന്നത്. എന്റെ ചേട്ടൻ (രാമനാഥൻ, പിൽക്കാലത്ത് ഡി വൈ എസ് പി ആയി) പഠിച്ചതുപോലെ സസ്യശാസ്ത്രവും ജന്തുശാസ്ത്രവും ഐച്ഛികമായെടുത്ത് ദ്വിവത്സര കോഴ്സിന് ചേരാൻ വീട്ടിൽനിന്ന് കൽപ്പനകിട്ടി. എനിക്കാണെങ്കിൽ സാഹിത്യം പഠിക്കണം. അന്ന് സാഹിത്യം ത്രിവത്സര കോഴ്സാണ്. രണ്ടു വർഷത്തെ കോഴ്സിന് തന്നെ പഠിപ്പിക്കാൻ പണമില്ലാത്തിടത്താണ് മൂന്നുവർഷം പഠിക്കാനുള്ള എന്റെ പൂതി. എന്തായാലും വീട്ടുകാർ തന്നെ ജയിച്ചു. ബോട്ടണിയും സുവോളജിയും പഠിക്കാൻ ചേർന്നു. ചേർന്നതാകട്ടെ തിരുവനന്തപുരം സാക്ഷാൽ യൂണിവേഴ്സിറ്റി കോളേജിൽ. കോളേജിന് എതിർവശത്തുള്ള പോറ്റി ഹോട്ടലിൽ താമസം. ഹോട്ടലിലെ താമസം എനിക്കത്ര പിടിച്ചില്ല. യൂണിവേഴ്സിറ്റി ഹോസ്റ്റലിൽ പ്രവേശനം നേടുകയായി എന്റെ ലക്ഷ്യം. അന്ന് ഡയറക്ടർ സുന്ദരരാജ നായിഡുവും വാർഡൻ കുഞ്ഞുരാമൻപിള്ള സാറുമായിരുന്നു. പെരുമ്പാവൂർ-മലയാറ്റൂർ പ്രദേശത്തുള്ള ചിലർ നേരത്തെ ബഹളം കൂട്ടിയതിനാൽ സാറിന് അവിടുത്തുകാരെയാകെ പേടിയായിരുന്നു. ഭാഗ്യംകൊണ്ടാവണം എനിക്ക് അവിടെ പ്രവേശനം കിട്ടി.

എനിക്ക് കോളേജിൽ രണ്ട് സഹപാഠികളെ കൂട്ടിന് കിട്ടി. അന്നാ ചാണ്ടിയുടെ മകൻ ചാണ്ടി. ഒരു വിശ്വനാഥമേനോൻ എന്നിവർ. ചാണ്ടി സമ്പന്നനായിരുന്നു. ഹൈനസിനെപ്പോലുള്ള തലയെടുപ്പുള്ളവർക്കുമാത്രം കാറുണ്ടായിരുന്ന അന്ന് ചാണ്ടിക്ക് സ്വന്തമായൊരു കാറ് (Sunbeamtalbot) എന്ന വിദേശ കാറ്) ഉണ്ടായിരുന്നു. അന്ന് കാറിൽ ഞങ്ങൾ ചെത്തും. പണം ചെലവാക്കാൻ വിമുഖത കാട്ടാത്ത സുഹൃത്ത് സന്തതസഹചാരിയായപ്പോൾ ഞങ്ങൾ അഭ്യസിക്കാത്ത വൃത്തികേടുകളില്ല (മദ്യപാനം തുടങ്ങിയത് അന്നാണെന്ന് ഞാൻ കൃത്യമായി ഓർക്കുന്നു). ഹോസ്റ്റലിന്റെ പിറകിലെ മരയഴിയിൽ ഒരു വലിയ ഓട്ടയുണ്ടാക്കി (ഈ ഓട്ടയെ ഞങ്ങൾ ബർമാറോഡ് എന്നാണ് വിളിച്ചിരുന്നത്) അതിലൂടെയാണ് അസമയത്ത് വാർഡനറിയാതെയുള്ള ഞങ്ങളുടെ യാത്ര.

1946 ആയപ്പോൾ പഠിക്കുന്നത് വെറുതെയാണെന്നൊരു തോന്നൽ. എനിക്ക് മാത്രമല്ല ചാണ്ടിക്കും വിശ്വനാഥനും ആ തോന്നലുണ്ടായി. ഞാനുൾപ്പെടുന്ന മൂവർ സംഘം ഒളിച്ചോടാൻ തീരുമാനിച്ചു. പോയാൽ

മൂന്നുപേർക്കും കിട്ടാനുള്ള കാഷൻമണി (50 രൂപ വീതം) നഷ്ടമാവും. ഉടനെ അതിനൊരു പരിഹാരം കണ്ടെത്തി. ഹോസ്റ്റലിലെ ക്യാന്റീനിൽ നിന്ന് വയറുനിറയെ ആഹാരം കഴിക്കുക. കാഷൻ മണിയിൽ വകവെച്ച് വയറുനിറയെ ദോശയും രസവടയും തിന്ന് അവസാന വർഷ പരീക്ഷയ്ക്ക് ഒരാഴ്ച മുമ്പുള്ള ഒരു സന്ധ്യയ്ക്ക് ഞങ്ങൾ ബർമാ റോഡിലൂടെ പുറത്തുപോന്നു. എന്റെ കൈയിൽ ഒരു മോതിരം. വിശ്വനാഥമേനോന്റെ കഴുത്തിൽ ഒരു സ്വർണമാല, ചാണ്ടിയുടെ കഴുത്തിൽ അൽപ്പംകൂടി കട്ടിയുള്ള ഒരുമാല — ഇതൊക്കെയായിരുന്നു കൈയിലുള്ള മുതൽ. പിന്നെ പുസ്തകങ്ങളും പെട്ടികളും. എല്ലാംകൂടെ പാളയത്തുള്ള ഒരു കടയിൽ പണയം വെച്ചു. 150 രൂപ കിട്ടി. അന്ന് ഞങ്ങളോടൊപ്പം ഹോസ്റ്റലിൽ താമസിച്ചിരുന്ന മുഹമ്മദിനോടും ഗോവിന്ദൻകുട്ടിയോടും പറഞ്ഞിട്ടായിരുന്നു ഞങ്ങളുടെ ഒളിച്ചോടൽ. പറയാൻ കാരണമുണ്ട്. അലക്ക് വന്നിട്ടില്ലായിരുന്നു. അതുകൊണ്ട് അവരുടെ നല്ല വസ്ത്രങ്ങൾ ഞങ്ങൾ വാങ്ങി ധരിച്ചു. ഞങ്ങളുടെ മുഷിഞ്ഞ വസ്ത്രങ്ങൾ അവർക്ക് നൽകി. പുറത്തിറങ്ങി, ലക്ഷ്യമില്ല. 'എവിടെ പോകുന്നു?' ഞാൻ വിശ്വനാഥമേനോനോട് ചോദിച്ചു. അവൻ മറുപടിയെന്നോണം അലക്ഷ്യമായി ഏതോ ഹിന്ദിപ്പാട്ടു പാടി തീവണ്ടിയാപ്പീസിൽ ചെന്നു. മധുരയ്ക്കു ടിക്കറ്റെടുത്തു. കൊച്ചുവെളുപ്പാൻ കാലം. നേരിയ തണുപ്പ്. തീവണ്ടി മധുരയിലെത്തി. പട്ടാളത്തിലേക്ക് ആളെ ചേർക്കുന്നു. ലക്ഷ്യമില്ലാത്ത ഞങ്ങൾക്ക് അങ്ങോട്ട് ചെല്ലാൻ ആരുടെയെങ്കിലും അനുവാദം വാങ്ങിക്കണമോ? ഞങ്ങളവിടെ എത്തി. രാവിലെ എട്ടുമണി. റിക്രൂട്ട്മെന്റ് കഴിഞ്ഞാൽ ഹവിൽദാർ ക്ലാർക്ക് ആവാം. മീശക്കാരനായ ഒരു കറുമ്പൻ അയ്യങ്കാർ നിൽക്കുന്നു. തറയിൽ തഴപ്പായയിൽ ഉടുപ്പിടാത്ത കുറെപ്പേർ. ഷർട്ടിട്ടവർ ഞങ്ങൾമാത്രം. എനിക്ക് വയസ്സ് പതിനേഴര. സത്യത്തിൽ എനിക്ക് ആ ജോലിക്ക് തീരെ താൽപ്പര്യമില്ലായിരുന്നു. ചാണ്ടിയും വിശ്വനാഥമേനോനും നടന്നു. ഞാനും കൂടെ ചെന്നു. അത്രമാത്രം.

ഇന്റർവ്യൂ നടത്തിയപ്പോൾ ഞാൻ താൽപ്പര്യമില്ലായ്മ തുറന്നു പറഞ്ഞു. ഓഫീസർക്ക് അരിശം വന്നു. എന്നെ അറസ്റ്റ് ചെയ്യണമെന്ന് പറഞ്ഞ് ഭീഷണിപ്പെടുത്തി. അയാൾ പോയപ്പോൾ ഞാനവിടെ കണ്ട കയറ്റു കട്ടിലിൽ കയറിയിരുന്നു. ചാണ്ടി മെഡിക്കൽ ഫിറ്റ് നേടാൻവേണ്ടി ചെവിയിലെ കായമെടുക്കാൻ പോയി. ഒപ്പം വിശ്വനാഥമേനോനും. എപ്പോഴാണെന്നറിയില്ല ഞാനുറങ്ങിപ്പോയി. ആരോ എന്നെ തട്ടിയുണർത്തി. കണ്ണു തുറന്നപ്പോൾ മുമ്പിൽ ഒരു സായിപ്പ് നിൽക്കുന്നു. 'How old are you?' സായിപ്പിന്റെ ചോദ്യം. മറുപടിക്ക് കാത്തു നിൽക്കാതെ തോളിൽ തട്ടിയിട്ട് 'too young' എന്ന് പറഞ്ഞു. ഞാൻ എന്റെ താൽപ്പര്യമില്ലായ്മ ആവർത്തിച്ചു. 'മടങ്ങിപ്പോകണ്ട. പിലാരിയിൽ പോകണം. ഒരു ടെക്നീഷ്യനായി വരാം. അഥവാ പോകണമെങ്കിൽ 10 രൂപ പിഴയടയ്ക്കണം.' സായിപ്പ് കർശനമായ ഭാഷയിൽ പറഞ്ഞു. കൈയിൽ ഒരൊറ്റ പൈസയില്ല. അപ്പോൾ പിന്നെ പത്തു രൂപ അടച്ച് അവിടെനിന്ന് രക്ഷപ്പെടുന്നതെങ്ങനെ?

മേനോനും ചാണ്ടിക്കും സെലക്ഷൻ കിട്ടി. ജെലഹല്ലിയിലാണ് പോസ്റ്റിങ്. അവർക്ക് 20 രൂപ വീതം യാത്രാച്ചെലവു കിട്ടി. വെളുപ്പാൻ കാലം മേ നോൻ എനിക്ക് 5 രൂപ തന്നു. ഞാൻ ആ അഞ്ചു രൂപയുമായി അവിടെ നിന്ന് ഒളിച്ചോടി. ചെയ്തതെല്ലാം അബദ്ധമാണെന്ന് മനസിലായി. കറങ്ങി നടന്നു. കൈയിലെ രൂപ തീർന്നു. മുഴുപ്പട്ടിണി. രണ്ടാംദിവസം ഒരു ലോറി ഡ്രൈവറെ പരിചയപ്പെട്ടു. അയാളുടെ ഔദാര്യത്തിൽ തൃശ്ശനാ പ്പള്ളിയിലെ തപ്പക്കുളം എന്ന സ്ഥലത്തെത്തി.

തോട്ടുവായുള്ള ഒരു രാമയ്യർ തൃശ്ശനാപ്പള്ളിയിലെ സെന്റ് ജോസഫ് കോളേജിൽ കുക്കായി ജോലി ചെയ്യുന്ന വിവരം പെട്ടെന്നോർമ വന്നു. ഞാൻ കോളേജിൽപ്പോയി അദ്ദേഹത്തെ കണ്ടു. അദ്ദേഹം എന്നെ സ്വന്തം വീട്ടിലേക്ക് കൂട്ടിക്കൊണ്ടുപോയി. വീട് നിറയെ കുട്ടികൾ. എല്ലാം സ്വാമിയുടെ സ്വന്തം സന്താനങ്ങൾ. എല്ലാ അർഥത്തിലും അതൊരു കുചേലന്റെ കുടുംബമായിരുന്നു. എനിക്ക് ഊണു തന്നു. ഉണ്ടു കഴിഞ്ഞ പ്പോഴാണ് ഒരു സത്യം ഞാനറിയുന്നത്. കുട്ടികൾക്ക് വെച്ചിരുന്ന ചോറാ ണ് ഞാൻ ഉണ്ടത്. കുട്ടികൾ വിശന്നു വലഞ്ഞു കരയുന്നത് ഞാൻ കേട്ടു. ആകെ ഉണ്ടായിരുന്ന രണ്ട് പപ്പടങ്ങൾ നിമിഷനേരംകൊണ്ട് പിടിവലി കൂടി പൊടിച്ച് മത്സരം വെച്ച് അവർ വായ്ക്കുള്ളിലാക്കിയ രംഗം ഇന്നല ത്തെപ്പോലെ ഇന്നും ഞാനോർക്കുന്നു. അതോർക്കുമ്പോഴൊക്കെ എന്റെ മനസ്സ് വല്ലാതെ വിങ്ങും. അന്നത്തെ ആ കുറ്റബോധം ഇന്നും എന്നിൽ നിന്ന് വിട്ടൊഴിഞ്ഞില്ല.

ഞാൻ സ്വാമിയുടെ കൈയിൽനിന്ന് അഞ്ചു രൂപ ചോദിച്ചുവാങ്ങി. ചേട്ടന് കമ്പിയടിച്ചു. രണ്ടാം ദിവസം ചേട്ടൻ രാമയ്യരുടെ വീട്ടിൽ. ചേട്ട നോടൊപ്പം തിരിച്ചുനാട്ടിൽ.

വീട്ടിലെത്തി മൂന്നാംനാൾ ഞാൻ ബോട്ടണി പ്രൊഫസർ ഡോ. ടി കെ കോശിസാറിന് കത്തയച്ചു. വീണ്ടും പഠിക്കാനുള്ള ആഗ്രഹം പ്രകടി പ്പിച്ചുകൊണ്ട്, സാറിനെന്തോ അനുകമ്പ തോന്നി. അങ്ങനെ പരീക്ഷ യെഴുതി. ബിരുദം നേടുകയും ചെയ്തു. ഏകാന്തത. അതിന്റെ വിരസത മാറ്റാൻ സഹായിച്ചത് അക്കാലത്ത് യു സി കോളേജിൽ പ്രതീക്ഷിക്കാ തെ കിട്ടിയ ഇംഗ്ലീഷ് അധ്യാപകന്റെ ജോലിയായിരുന്നു. 60 രൂപ ശമ്പളം. ചക്കാത്തു താമസം. അന്ന്.... നോർത്ത് ഈസ്റ്റ് ഹോസ്റ്റലെന്നും പിൽ ക്കാലത്ത് ചാക്കോ ഹോസ്റ്റൽ എന്നും അറിയപ്പെട്ടിരുന്ന കെട്ടിടത്തിന്റെ ഔട്ട് ഹൗസിലായിരുന്നു എന്റെ താമസം. കണക്ക് പഠിപ്പിക്കുന്ന ഒരു സ്വാമിജിയും പിന്നീട് എസ് എൻ കോളേജിൽ പ്രൊഫസറായ എസ് രാമചന്ദ്രനുമായിരുന്നു ഹോസ്റ്റലിൽ എന്റെ അന്തേവാസികൾ. ജോലിയിൽ എനിക്കത്ര തൃപ്തി തോന്നിയില്ല. ഞാൻ ജോലി രാജിവെച്ചു.

നിയമം പഠിക്കുകയായി പിന്നത്തെ എന്റെ ഹോബി. പോക്കറ്റാൽ ലോ കോളേജ് എന്ന ചൊല്ല് നിലവിലിരുന്ന കാലം. 1947. ഉഴപ്പി നടന്നു. ഇന്നത്തെ ഏജീസ് ഓഫീസിരിക്കുന്നിടത്താണ് ലാ കോളേജ്. എന്തോ, ഭാഗ്യംകൊണ്ടാവണം ഒന്നാം ക്ലാസിൽ ഒന്നാം റാങ്കോടെ ബി എൽ

പാസായി. ഞാനെന്റെ വലിയച്ഛന്റെ (സിനിമാനടൻ ജയറാമിന്റെ അപ്പൂപ്പൻ) വീട്ടിൽ ചെന്ന് വിവരം പറഞ്ഞു. 'ഉന്ന അപ്പ ചത്തുപോയാച്ച്. അമ്മ വിധവയായാച്ച് രാമനാഥൻ കല്യാണം പണ്ണിയാച്ച്.' 'ഉന്ന അമ്മെ ആരു നോക്കും?' വലിയച്ഛന്റെ ചോദ്യം. ഞാൻ ഒന്നും മിണ്ടിയില്ല. 'നിനക്ക് ജോലി വാങ്ങിത്തരാം. കൂവപ്പടി സ്കൂളിൽ പതിനഞ്ചു രൂപ ശമ്പളം വാങ്ങിത്തരാം' ഞാൻ പോയില്ല. ഞാൻ വക്കീൽപ്പണി തുടങ്ങി. അക്കാലത്താണ് ഞാൻ തിരഞ്ഞെടുപ്പിന് നിന്നത്. മാന്യമായി തോറ്റു. പിന്നെ നാട്ടിൽ നിന്നില്ല. നേരെ ബോംബെക്ക് വെച്ചടിച്ചു. അവിടെ 125 രൂപ ശമ്പളത്തിൽ ഫ്രീ പ്രസ് ജേണലിന്റെ സഹപത്രാധിപരായി. കുറേക്കാലം അവർക്കുവേണ്ടി എഴുത്തും കാർട്ടൂൺ വരപ്പും. 1954 ൽ ഞാൻ തിരിച്ചു പോന്നു. മട്ടാഞ്ചേരിയിൽ മജിസ്ട്രേറ്റായി നിയമിതനായി. ഈ മജിസ്ട്രേറ്റ് ഉദ്യോഗത്തിനിടയിൽ പരിചയപ്പെട്ടതാണ്, ഞാനെന്നും പിതൃതുല്യം സ്നേഹിക്കുകയും ബഹുമാനിക്കുകയും ചെയ്യുന്ന ഐ ജി ചന്ദ്രശേഖരൻനായരെ. അദ്ദേഹമാണ് എന്നെ ഐ എ എസ് എഴുതാൻ പ്രേരിപ്പിച്ചത്. ആ പ്രേരണ സഫലമായി. 1957 ൽ എനിക്ക് ഐ എ എസ് കിട്ടി. 1981 ൽ ഇറങ്ങിപ്പോകുകയും ചെയ്തു. എത്രയെത്ര ഉദ്യോഗങ്ങൾ. ഇംഗ്ലീഷ് ട്യൂട്ടർ മുതൽ കളക്ടർവരെ. എല്ലാം ഞാൻ വലിച്ചെറിഞ്ഞു. എന്തിനുവേണ്ടി? ജീവിതത്തിൽനിന്ന് ഞാൻ ഒളിച്ചോടുകയായിരുന്നോ?" മലയാറ്റൂർ പറഞ്ഞുനിർത്തി. നീണ്ട നിശ്ശബ്ദത. ആത്മകഥാംശം മുറ്റിനിൽക്കുന്ന *വേരുകൾ* എന്ന നോവൽ ഈ ചോദ്യങ്ങൾക്ക് ഒരുപക്ഷേ, ഉത്തരം കണ്ടെത്തിയേക്കും.

സംവാദം

അയ്യർ ദി ഗ്രേറ്റ്

എസ് ആർ ലാൽ

അദ്ദേഹം സ്വപ്നങ്ങളെ
ആൽബത്തിലാക്കി
സൂക്ഷിച്ചുപോരുന്ന ഒരാളാണ്
അതിലുള്ള ഒരു നൊമ്പരത്തെ
ഒരു സ്വപ്നത്തെ
ഇങ്ങനെ വായിക്കാം.

കെ വി രാമകൃഷ്ണയ്യർ എന്ന ഫൈനൽ ഇയർ ബി എസ് സി വിദ്യാർഥി. സെക്രട്ടേറിയേറ്റിന് പുറകിലുള്ള കാർത്തിക ലോഡ്ജിൽ താമസം, പരീക്ഷാക്കാലം, ഇടയ്ക്കുണരുകയാണെങ്കിൽ വായിക്കണമെന്ന് കരുതി ലൈറ്റണച്ചിട്ടില്ല. കട്ടിലിനടിയിൽ ആരോ സംസാരിക്കുന്നു. രാത്രി ഒരു മണിയെങ്കിലും ആയിക്കാണും. അപ്പോൾ ഒരു കൈമാത്രം അവനെ പിടിച്ചുവലിച്ച് എങ്ങോട്ടോ കൊണ്ടുപോകുന്നു. ഭയംതോന്നി. പുറത്ത് രണ്ട് മൂന്ന് വാഴ. അവിടെ നിന്നാണ് എല്ലാപേരും നമ്പർ വൺ സാധിക്കുക. മൂത്രത്തിന്റെ നാറ്റം മാത്രമുള്ള അവിടെനിന്നും ഒരുമണം. ബലാഗുളച്യാദി എണ്ണയുടെ മണം. തിരിച്ചുവന്നു സുഹൃത്തായ പങ്കനെ വിളിച്ചുണർത്തി പറഞ്ഞു. 'പങ്കാ എന്റെ അച്ഛൻ മരിച്ചു. അച്ഛന്റെ മരണത്തിന്റെ മണം.'

അച്ഛനെ സ്വപ്നത്തിൽ കണ്ടതേയില്ല. പക്ഷേ, അച്ഛൻ തേക്കുന്ന ബലാഗുളച്യാദി എണ്ണയുടെ മണം വന്നപ്പോൾ ആരോ മനസിൽ പറഞ്ഞു:

അച്ഛൻ മരിച്ചു.

കസിൻ പിറ്റേന്നാൾ ലോഡ്ജിൽ വന്നു.

"എടാ വിശ്വൻ പോയിട്ടാൻ – നീ പോയി കുളിച്ചിട്ടുവാ."

അപ്പോഴൊന്നും പിടികിട്ടിയില്ല.

കുളിക്കാൻ പോയിട്ട്, കുളികഴിയാതെ തിരിച്ചുവന്നു.

"എപ്പഴാ മരിച്ചത്?"

"ഒരു മണിക്ക്."

ജ്യേഷ്ഠനായിരുന്നു മരണശയ്യക്കരികിൽ "പരീക്ഷയെഴുതിയിട്ട് വന്നാൽ മതി"യെന്നാണ് അച്ഛൻ അവസാനമായി പറഞ്ഞത്. കടം വാങ്ങിയായിരുന്നു അന്ന് പഠനം. അച്ഛന്റെ ചിന്ത, പെരുമ്പാവൂരിൽനിന്നും നൂറ്റിനാൽപ്പത്തിനാല് മൈൽ സഞ്ചിരിച്ച് സമീപിച്ചതാവും.

സ്വപ്നങ്ങളുടെ ആൽബം മറിക്കുമ്പോൾ.......

പണ്ടൊരു സ്വപ്നം കാണുമായിരുന്നു. പരീക്ഷാഹാളിലിരിക്കുന്നു. ക്വസ്റ്റ്യൻ പേപ്പർ കിട്ടി. ഒരക്ഷരം അറിയില്ല. എണീറ്റ് പോകണമെന്നുണ്ട്. പക്ഷേ, വസ്ത്രം ധരിച്ചിട്ടില്ല. ഞെട്ടിയുണരും അപ്പോഴേക്കും. ഈ സ്വപ്നം അനുഭവത്തിൽ. വിജയത്തിന്റെ മുന്നോടിയായിരുന്നു എപ്പോഴും.

ഇപ്പോൾ കാണുന്ന സ്വപ്നം.....

ഒരു ടാർ റോഡ്. അത് സമുദ്രത്തിനു അടിയിലൂടെയാണ്, ഞാനതിലേ കാറിൽ സഞ്ചരിക്കുന്നു. രണ്ടുവശത്തും തിരമാലകളാർക്കുന്നു. തിരമാലകൾ എന്നെ വിഴുങ്ങുമോ? റോഡ് കാണാതാകുമോ? കാർ വെള്ളത്തിൽ പോകുമോ? അപ്പോഴേക്കും ഉണർവിന്റെ ലോകത്തിലെത്തും.

എനിക്ക് ഒരു രീതിയിൽ സ്വപ്നം കാണണമെന്ന് വിചാരിച്ചാൽ അത് കാണാൻ കഴിയും. ഞാൻ ഇതേവരെ പോയിട്ടില്ലാത്ത ഒരു സ്ഥലത്ത് പോകണമെന്ന് ആഗ്രഹിച്ച് ഉറങ്ങാൻ കിടന്നാൽ, സ്വപ്നത്തിൽ അവിടെ പോയിരിക്കും. മുൻപ് സ്വപ്നം കാണുമ്പോൾ ഉടൻ എണീറ്റ് ഡയറിയിൽ കുറിക്കുമായിരുന്നു. ഉണരുമ്പോൾത്തന്നെ സ്വപ്നത്തിന്റെ പകുതിയും മറന്നിരിക്കും. നിറം മങ്ങിയ സ്വപ്നങ്ങൾ.....

പൊലിഞ്ഞുപോയ നക്ഷത്രങ്ങൾ. ഹൃദയത്തിൽ ഉൽക്കകളായി പതിഞ്ഞ് നോവെടുക്കുന്നു. മാർക്സ്, ലെനിൻ, ഗാന്ധിജി — സഞ്ചരിച്ചവഴി നഷ്ടപ്പെട്ടുപോയല്ലോ. കണ്ട സ്വപ്നം പൊലിഞ്ഞുപോയല്ലോ. അതേ സമയം സ്വപ്നമൊരിക്കൽ യാഥാർഥ്യമാകും. പുതിയൊരു രൂപത്തിൽ അങ്ങനെയുണ്ടാകാനേ സാധിക്കൂ നിറംമങ്ങിയ ചിത്രങ്ങൾക്ക് ഇനിയും നിറം കിട്ടുമെന്ന സ്വപ്നം ശേഷിക്കുന്നു.

നമ്മുടെ സ്വപ്നങ്ങളൊക്കെ കൊള്ളയടിച്ച് കടന്നുകളഞ്ഞതാരാണ്?

സ്വപ്നങ്ങളില്ലാത്ത ലോകമാണിന്ന്

– അന്ന്

സ്വാതന്ത്ര്യം കിട്ടണം. അധികാരം വേണ്ട. കോളേജ് വിട്ടിറങ്ങും. രണ്ടടി കൊള്ളും. തോക്കിനുനേരെ വിരിമാറ് ചൂണ്ടും. കിട്ടാനുള്ളത് പുതിയൊരു ലോകമാണ്.

– ഇന്ന് –

എവിടെ മാർക്ക് കൂട്ടിയിടാം. ആർക്ക് കൈക്കൂലി കൊടുക്കാം. എവിടെ നല്ല കൈക്കൂലി കിട്ടും. എവിടെ നല്ല കല്യാണം കിട്ടും. എവിടെ നല്ല ഡൗറി കിട്ടും. ആരുടെ കാലാണ് നക്കേണ്ടത്.

നിങ്ങളൊക്കെ സ്വപ്നം കാണുന്നത് ബ്ലാക്ക് ആന്റ് വൈറ്റിലോ കളറിലോ?

ഞാൻ കളറിലാണ്.
എന്റെ എല്ലാ സ്വപ്നങ്ങളും നിറമുള്ളതാണ്.
സ്വപ്നത്തിന്റെ ആൽബം മടക്കാം.
ഓർമകളുടെ ആൽബം നിവർത്താം.
കെ വി രാമകൃഷ്ണയ്യർ എന്ന
മലയാറ്റൂർ രാമകൃഷ്ണൻ എന്ന
എഴുത്തുകാരന്റെ ആൽബം.

സ്കൂളിൽ പഠിക്കുമ്പോഴേ എഴുതാൻ താൽപ്പര്യമുണ്ടായിരുന്നു. ആദ്യം കുറെ കവിത എഴുതി നോക്കി. പിന്നെ തോമസ് ഹാർഡിയുടെ ഒരു നോവൽ പരിഭാഷ ചെയ്തു. കുട്ടികൾ കക്കയും ചിപ്പിയും പെറുക്കി ക്കളിക്കുന്നമാതിരി കുറെ കുത്തിവരയ്ക്കുക. ജീവിതത്തിൽ എഴുത്തുകാരനാകുമെന്നോ? ആകണമെന്ന ആഗ്രഹമോ ആദ്യം ഉണ്ടായിരുന്നില്ല. ആലുവ യു സി കോളേജിൽവെച്ചാണ് ഒരു എക്സപോഷർ കിട്ടുന്നത്. എന്തെങ്കിലുമൊക്കെ ചെയ്യണമെന്ന ആഗ്രഹം. 1942 ലെ മൂവ്മെന്റ് A total idealism, Simple living. ഞങ്ങൾ കടന്നുവന്ന കാലഘട്ടം നിങ്ങൾക്കൊന്നും അനുഭവിക്കാൻ കഴിയാത്ത കാലഘട്ടം. പി ഗോവിന്ദപ്പിള്ളയായിരുന്നു കോളേജിലെ ഏറ്റവും നല്ല വായനക്കാരൻ. ആശാന്മാർ പറഞ്ഞുതരുന്നത് പഠിക്കുക. അപ്പോൾ മനസിൽ കൊള്ളാമെന്ന് തോന്നിയത് സ്വീകരിക്കുക.

കമ്യൂണിസ്റ്റ് പാർട്ടിയുമായി ബന്ധം കോളേജിൽവെച്ചുതന്നെ ഉണ്ടായിരുന്നു. ഐ എ എസ് വിട്ടതിനുശേഷം രണ്ടരക്കൊല്ലത്തോളം സി പി ഐ യിൽ മെമ്പറായിരുന്നു. 54 ൽ തിരു–കൊച്ചി ഇലക്ഷന് മത്സരിക്കുമ്പോഴും പാർട്ടി മെമ്പറല്ല. പാർട്ടി പിൻതുണയ്ക്കുന്ന സ്വതന്ത്രനായിരുന്നു. ഇന്ന് അമ്പലവും വിഗ്രഹങ്ങളും തകർന്നു.

ആലുവ യു സി കോളേജിൽ പഠിക്കുമ്പോൾ സ്വാധീനിച്ച അധ്യാപകർ, കുറ്റിപ്പുഴസാറും രാമാനുജംസാറുമായിരുന്നു. ഞങ്ങൾ വളരെയേറെ വായിക്കാനും ചിന്തിക്കാനും പ്രോത്സാഹിപ്പിക്കാനും ഞങ്ങളോടൊപ്പമിരിക്കാനും അവർ തയാറായിരുന്നു. സാഹിത്യപ്രവർത്തനങ്ങളിൽ ഇവരാരും സ്വാധീനിച്ചിട്ടില്ല എന്നുവേണം പറയാൻ. കാരണം പേടി. നോട്ടുപുസ്തകത്തിൽ പത്ത് പന്ത്രണ്ട് കഥയൊക്കെ എഴുതിവെച്ചിട്ടുണ്ട്. തിരുവനന്തപുരം ലോ കോളേജിൽ പഠിക്കുമ്പോഴും നോട്ടുപുസ്തകമുണ്ട്. സെക്രട്ടേറിയറ്റിനു പുറകിലെ കാർത്തിക ലോഡ്ജിലായിരുന്നു താമസം. അതിന്റെ അനക്സിലായിരുന്നു ഗുപ്തൻനായർ സാർ താമസിച്ചിരുന്നത്. സിനിമയിൽ അഭിനയിക്കാൻ താൽപ്പര്യമുള്ളവർ ദൂരെമാറിനിന്ന് മോഹൻലാലിനെയോ മമ്മൂട്ടിയെയോ നോക്കുന്നതുപോലെ നോട്ടുപുസ്തകവും കക്ഷത്തിടുക്കി പുറകേ നടന്നിട്ടുണ്ട്.

എഴുത്തിൽ പ്രോത്സാഹനം കിട്ടിയത് അപ്രശസ്തരായ ആൾക്കാരിൽനിന്നായിരുന്നു. അക്കാലത്ത് ഒന്ന് രണ്ട് പുസ്തകങ്ങൾ എഴുതിയ പാറയിൽ ഷംസുദീൻ, *തൊഴിലാളി* എന്നൊരു നാടകം എഴുതിയ (അന്നത്

ധാരാളം സ്റ്റേജുകൾ കണ്ടു) ബദറുദ്ദീൻ — എനിക്ക് സമ്പർക്കമുള്ള ആദ്യ കാല സാഹിത്യകാരന്മാർ ഇവരായിരുന്നു. കയ്യിലുള്ള സാഹിത്യം അച്ച ടിക്കണമെങ്കിൽ അങ്ങോട്ട് കാശുകൊടുക്കണമെന്ന് പറഞ്ഞവർ വിരട്ടി. *പ്രസന്നകേരള*ത്തിന് ഷംസുദ്ദീൻ പറഞ്ഞപ്രകാരം കഥ അയച്ചു. ഒറ്റ ലക്ക ത്തിൽ അച്ചടിച്ചുവരേണ്ട കഥ. അവർ മൂന്നുലക്കത്തിലായി പ്രസിദ്ധീ കരിച്ചു.

ഇതിനുമുമ്പുതന്നെ കെ വി രാമകൃഷ്ണനെന്ന പേര്. അച്ചടിമഷി പുരണ്ടിരുന്നു. കൊല്ലത്തുനിന്നും പ്രസിദ്ധീകരിച്ചിരുന്ന *സഹോദരി* മാസി കയിൽ. 'ഹിപ്പപ്പൊട്ടാമസ്' ഒരു ലേഖനം. *സഹോദരി*യുടെ പച്ച ബയന്റു ള്ള കോപ്പി സ്ഥിരം മേശപ്പുറത്തുണ്ടാവും. ആരുവന്നാലും കാണാമല്ലോ.

ലോ കോളേജിൽ പഠിക്കുമ്പോൾ, *കലാനിധി* എന്നൊരു മാസിക യുണ്ടായിരുന്നു. എം ആർ നാരായണപ്പണിക്കർ സാറായിരുന്നു പത്രാ ധിപർ. അവർക്കൊരു ഇലസ്ട്രേറ്ററെ വേണം. എനിക്ക് മാസം പതിന ഞ്ചുരൂപ ശമ്പളം. ഇലസ്ട്രേഷനും കാർട്ടൂണും വരയ്ക്കണം. ഒരു സം ഘമായിട്ടാണ് പതിനഞ്ചുരൂപ വാങ്ങാൻ പോകുന്നത്. പതിനഞ്ചുരൂപയും വാങ്ങി കോഫി ഹൗസിലേക്ക് മാർച്ച് ചെയ്യും. കസ്റ്റാർഡ് എന്നൊരു സാധ നം കിട്ടും, പിന്നെ കാപ്പിയും. അതുവെച്ച് അവിടെ രണ്ടുമണിക്കൂർ കുത്തി യിരിക്കും.

അക്കാലം സിഗററ്റു കടയിൽ കടം. വീട്ടിൽനിന്നു കിട്ടുന്നത് തുച്ഛ മായ തുക. മുറിവാടക മൂന്ന് രൂപ. മെസ്സ് അൻപത് രൂപ. ഒരു സെവന്റി റുപ്പീസ് ഉണ്ടെങ്കിൽ സുഖമായി ജീവിക്കാം. പിന്നെ അൽപ്പം സ്മോളടി. നൂറ്റിയൻപതുരൂപ കടം. അങ്ങനെ എസ് റ്റി റെഡ്യാരോട് പുസ്തകം അച്ചടിക്കാമോ എന്ന് ചോദിച്ചു. ഡിക്ടറ്റീവ് നോവലാണെങ്കിൽ അച്ചടി ക്കാമെന്ന് റെഡ്യാർ പറഞ്ഞു: കുത്തിയിരുന്ന് എഴുതി. പേരിട്ടു. *രാത്രി.* അന്ന് *ഷെർലോക്ഹോംസ്* വായിച്ചിട്ടുണ്ട്. പിന്നെ *സെക്സ്റ്റൺ ബ്ലേക്ക്* എന്നൊരു ഡിക്ട്റ്റീവ് നോവൽ വായിച്ചിരുന്നു. സെക്സ്റ്റൺ ബ്ലേക്കും, അദ്ദേഹത്തിന്റെ അസിസ്റ്റന്റായ ടിങ്കറും കൂടി പലതും കണ്ടുപിടിക്കുന്ന താണ് അതിലെ കഥകൾ. അതൊക്കെ വായിച്ചതിന്റെ മൂച്ചിലാണ് *രാത്രി* പിറന്നത്. *രാത്രി*ക്ക് 150 രൂപ ചോദിച്ചു. നൂറുരൂപ കിട്ടി. പിന്നീടതിന് പല പതിപ്പുകൾ വന്നു. അങ്ങനെയൊരു നോവലെഴുതിയെന്ന് ആരെങ്കിലും ഓർമിപ്പിക്കുമ്പോൾ നാണമാണ്.

പിന്നീട് മജിസ്ട്രേറ്റായി. കല്യാണമായി. കുട്ടിയായി. ഇരുന്നൂറു രൂപ ശമ്പളമായി. വീട്ടുവാടകയ്ക്കുതന്നെ മുപ്പതുരൂപയായി. മാസത്തിൽ പത്തിരുപത് രൂപ കൂടി കിട്ടിയാൽ കൊള്ളാം. *ജയകേരള*ത്തിനായി *ഷെർ ലോക്ഹോംസ്* വിവർത്തനം ചെയ്തു. അഞ്ചുരൂപ അഞ്ച് ഗുണം നാല് സമം ഇരുപത്. *സരസനി*ലേക്ക് കാർട്ടൂൺ വരയ്ക്കും. ശരിയായ പേരിൽ ഹ്യൂമറസ് കാർട്ടൂണും. കള്ളപ്പേരിൽ പൊളിറ്റിക്കൽ കാർട്ടൂണും വരച്ചു. അന്നും ഭക്ഷിക്കാനായി ചെയ്ത പണികൾ.

ഓർമകളുടെ ആൽബത്തിൽ

ഇനിയും ഓർമകൾ ധാരാളം
തൽക്കാലം അതിനുവിട
ആൽബം മടക്കിവെയ്ക്കാം
ഇനി യാത്ര എഴുത്തിന്റെ തുരുത്തിലേക്ക്
ചോദ്യോത്തരത്തിന്റെ തോണിയേറി....
ഈ യാത്രയിൽ കെ പി സതീഷ്കുമാർ, കൂടെക്കൂടി
ഇടതുപക്ഷം വീക്കിലി തുടങ്ങുവാനുള്ള സാഹചര്യം.

1951ൽ കമ്യൂണിസ്റ്റ് പാർട്ടി നിരോധിക്കുന്ന കാലത്താണ് *ഇടതുപക്ഷം* തുടങ്ങുന്നത്. ഞാൻ, അഡ്വ. രാജഗോപാലൻനായർ (അഡ്വക്കേറ്റ് ജനറലായിരുന്നു. മരിച്ചു). കെ സി തങ്കപ്പൻപിള്ള, പന്തളം പി ആർ, എം എം അബ്ദുൾ ഖാദർ, പണംതന്ന് സഹായിച്ചിരുന്ന കമ്യൂണിസ്റ്റനുഭാവിയായിരുന്ന ടി എ നാരായണയ്യർ എന്നിവരായിരുന്നു അതിലുണ്ടായിരുന്നത്. രണ്ടണയായിരുന്നു വില. എറണാകുളം നോർത്തിൽ ഒരു മുറി വാടകയ്ക്കെടുത്തായിരുന്നു വാരിക പുറത്തിറക്കിയത്. ആറേഴുലക്കം നടത്തി. അപ്പോഴാണ് *നവലോകം* എന്ന പേരിൽ പാർട്ടിയുടെ ദിനപ്പത്രം ആരംഭിച്ചത്. പന്തളം പി ആർ ആയിരുന്നു അതിന്റെ ചുമതലക്കാരൻ. *നവലോകം* തുടങ്ങുന്നതിനു മുൻപ് *ഇടതുപക്ഷം* ഞങ്ങൾ അദ്ദേഹത്തെ ഏൽപ്പിച്ചുകൊടുത്തു. അങ്ങനെ *നവലോക*ത്തിന് തുടക്കം കുറിച്ചത് ഇടതുപക്ഷമാണെന്ന് വേണമെങ്കിൽ പറയാം. ഈ *നവലോകം* തന്നെയാണ് പിന്നീട് കൊല്ലം *ജനയുഗ*മായി മാറിയത്.

*യക്ഷി*യുടെ പ്രേരണ?

യക്ഷി ഒരു ഫാന്റസിയാണ്. *ഐതിഹ്യമാല. അമ്മൂമ്മകഥകൾ* എന്നിവയെല്ലാം *യക്ഷി*യുടെ പിന്നിലുള്ള പ്രേരണയായിരുന്നു.

സ്വന്തം നോവലിൽ ആത്മഭാവം എത്രത്തോളമുണ്ട്. പരിചിതമായ അംശങ്ങൾ ചിത്രീകരിക്കുന്നത് നോവലിന്റെ വിജയത്തിന് സഹായകമാണോ?

ആത്മാംശം അൻപത് അറുപതു ശതമാനംവരെ വരാറുണ്ട്. *വേരുകളി*ലെ രഘു നയിക്കുന്നത് എന്റെ ജീവിതമാണ്. എനിക്ക് പരിചിതമായ അംശങ്ങൾ ഞാൻ രഘുവിന് നൽകുകയായിരുന്നു. കുടുംബത്തിലെ പരിചയമുള്ള ഒന്നുരണ്ട് ആളുകളെയും ഞാൻ അവതരിപ്പിച്ചിട്ടുണ്ട്.

പരിചിതമായ സംഗതി എഴുതാൻ എളുപ്പമാണ്. *അഞ്ച്സെന്റ്* നോവലെഴുതി. തരക്കേടില്ലാത്ത നോവലാണെന്നാണ് എന്റെ അഭിപ്രായം. സ്റ്റുഡന്റ്സ് മൂവ്മെന്റും, ഫ്രീഡം മൂവ്മെന്റും, ആലുവാ കോളേജിലെ അനുഭവങ്ങളും — എഴുതാൻ എളുപ്പമായിരുന്നു. അതേസമയം *യക്ഷി*യുടെ അവസ്ഥ നേരെ മറിച്ചായിരുന്നു. സെക്ഷ്വലി ഇംപൊട്ടന്റ് ആയിട്ടുള്ള ഒരു ഭർത്താവ് ഇങ്ങനെ ആകാനുള്ള മാനസികമായ കാരണം, ഇവയൊക്കെ എനിക്ക് നേരെ പറയേണ്ടിവന്നു. അതെഴുതുവാൻ സഹിച്ച ബുദ്ധിമുട്ട് മറ്റേതെങ്കിലും നോവലെഴുതാൻ ഉണ്ടായിട്ടില്ല.

വേരുകളിലുള്ള ശക്തമായ അവതരണം, അതിന്റെ ഒഴുക്ക്, ഒതുക്കം ഇവ പിന്നീടുള്ള നോവലുകളിൽ നഷ്ടപ്പെട്ടതായി തോന്നിയിട്ടില്ലേ?

നഷ്ടപ്പെട്ടുവെന്ന് എനിക്ക് തോന്നിയിട്ടില്ല. വായനക്കാരും നിരൂപകന്മാരുമാണ് അത് പറയേണ്ടത്. പിന്നെ, സമ്മർദംകൊണ്ട് ചിലതൊക്കെ എഴുതേണ്ടിവന്നിട്ടുമുണ്ട്. ഉള്ളതിനേക്കാൾ പത്തു പന്ത്രണ്ടു ചാപ്റ്ററുകൾ, കൂടുതൽ വേണമെന്ന് പറയും. സ്നേഹിതന്മാർ നിർബന്ധിക്കുമ്പോൾ കൊടുക്കേണ്ടിയും വരും. പിന്നീട് ബുക്കാകുമ്പോൾ റീറൈറ്റ് ചെയ്യുകയോ എഡിറ്റു ചെയ്യുകയോ ചെയ്യില്ല. *യന്ത്രം* ഒരൊറ്റഘട്ടത്തിൽ എഴുതിയിരുന്നുവെങ്കിൽ പത്തുനൂറ് പേജ് കുറയ്ക്കാമായിരുന്നു. കുറച്ചുകൂടി ഒതുക്കവും കിട്ടിയേനെ.

അഞ്ചുസെന്റിലെ വാസു, താനാണെന്ന് പി കെ വി ഒരിക്കൽ പറഞ്ഞതായി കേട്ടിട്ടുണ്ട്. എഴുതുമ്പോൾ പി കെ വി മനസിലുണ്ടായിരുന്നുവോ?

ഞാൻ അബദ്ധവശാൽ വാസു എന്നെഴുതിപ്പോയി. അത്രേയുള്ളൂ. നോവലിലെ വാസു പാർലമെന്റ് മെമ്പർകൂടിയാണ്. അപ്പോൾ, പാർലമെന്റ് പണിയെന്നുവെച്ചാൽ, ഒരു സർക്കാർ പണിപോലെയാണ് എന്നൊക്കെ എഴുതിവെച്ചു. പി കെ വി അപ്പോഴൊന്നും എന്റെ മനസിലേ ഉണ്ടായിരുന്നില്ല.

ഭരണയന്ത്രത്തിനകത്തെ കമ്യൂണിസ്റ്റുകാരന്റെ മനസ്സ്......

സർക്കാർ സർവീസിനകത്ത് ഞാൻ സർക്കാർ ഉദ്യോഗസ്ഥനായിട്ടേ ജോലി ചെയ്തിട്ടുള്ളൂ. എന്നോട് എന്തെങ്കിലും ചെയ്യണമെന്ന് പാർട്ടി പറഞ്ഞിട്ടുമില്ല. വളരെ അത്ഭുതകരമായിട്ടുള്ളത് – ടി വി തോമസ് എന്റെ മന്ത്രിയായി വന്നിട്ടുണ്ട്. ടി വി തോമസിന്റെ പുറകേ പണ്ടുകാലത്ത് ഏറെ നടന്നിട്ടുള്ളതാണ്. എന്നോട് ഇന്നകാര്യം ചെയ്യണമെന്ന് അദ്ദേഹം പക്ഷേ പറഞ്ഞിട്ടില്ല. എന്റെ അനുഭവത്തിൽ ഇടയേണ്ടിവന്നിട്ടുള്ളത് ഗൗരിയമ്മയുമായി മാത്രമാണ്.

അന്ന് ഐ എ എസ് ഉദ്യോഗം ഹോണസ്റ്റ് ആണെന്നൊരു വിശ്വാസം ആളുകൾക്കുണ്ടായിരുന്നു. യന്ത്രത്തിൽ ഞാൻ ജോലിചെയ്ത കോണ്ടക്സ്റ്റിൽ അല്ല നിങ്ങൾ ജോലി ചെയ്യേണ്ടത്. ഞാൻ സ്റ്റീൽ ഫ്രെയ്മും, നിങ്ങൾ പ്ലാസ്റ്റിക് ഫ്രെയ്മും ആയിരിക്കണമെന്ന് തരുൺബോസ് എന്ന പ്രിൻസിപ്പൽ വിദ്യാർഥികളോട് പറയുന്നുണ്ട്. ഇന്ന് അദ്ദേഹം, നിങ്ങൾ പ്ലാസ്റ്റിക് ഫ്രെയ്മൊന്നും ആകണ്ട. ഹോണസ്റ്റെങ്കിലും ആയിരിക്കണം, കൈക്കൂലി വാങ്ങാനാണ് ലക്ഷ്യമെങ്കിൽ നിങ്ങൾ വീട്ടിൽ പോ, എന്നായിരിക്കും പറയുക.

_യന്ത്രം_ ശില്പപരമായി പരാജയപ്പെട്ട കൃതിയല്ലേ?

എന്റെ കൃതികളെപ്പറ്റി ഞാൻ അഭിപ്രായം പറയുന്നത് ശരിയല്ല. ഞാൻ കുറെ എഴുതിയിട്ടുണ്ട്. കുറച്ചുകൂടി നന്നാക്കാമെന്ന് തോന്നിയിട്ടുണ്ട്. ഞാൻ ഒരു ഇംഗ്ലീഷ് നോവൽ എഴുതി. അതിന്റെ പത്താമധ്യായം ആറു തവണയാണ് തിരുത്തിയെഴുതിയത്. എന്തെങ്കിലും എഴുതണം. പേരച്ചടിച്ച് വരണം, രണ്ട് മൂന്ന് പുസ്തകങ്ങൾ നമ്മുടെ പേരിൽ വരണം. അങ്ങനെ ആദ്യമൊക്കെ കുറച്ചെഴുതുന്നു. അപ്പോൾ ഒരു കൃതി കൊള്ളാം എന്ന് ആളുകൾ പറയുന്നു. ഒരു കൃതി നല്ലതായാൽ പിന്നെയെഴുതുന്ന കൃതി അതിനോട് തുല്യമെങ്കിലും ആയിരിക്കണം. അത് എവറസ്റ്റാണോ മൂക്കുന്നിമലയാണോ എന്ന് പറയേണ്ടത് വായനക്കാരൻതന്നെ. എഴുത്തുകാരൻ പേപ്പറിൽ പേനവെച്ചു കഴിഞ്ഞാൽ അവൻ അവന്റെ പരമാവധി ചെയ്യുന്നു. അതിനെ ചിലർ വധിക്കും. ചിലർ തലോടും. ഏതായാലും എന്നെ അതിതുവരെ ഭയപ്പെടുത്തിയിട്ടില്ല. അതിനി ഉണ്ടാകുമെന്നും തോന്നുന്നില്ല.

_യന്ത്രം_ സർവീസിൽനിന്നും പിരിഞ്ഞശേഷമാണ് എഴുതിയതെങ്കിൽ കൂടുതൽ സമഗ്രമാകുമായിരുന്നില്ലേ? കുറച്ചുകൂടി സ്വാതന്ത്ര്യം രചനയിൽ പുലർത്താനാകുമായിരുന്നില്ലേ?

ശക്തമാകുമായിരുന്നു, ഒന്ന്. രണ്ട് — കേരളത്തിൽ മാത്രമൊതുങ്ങിനിൽക്കാതെ ആൾ ഇന്ത്യാ കൂടി സ്പർശിക്കാമായിരുന്നു. ഞാൻ ഭയന്നു പിൻവാങ്ങി എഴുതിയതായി തോന്നുന്നില്ല. പക്ഷേ, കുറേക്കൂടി കാര്യങ്ങളിലേക്ക് ഞാൻ വിരലോടിക്കുമായിരുന്നില്ല എന്നതാണ്.

കുങ്കുമം റെഡ്യാർ എപ്പോഴും പറയും ഒരു നോവൽ വേണമെന്ന്. ഒരു ദിവസം മദ്രാസിലേക്ക് പോകുമ്പോൾ റെഡ്യാരുമുണ്ട്. 'സാമി ഒരു നോവൽ വേണമേ' – അവസാനം സമ്മതിക്കേണ്ടിവന്നു. നോവലിന്റെ പേരും പറഞ്ഞു: *യന്ത്രം* ഞാനന്ന് പത്തൊൻപത് ചാപ്റ്ററേ എഴുതിയിരുന്നുള്ളൂ. അതിനാൽത്തന്നെ യന്ത്രത്തിന്റെ അധ്യായങ്ങൾ പലപ്പോഴും അപ്പപ്പോൾ എഴുതേണ്ടിവന്നു. യന്ത്രം ഞാൻ എഴുതിയകാലത്ത് ഒരിക്കൽ കൂടി വായിച്ചുനോക്കാൻ അവസരം കിട്ടിയില്ല. മറ്റൊന്ന്, ഞാൻ സർവീസ് വിട്ടതിനുശേഷമായിരുന്നുവെങ്കിൽ അത് കൂടുതൽ വിപുലമാകുമായിരുന്നു.

സർവീസ് സ്റ്റോറി ശത്രുക്കളെയോ മിത്രങ്ങളെയോ കൂടുതൽ സൃഷ്ടിച്ചത്? ഇത്തരത്തിലുള്ള ആദ്യത്തേതായിരുന്നല്ലോ ആ കൃതി. അത് എഴുതാൻ എന്തായിരുന്നു കാരണം?

അത് ഒരു പ്രേരണയിലാണ്. *മാതൃഭൂമി*യിലെ കെ സി നാരായണന്റെ നിർബന്ധം. അതിൽ വളരെ മിതത്വം പാലിച്ചിട്ടുണ്ട്. ആളുകളെ ഹർട്ടു ചെയ്യാൻ പാടില്ലല്ലോ. എങ്കിലും ചിലരെ ഹർട്ട് ചെയ്യാതിരിക്കാനും കഴിഞ്ഞില്ല.

യക്ഷി നോവലും ഹേമമാലിനിയുടെ സിനിമയും ഏറെനാൾ ഒച്ചപ്പാടുണ്ടാക്കിയല്ലോ.

ടെലിഫിലിമെന്ന് പറഞ്ഞാണ് ആദ്യം അതെടുത്തത്. എന്നെ അറിയിക്കാതെ പിന്നീട് സിനിമയാക്കി. ഇടയ്ക്ക് അവരുടെ ഒരു മാനേജർ വന്നു. അയാൾ പറഞ്ഞത് കഥ അവരുടെ വകയെന്നാണ്. അവരുടെ ഭാവനയിൽ ഉണ്ടായതാണെന്നാണ് അതെടുക്കാൻ തുടങ്ങിയപ്പോൾ ആരോ പറഞ്ഞത്രേ. ഏതാണ്ട് ഇതുപോലൊരു സംഗതി ആരോ എഴുതിവച്ചിട്ടുണ്ടെന്ന്. അതുകൊണ്ട് ശല്യമുണ്ടാക്കാതിരിക്കാനായി അമ്പതിനായിരം രൂപ തരാമെന്ന് പറഞ്ഞു. കേസ് കൊടുത്തത് അബദ്ധമായിപ്പോയെന്ന് ഇപ്പോൾ തോന്നുന്നുണ്ട്. കേസ് കഴിയുമ്പോൾ തെളിയാൻ പോകുന്നത് *യക്ഷി* എഴുതിയത് ഞാനാണെന്നാണ്. അതിന് കോടതിയുടെ തെളിവിന്റെ ആവശ്യമില്ലല്ലോ. തൊണ്ണൂറായിരം രൂപ ഇപ്പോൾത്തന്നെ ചെലവായി. കോഴിമുട്ടയ്ക്കു വേണ്ടി സമരം നടത്തി. അവസാനം മഞ്ഞക്കുരുവുമില്ല. വെള്ളക്കുരുവുമില്ല. പൊട്ടിയ തോടുമാത്രം കിട്ടുന്ന അവസ്ഥ.

താങ്കളുടെ കഥകളിൽ ഒട്ടുമിക്കതിലും ഹാസ്യസ്വഭാവമുള്ള കഥാപാത്രങ്ങൾ ധാരാളമുണ്ട്. ഒരു കാർട്ടൂണിസ്റ്റിന്റെ മനസ്സ് ഇതിന് പ്രേരണയാകുന്നുണ്ടോ?

അത് ടിപ്പിക്കലായിട്ടുള്ള പറച്ചിലാണ്. കുഞ്ചൻ നമ്പ്യാരും വി കെ എന്നും കാർട്ടൂൺ വരച്ചുവോ? ഓരോരുത്തരെയും പിടിച്ച് ഓരോ മൂലയിൽ ഇരുത്താനുള്ള ശ്രമമാണിത്.

പ്രവചനസ്വഭാവമുള്ള കഥാപാത്രങ്ങളെ ധാരാളം താങ്കൾ സൃഷ്ടിച്ചിട്ടുണ്ടല്ലോ

പാരാസൈക്കോളജി പണ്ടേ എനിക്ക് താൽപ്പര്യമുള്ള വിഷയമാണ്. ഒരുപാട് വായിച്ചിട്ടുമുണ്ട്. എനിക്ക് ഇടയ്ക്ക് രണ്ടുമൂന്നുകൊല്ലം ഒരു ഗുരുവായൂർ ഭക്തിവന്നതൊഴിച്ചാൽ ഞാൻ അന്നും ഇന്നും ഈശ്വരവിശ്വാസിയല്ല. മനുഷ്യന്റെ മനസ്സ് എന്നു പറയുന്നത് ഇനിയും പഠിക്കപ്പെട്ടിട്ടില്ല. അതിന് നമുക്ക് അറിയാൻ കഴിയാത്ത അനേകം ശക്തികളുണ്ട്. അതൊക്കെ ശരിയല്ല എന്ന് ഇടമറുക് പറഞ്ഞാലും ശരിയാവില്ല.

ചിത്രം വരയ്ക്കുന്ന അപൂർവം എഴുത്തുകാരിൽ ഒരാളാണ് താങ്കൾ. സ്വന്തം ചിത്രങ്ങളെ എങ്ങനെ വിലയിരുത്തുന്നു?

ഞാൻ സീരിയസ്സായി ഒന്നും വരച്ചിട്ടില്ല. പെയിന്റ് ചെയ്യണം എന്ന മോഹം വന്നത് 1962 ൽ ആണ്. ഞാനന്ന് കോഴിക്കോട്ടാണ്. ഒരു കലണ്ടറിൽ കുറേ മരങ്ങളും നടപ്പാതകളുമൊക്കെയുള്ള ഒരു ചിത്രം കണ്ടു. വരയ്ക്കണമെന്ന് തോന്നി. കയ്യിൽ കളറുകളൊന്നുമില്ല. ചെൽപ്പാർക്കിന്റെ

മൂന്നുനാല് കളർ മഷിയുണ്ടായിരുന്നു. വെറും പേപ്പറിൽവരച്ചു. അപ്പോഴാണ് ആർട്ടിസ്റ്റ് നമ്പൂതിരി വന്നത്. ഇങ്ങനെ വരയ്ക്കാൻ കഴിയുമെങ്കിൽ, ഓയിൽ കളേഴ്സ് വെച്ച് എന്തുകൊണ്ട് വരച്ചുകൂടാ — എന്ന് നമ്പൂതിരി ചോദിച്ചു. അതൊരു പ്രേരണയായി. അതിനുശേഷം തിരുവനന്തപുരത്തേക്ക് ജോലിമാറിയപ്പോൾ ട്രിവാൻഡ്രം ആർട്സ് ഗ്രൂപ്പ് (ടാഗ്) എന്നൊരു സംഘടന രൂപീകരിച്ചു. എം ഐ മേനോൻ, പൊറിഞ്ചുക്കുട്ടി, ദത്തൻ ഒക്കെയുണ്ടായിരുന്നു അന്ന്. രണ്ടാഴ്ച കൂടുമ്പോൾ മ്യൂസിയം കോമ്പൗണ്ടിലോ മറ്റോ പോയി വരയ്ക്കും. 'ടാഗി'ന്റെ എക്സിബിഷനും നടത്തിയിട്ടുണ്ട്.

ചിത്രകാരൻ, കാർട്ടൂണിസ്റ്റ്, കഥാകാരൻ, ഭരണകർത്താവ്, നോവലിസ്റ്റ് ഇങ്ങനെ വിവിധ രംഗങ്ങളിൽ താങ്കൾ കഴിവു പ്രകടിപ്പിച്ചിട്ടുണ്ട്. ഒരൊറ്റ മേഖലയിലേക്ക് ശ്രദ്ധയൂന്നിയിരുന്നുവെങ്കിൽ നന്നായിരുന്നു എന്ന് തോന്നിയിട്ടില്ലേ?

ഒന്നിൽമാത്രം ശ്രദ്ധിച്ചിരുന്നു എങ്കിൽ നന്നാകുമായിരുന്നു എന്ന് പറയാമായിരുന്നു. കുറച്ച് അത് ചെയ്യുന്നു. കുറച്ച് ഇത് ചെയ്യുന്നു. പക്ഷേ, അതിൽ ഏത് കഴിവായിരുന്നു നല്ലതായിരുന്നത് എന്ന് പിൽക്കാലത്തേ പറയാനാകൂ. പെയിന്റിങ് രംഗത്ത് മാത്രം ശ്രദ്ധ കേന്ദ്രീകരിച്ചിരുന്നുവെങ്കിൽ ഞാൻ നല്ലൊരു പെയിന്ററാകണമെന്നില്ല. ഏതെങ്കിലുമൊന്നേ ഔട്ട് സ്റ്റാന്റിങ് ആകൂ എന്നത് ശരി. എന്നെ ഭരണകർത്താവായോ കാർട്ടൂണിസ്റ്റായോ പെയിന്ററായോ കുറെവർഷം കഴിയുമ്പോൾ അറിയില്ല. നോവലിസ്റ്റ് എന്ന നിലയിൽ അറിയുമായിരിക്കും.

സാഹിത്യരംഗത്തെ പുതിയ പ്രവണതകളൊന്നും താങ്കളെ സ്പർശിച്ചതായി കണ്ടില്ല. ആധുനികത, ആധുനികോത്തരത......

എനിക്ക് ഇത്തരം വാക്കുകളെപ്പറ്റിയൊന്നും ഒരുപിടിയുമില്ല. എനിക്ക് കാറോടിക്കാനറിയാം. പക്ഷേ, കാറോടിക്കാനല്ലാതെ, കാറിനകത്തെന്താണ്, അതിന്റെ എഞ്ചിൻ എങ്ങനെയാണ് പ്രവർത്തിക്കുന്നത് എന്നൊന്നും എനിക്കറിയില്ല. അപ്പപ്പോൾ ഒരു വിവാദമുണ്ടാക്കുക. അപ്പോഴത്തെ പ്രമാണിയാവുക. അതിലെനിക്ക് താൽപ്പര്യമില്ലായിരുന്നു.

പുരോഗമന സാഹിത്യപ്രസ്ഥാനത്തിൽ സംഭവിച്ച മാറ്റത്തെ എങ്ങനെ വിലയിരുത്തുന്നു?

ഞാനിതിനെ കാര്യമായൊന്നും പഠിച്ചിട്ടില്ല. പട്ടാളച്ചിട്ട, പാർട്ടി അടിച്ചേൽപ്പിച്ചതായി എനിക്കനുഭവമില്ല. ആ കാലഘട്ടത്തിൽ 'സോവിയറ്റ് എന്നൊരു നാടുണ്ടത്രേ—പോകാൻ കഴിഞ്ഞെങ്കിലെന്തു ഭാഗ്യം' എന്ന് ഒരാൾ എഴുതിയതിന് എന്ത് ചെയ്യാനാ.

പുതിയ എഴുത്തുകാരെ എങ്ങനെ സമീപിക്കുന്നു. അവർക്ക് 'ധിഷണ' കുറവാണെന്നും, മുപ്പത് വയസിനുള്ളിൽ മാസ്റ്റർപീസ് എഴുതാൻ കഴിഞ്ഞിട്ടില്ലെന്നും താങ്കളുടെ തലമുറയിലെ ഒരെഴുത്തുകാരൻ പറഞ്ഞല്ലോ!

ഞാൻ എന്റെ സമയക്കുറവുകൊണ്ട് പുതിയ എഴുത്തുകാരെ പലരെയും ശ്രദ്ധിച്ചു വായിച്ചിട്ടില്ല. എന്റെ പരിമിതമായ അറിവിൽ പുതിയ എഴുത്തുകാർക്ക്, നിരൂപകരിൽനിന്നും പരിഗണന ലഭിക്കുന്നില്ല എന്നു തോന്നിയിട്ടുണ്ട്.

പിന്നെ, മാസ്റ്റർ പീസ് രചിക്കലിന്റെ കാര്യം. അതിനോട് ഞാൻ യോജിക്കുന്നില്ല. ഒരു നൂറ്റാണ്ട് കഴിഞ്ഞാൽ ഈ മാസ്റ്റർ പീസുകൾ ഉണ്ടാവുമോ എന്ന് ആർക്ക് പറയാനാവും. ശങ്കരക്കുറുപ്പിന്റെ കൃതികൾ ഇന്ന് എത്രപേർ വായിക്കുന്നു. വൈലോപ്പിള്ളിയെ അൽപ്പം വായിച്ചുകളയാം എന്ന് പറഞ്ഞ് ആരെങ്കിലും വായിക്കുന്നുണ്ടോ? വലിയ അഹങ്കാരം ഒരു കാലഘട്ടത്തിലും ഒരെഴുത്തുകാരനും പാടില്ല. ഞാനെഴുതിയിട്ടുള്ള നോവലിൽ ഒന്നോ രണ്ടോ എങ്കിലും അൻപത് കൊല്ലത്തിനുശേഷം — അപ്പോൾ ഒത്തിരി പുതിയ എഴുത്തുകാരും, പ്രസിദ്ധീകരണങ്ങളും കടന്നുവരും. സാഹിത്യം ഒരു തുടർച്ചയാണല്ലോ— ഓർമിക്കപ്പെട്ടാൽ എഴുതിയതിന് അർഥമുണ്ടാകും. നമ്മൾ ഒരു പരിചയംവെച്ച് എഴുതുന്നു. മലയാളത്തിലെ എഴുത്തുകാർക്ക് 'എക്സ്പീരിയൻസ് കുറവാണ് എന്ന അഭിപ്രായം ശക്തമായിട്ടുണ്ട്.

എന്താണ് ഇംഗ്ലീഷിൽ നോവലെഴുതണമെന്ന് തോന്നിയത്?

ഇംഗ്ലീഷിൽ എന്തെങ്കിലുമെഴുതണമെന്ന് നേരത്തേതന്നെ ഉണ്ടായിരുന്നു. ഒന്നുരണ്ടെണ്ണം നേരത്തെ എഴുതി തുടങ്ങിയതുമാണ്. അന്നൊരു സംശയം. എഴുതുന്നത് ഇംഗ്ലീഷിൽ തന്നെയാണോ? ഇപ്പോൾ സംശയം മാറി. ഇംഗ്ലീഷിൽത്തന്നെയാണ്.

പഴയകാല കേരള ചരിത്രവുമായി ബന്ധപ്പെട്ടതാണ് കഥ. സാമൂതിരിപ്പാടിന്റെ ഭരണകാലവും സ്വാതന്ത്ര്യത്തിനു മുൻപുള്ള കാലഘട്ടവും ഇതിൽ തെളിയും. ബ്രിട്ടീഷുകാർ മടങ്ങിപ്പോവുകയാണെങ്കിൽ ഭരണം എനിക്ക് മടക്കിത്തരണം. ഞാനാണ് പുതിയ സാമൂതിരി എന്ന് വിശ്വസിച്ച് കുഴപ്പത്തിലാവുന്ന ഒരു ചെറുപ്പക്കാരന്റെ കഥ ഞാൻ കോഴിക്കോട് ജോലി ചെയ്തിരുന്ന കാലത്തു കേട്ടിരുന്നു. സാമൂതിരിമാരെപ്പറ്റി ധാരാളം കഥകളും കേട്ടിരുന്നു. അന്നുതന്നെ തോന്നിയിരുന്നു. അവരെപ്പറ്റി എന്തെങ്കിലും എഴുതണമെന്ന്.

ജീവിത രേഖ

1927 മെയ് 30 നു പാലക്കാട്ടെ പുതിയ കൽപ്പാത്തിയിൽ പുതിയിടത്തുമഠത്തിൽ ജനനം. അച്ഛൻ വിശ്വനാഥസ്വാമി, അമ്മ ജാനകിയമ്മ.

എറണാകുളം ജില്ലയിലെ പെരുമ്പാവൂരിൽ അച്ഛന്റെ മഠം. അവിടെ വളർന്നു. ആലുവ യു സി കോളേജിൽനിന്നും ഇന്റർമീഡിയറ്റ് പാസായി. തിരുവനന്തപുരം യൂണിവേഴ്സിറ്റി കോളേജിൽനിന്നും ബിരുദം. ലോ കോളേജിൽനിന്നും ബി എൽ ബിരുദം. 1946–47ൽ ആലുവ യു സി കോളേജിൽ ഇംഗ്ലീഷ് ട്യൂട്ടറായിരുന്നു. പെരുമ്പാവൂർ, വടക്കൻ പറവൂർ, ആലുവ എന്നിവിടങ്ങളിൽ വക്കീലായി. തുടർന്ന് രണ്ട് മാസം ബോംബെയിലെ *ഫ്രീപ്രസ് ജേർണലിൽ* സബ് എഡിറ്ററായി പ്രവർത്തിച്ചു. 51ൽ പാർട്ടി നിരോധിച്ചിരുന്ന കാലത്ത് *ഇടതുപക്ഷം* എന്ന വാരിക നടത്തി. 54ൽ തിരു–കൊച്ചി അസംബ്ലി ഇലക്ഷനിൽ ഇടതുപക്ഷ സ്വതന്ത്രനായി മത്സരിച്ചെങ്കിലും തോറ്റു. 56ൽ മജിസ്ട്രേറ്റായി. 59ൽ ഐ എ എസ് ലഭിച്ചു. സബ് കളക്ടർ, കളക്ടർ, ഡെപ്യൂട്ടി സെക്രട്ടറി, റവന്യൂബോർഡ് മെമ്പർ, ഹരിജനക്ഷേമ വകുപ്പ് ഡയറക്ടർ, സിവിൽ സപ്ലൈസ് ഡയറക്ടർ, ഭരണ പരിഷ്ക്കാരക്കമ്മിറ്റി സെക്രട്ടറി, വിജിലൻസ് സെക്രട്ടറി, ലേബർ സെക്രട്ടറി, കെ എസ് ആർ ടി സി ജനറൽ മാനേജർ, വ്യവസായ വകുപ്പ് സെക്രട്ടറി തുടങ്ങിയ സ്ഥാനങ്ങൾ വഹിച്ചു. റവന്യൂബോർഡ് മെമ്പറും ട്രാൻസ്പോർട്ട് കമ്മീഷണറുമായിരിക്കുമ്പോൾ ഐ എ എസിൽനിന്നും (റിട്ടയർ ചെയ്യാൻ വീണ്ടും അഞ്ച് വർഷം) വിടവാങ്ങി.

ഏഴുവർഷത്തോളം ലളിതകലാ അക്കാദമി ചെയർമാനായിരുന്നു. സി കൃഷ്ണവേണിയാണ് ഭാര്യ. വിശ്വനാഥനും ശോഭയും മക്കൾ.

വേരുകൾക്ക് സാഹിത്യ അക്കാദമി അവാർഡും, *യന്ത്രം* വയലാർ അവാർഡും സാഹിത്യ പ്രവർത്തക സഹകരണസംഘം അവാർഡും നേടി. *യക്ഷി, പൊന്നി* എന്നീ നോവലുകൾ ചലച്ചിത്രമായി *ചെമ്പരത്തി, ചായം, ഗായത്രി, പഞ്ചമി, ലക്ഷപ്രഭു, അയ്യർ ദ ഗ്രേറ്റ്* എന്നീ ചലച്ചിത്രങ്ങൾക്ക് സ്ക്രിപ്റ്റ് എഴുതി. *അഞ്ചുസെന്റ്* വിവിധ ഇന്ത്യൻഭാഷകളിലേക്ക് പരിഭാഷ ചെയ്തിട്ടുണ്ട്. *വേരുകൾ, യക്ഷി* എന്നിവ ഇംഗ്ലീഷിൽ വന്നിട്ടുണ്ട്.

നോവലുകൾ

രാത്രി (ഡിക്ടറ്റീവ്) 1948
വിഷബീജം (ഡിക്ടറ്റീവ്) 1957
ഡോക്ടർ വേഴാമ്പൽ 1964
വേരുകൾ 1966
പൊന്നി 1967
യക്ഷി 1967
അഞ്ചുസെന്റ് 1969
ദ്വന്ദ്വയുദ്ധം 1970
യന്ത്രം 1976
മൃദുലപ്രഭു 1980
രക്തചന്ദനം 1983
തുടക്കം ഒടുക്കം 1984
അമൃതംതേടി 1985

ചെറുകഥ

സ്മരണകൾ

ഹാസ്യം

വിവർത്തനം

Printed by Libri Plureos GmbH in Hamburg,
Germany